उपल्या

(कादंबरी)

शरणकुमार लिंबाळे

दिलीपराज प्रकाशन प्रा. लि.™

२५१ क, शनिवार पेठ, पुणे - ४११ ०३०.

उपल्या / Upaly (Novel)

ISBN : 81 - 7294 - 179 - X

प्रकाशक । राजीव दत्तात्रय बर्वे । मॅनेजिंग डायरेक्टर ।
दिलीपराज प्रकाशन प्रा. लि. । २५१ क, शनिवार पेठ । पुणे ४११०३०.
दूरध्वनी क्रमांक (फॅक्ससहित)
२४४७१७२३ । २४४८३९९५ । २४४९५३१४
Email - diliprajprakashan@yahoo.in

© सौ. कुसुम शरणकुमार लिंबाळे
लेखक

शरणकुमार लिंबाळे
सुयोगकुंज । समर्थनगर,
नवी सांगवी, पुणे ४११०२७.
sharankumarlimbale@yahoo.com

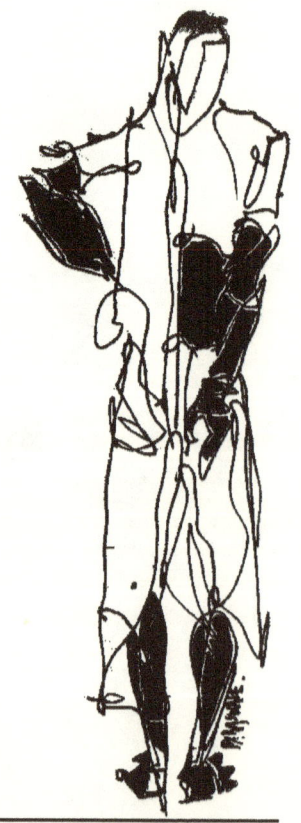

चतुर्थावृत्ती । ६ डिसेंबर २०१४

प्रकाशन क्रमांक । ८२०

अक्षरजुळणी । सौ. मधुमिता राजीव बर्वे
पितृछाया मुद्रणालय । ९०९, रविवार पेठ
पुणे ४११००२.

मुखपृष्ठ । सुहास चांडक

रेखाटने । भ. मा. परसावळे

आमचे आदरणीय नेते
रामदास आठवले यांना

❑ शरणकुमार लिंबाळे यांचे प्रकाशित साहित्य

कविता : उत्पात (१९८२), श्वेतपत्रिका (१९८९). उद्रेक (२००८)

कथा : बारामाशी (१९८८), हरिजन (१९८८), रथयात्रा (१९९३), दलित ब्राह्मण (२००४).

कादंबरी : भिन्नलिंगी (१९९१), उपल्या (१९९८), हिंदू (२००३), बहुजन (२००७), दंगल (२००८), झूंड (२००८)

आत्मनिवेदने : अक्करमाशी (१९८४), राणीमाशी (१९९२), पुन्हा अक्करमाशी (१९९९).

समीक्षा : दलित साहित्याचे सौंदर्यशास्त्र (१९९६), साहित्याचे निकष बदलावे लागतील (२००५), ब्राह्मण्य (२००७).

संपादने : दलित प्रेम कविता (१९८६), दलित पँथर : भूमिका आणि चळवळ, दलित चळवळ (१९९१), प्रज्ञासूर्य (१९९१), भारतीय रिपब्लिकन पक्ष : वास्तव आणि वाटचाल (१९९२), विवाहबाह्य संबंध : नवीन दृष्टिकोन (१९९४), गावकुसाबाहेरील कथा (२००७), ज्ञानगंगा घरोघरी (२०००), शतकातील दलित विचार (२००१), साठोत्तरी मराठी वाङ्मय प्रवाह (२००७).

❑ शरणकुमार लिंबाळे यांच्या साहित्याचे भाषांतर

इंग्रजी : द आऊटकास्ट (२००३), टुवर्डस् ॲन ॲस्थिटिक्स ऑफ दलित लिटरेचर (२००४).

हिंदी : अक्करमाशी (१९९१), देवता आदमी (१९९४), दलित साहित्य का सौंदर्यशास्त्र (२०००), नरवानर (२००३), हिंदू (२००४), दलित ब्राह्मण (२००४), छुआछूत (२००८)

कन्नड : आक्रम संतान (१९९२)

पंजाबी : अक्करमाशी (१९९६)

मल्याळम : अक्करमाशी (२००५), हिंदू (२००५).

तमिळ : अक्करमाशी (२००३).

'उपल्या' ही काल्पनिक कलाकृती आहे. हिच्यात सत्याचा लवलेशही नाही. असलाच, तर सत्याचा आभास आहे.

व्यसन म्हणून मी लिहितो. लिहिणं ही माझी वैयक्तिक गरज आहे. मला लिहायचं होतं, ते लिहिलं. सामाजिक बांधिलकी ही कलावंताची वैयक्तिक निकड असू शकते ?

डॉ. बाबासाहेब आंबेडकरांच्या महानिर्वाणानंतर दलित चळवळीत उलथापालथ सुरू झाली. बाबासाहेबांच्या निधनानंतर ह्या चळवळीचे नेतृत्व कोणी करायचे, ह्या अंतर्गत कलहाने ही चळवळ ग्रासली. गेल्या चार दशकांत ह्याच एकमेव वादाने चळवळीचे पानिपत झाले. चळवळीचे नेतृत्व आपल्याकडे घेण्यासाठी स्पर्धा सुरू झाली. 'मीच खरा नेता. माझीच खरी चळवळ' असे समर्थन सुरू झाले. काहींनी आंबेडकरी चळवळ ताब्यात घेण्याचा प्रयत्न केला, तर काहींनी आंबेडकरी चळवळीच्या नावाने नवीन चळवळी सुरू केल्या. त्यामुळे चळवळी वाढल्या. 'माझी चळवळ खरी, की तुझी चळवळ खरी' हा प्रश्न बाजूला पडला. 'माझी चळवळ मोठी की तुझी चळवळ मोठी' हा प्रश्न ऐरणीवर आला. प्रत्येक गट, संघटना आंबेडकरजयंती साजरी करू लागल्या. एका चौकात चार-पाच जयंती-उत्सव होऊ लागले. कोणाची जयंती मोठी, कोणाचा मंडप चांगला, कोणाची रोशणाई चांगली, कोणाचे करमणुकीचे कार्यक्रम चांगले, कोणाचा निधी अधिक जमला, ह्या पातळीवर स्पर्धा येऊन ठेपली. लोकांच्या समर्थनाशिवाय कुठलीही चळवळ जिवंत राहू शकत नाही. त्यासाठी लोकांनी आपल्यामागे

येण्यासाठी नवनवीन युक्त्यांचा शोध घेणे सुरू झाले.लोकांच्या भावना बांधून ठेवणारी गणिते मांडण्यात आली. लोकांच्या भावनेला सतत आवाहन करण्यात आले. रिपब्लिकन ऐक्य, चैत्यभूमी, दीक्षाभूमी आणि नामांतर ही भावनाप्रधान प्रतीके बनली. बाबासाहेब आंबेडकर हे दलितांच्या भावनेचे प्रतीक आहेत. त्यामुळे तमाम चळवळी बाबासाहेब आंबेडकरांच्या नावाने वावरू लागल्या. दलितांचे समर्थन मिळवण्यासाठी काँग्रेसनेही बाबासाहेबांचा फोटो लावला. संघ परिवारानेही बाबासाहेबांच्या बरोबर डॉ. हेडगेवारांना बसवले. ह्यातूनच 'खरा आंबेडकरवादी कोण' हा वाद विकोपाला पोहोचला. 'आंबेडकरवाद, की मार्क्सवाद', 'आंबेडकरवाद, की गांधीवाद', 'आंबेडकरवाद, की हिंदुत्ववाद' अशा चर्चा घोंघावू लागल्या. कोणाला मार्क्सवादी ठरवून, कोणाला समाजवादी ठरवून, तर कोणाला हिंदुत्ववादी ठरवून समाजापासून वेगळे पाडण्याचे राजकारण सुरू झाले. खरा वर्गशत्रू व वर्णशत्रू बाजूलाच राहिला. दलितांर्गत दुही माजली. चळवळी मोडीत निघाल्या. गट पडले. समाजही गटागटांत विभागला गेला. ह्या प्रयत्नात काहींनी काहींना खरेच संपवले; तर काहींनी स्वत:हून आपल्या अनुयायांसह जळणाऱ्या घरात प्रवेश केला.

वानरांमध्ये 'उपल्या' नावाची जात आहे. ह्या वानराच्या टोळीचा नायक नर असतो. तो आपल्या टोळीत नर-पिल्ले जन्माला आली, की त्यांना ठार मारतो. मादी जन्मली, की त्याला आनंद होतो. आपल्या टोळीत सर्व माद्या असाव्यात आणि केवळ आपण एकटेच नर असावे. भोगात दुसरा भागीदार नको, अशी 'उपल्या'ची वृत्ती असते. चळवळ आपल्याच हाती असावी, चळवळीचे एकाधिकारीशहा आपणच असावे, सत्ता आपणच भोगावी, दुसरा प्रतिस्पर्धी निर्माण होऊ नये, म्हणून सत्तास्थानी असलेल्याचा अट्टहास चाललेला असतो.

❐ ❐ ❐

'उपल्या'तील सत्य-असत्यांतील वैध-अवैध संबंध शोधण्यापेक्षा ही एक जातककथा समजावी. 'उपल्या' तील पहिल्या प्रकरणात एका सनातन कर्मठ ब्राह्मण कुटुंबातल्या मुलाचे दलितीकरण कसे होते, ह्याचे चित्रण आले आहे, तर तिसऱ्या प्रकरणात एका सनातन कर्मठ ब्राह्मण कुटुंबातली मुलगी दलिताची पत्नी म्हणून जीवन सुरू करताना दिसते. स्वातंत्र्योत्तर कालखंडात ब्राह्मणांत दलितीकरणाच्या दिशेने झालेला अनुकूल बदल इथं चित्रित केलेला आहे. ह्याच दोन प्रकरणांत दलितांचे ब्राह्मण होणे हेही दर्शवलेले आहे. ब्राह्मणांनी ब्राह्मण असणे, दलितांनी दलित असणे हे व्यवस्थेला

हवे असते. ब्राह्मणांनी दलित होणे किंवा दलितांनी ब्राह्मण होणे हे व्यवस्थेला मंजूर नसते. व्यक्ती आणि व्यवस्था ह्यांतला संघर्ष ह्या दोन प्रकरणांत महत्त्वाचा ठरला आहे.

तर दोन प्रकरणे चळवळ आणि सत्ता ह्यांविषयीची आहेत. दुसऱ्या प्रकरणात दलित चळवळीचे सर्व बाजूंनी ताकदीने उभे राहणे आहे. ह्यात रिपब्लिकन पक्ष, दलित पँथर, नामांतर हे महत्त्वाचे टप्पे आले आहेत. दलित चळवळीने वर्णसत्ता आणि शासन ह्यांच्याशी दिलेला संघर्ष इथं चित्रित झाला आहे. संघटित होणे आणि संघर्ष करणे हे ह्या प्रकरणाचे सूत्र आहे. चौथ्या प्रकरणात संघटित चळवळ खिळखिळी बनताना दिसते. प्रस्थापित व्यवस्थेचा घटक बनताना दिसते. ही व्यवस्था मजबूत आहे. तिने बुद्ध, चार्वाक, महावीर आणि बसवेश्वर ह्यांना पचविले आहे. आता व्यवस्थेने आपले पाश बाबासाहेब आंबेडकरांच्या दिशेने पसरले आहेत. पहिल्या प्रकरणात चळवळीचं मूळ धरणं, दुसऱ्या प्रकरणात चळवळीचं ताकदीनं वाढणं दाखवलेलं आहे. ह्या दलित चळवळीची दोन अपत्यं म्हणजे दलित साहित्य आणि दलित राजकारण. तिसऱ्या, चौथ्या प्रकरणात ह्या दोन अपत्यांची सांगोपांग चर्चा केलेली आहे.

देशाला स्वातंत्र्य मिळून पन्नास वर्षे झाली, तरीही सामान्य माणसाच्या रोजीरोटीचे प्रश्न सुटलेले नाहीत. गरीब माणूस अधिक गरीब होत आहे; आणि श्रीमंत माणूस अधिक श्रीमंत होत आहे. देशाचा विकास पंचतारांकित हॉटेलच्या सावलीत होत आहे, तर सामान्य माणूस ओंजळभर पाण्यासाठी दाही दिशा वणवण फिरत आहे. सामान्य माणूस हे शोषणाचे स्वस्त भांडवल बनले आहे. सत्ता आणि सामान्य माणूस ह्यांचे ऑडिट करण्याचा इथं प्रयत्न करण्यात आलेला आहे.

तसे लिहिणे हे निखळ वास्तव नसते. आपल्या लिहिण्याचे वास्तववादी भांडवल होण्याची भीतीही वाटली. त्यामुळे सर्व पात्रे-प्रसंग, व्यक्ती-घटना काल्पनिक असणे आवश्यक वाटले. संपूर्ण कल्पना आणि संपूर्ण वास्तव ह्यांचे रसायन करण्यात खूप काळ गेला.

एक काल्पनिक मंत्रालय, एक काल्पनिक मंत्री, एक काल्पनिक चळवळ घेऊन एक अस्सल कलाकृती रेखाटणे अवघडच काम आहे. कल्पनेतून वास्तव निसटले, की कल्पनेला काही अर्थ राहत नाही. देह आणि प्राण ह्यांचे जे नाते आहे, तेच नाते कलाकृतीतील कल्पना आणि वास्तवाचे असते. म्हणून कल्पनेला वास्तवाचा आधार देण्याचा केविलवाणा प्रयत्नही केला आहे. खरे तर, कलाकृती वाचताना ह्यात किती

प्रमाणात कल्पना आहे, किती प्रमाणात वास्तव आहे, अशी जोखणी करू नये. कलाकृती केवळ कलाकृती आहे.

सन १९५६ ते १९९६ ह्या चार दशकांतल्या काळावर आधारित हे आत्मचिंतन आहे. समकालीन संवेदनक्षम स्फोटक संदर्भाचं हे वाङ्मयीन विश्लेषण आहे. हे आत्मचिंतन, हे विश्लेषण एका कलावंताच्या मनोराज्यातले आहे. ह्यात वास्तवाचा वाङ्मयीन विपर्यास झालेला दिसेल. अनेकांशी मारलेल्या गप्पा, मित्रांबरोबर केलेल्या चर्चा, काही आठवणी, काही बातम्या, काही पुस्तकी वाचन, समाजातल्या घडामोडीं संदर्भात उमटणाऱ्या प्रतिक्रिया, उफाळून येणारा भ्रष्टाचार, व्यभिचाराकडे वळलेली राजरोस नैतिकता, हिंसक दंगली, खंडणीसाठी होणारे दिवसाढवळ्या खून, गुन्हेगारांना मिळालेली राजकीय प्रतिष्ठा, राष्ट्रीय नेतृत्वाने केलेला भ्रष्टाचार, वाढणारी बेकारी, महागाई, दारिद्र्य आणि लोकसंख्या ह्या रसायनाने 'उपल्या' लिहायला प्रवृत्त केले. हा एक दंभस्फोट आहे.

शरणकुमार लिंबाळे

मी दार उघडतो, पतिव्रता पत्नीनं बाहेरख्याली पतीला घरात घेण्यासाठी दार उघडावं, तसं. मिलिंद आणि रोहिदास आत येतात. त्यांच्या हातून काही तरी महाभयंकर घडलं असावं, असे त्यांचे चेहरे. तरीही त्यांचा सहज वावर.

मी नखशिखान्त पेटू लागतो.

रोहिदासमुळं माझं मिलिंदबरोबर दोन वेळा कडाक्याचं भांडण झालं होतं. मी रेक्टरकडेही तक्रार केली होती. पण काहीच झालं नाही.

रोहिदास मिलिंदचा मित्र. मिलिंद माझा रूम-पार्टनर. मिलिंदला आणि मला सत्तर टक्क्यांपेक्षा अधिक गुण असल्यानं एकच खोली मिळाली होती. रोहिदास आमच्या रूमवर गेस्ट म्हणून राहत होता. खूप प्रयत्न करूनही मला पार्टनर बदलता आला नाही.

अस्पृश्यांबरोबर पार्टनर म्हणून राहणं ही शिक्षाच. धर्मनियमांप्रमाणे ब्राह्मण आणि अस्पृश्य एकत्र राहूच शकत नाहीत. पण मी राहतो. कदाचित ह्यालाच लोकशाही म्हणत असतील.

मी नखशिखान्त उकळू लागतो.

वाघ, सिंह, हत्ती, कोल्हा, ससा, कुत्रं, गाढव, घोडे आणि डुक्कर ह्यांना एका कुंपणात डांबायचं आणि सांगायचं, 'तुम्ही सर्वजण स्वतंत्र आहात. सर्वजण समान आहात. बांधव आहात.' बहुधा अशा अभयारण्याचं नाव राष्ट्र असावं.

हिंदू हिंदू, बंधू बंधू.

धर्मशास्त्राप्रमाणे ब्राह्मण आणि शूद्र बंधू होऊच शकत नाहीत. तरीही ही फसवणूक का ?

माझं शुद्ध हिंदुत्व का नाकारलं जातंय् ?

मी मेणबत्तीसारखा थेंबाथेंबानं वितळू लागतो. मी माझ्या भिंतीवर प्रभू रामचंद्राचं कॅलेंडर लावलं होतं, तर मिलिंदनं त्याच्या भिंतीवर आंबेडकरांचं चित्र टांगलं होतं. आंबेडकरांचं चित्र फाडावं, बाहेर फेकावं, असं अनेक वेळा वाटे.

'गोमांस खाणार का ?' मिलिंदचा प्रश्न.

'माझं जेवण झालंय्....' माझं ठाम कडवट उत्तर.

मिलिंदची ही सवयच. जेव्हा त्यानं पहिल्यांदा विचारलं होतं, 'गोमांस खाणार का ?' तेव्हा मी खूप भांडलो होतो.

'मी गाईला पवित्र मानतो. गोमातेचं मांस खाणं म्हणजे स्वत:च्या आईचं मांस खाणं. तुम्ही लोक अभक्ष्यभक्षण करता, म्हणून तर ह्या अवस्थेला पोहोचलात.'

मिलिंद माझ्या चिडण्यावर निर्लज्जासारखा हसला होता.

'अरे, आपल्या पूर्वजांनी गोमांस खाल्लेलं आहे. सोमरस प्यालेला आहे. इतिहास वाच. तुम्ही लोकांनी गोमांस खाणं सोडून दिलं आणि सवर्ण ठरलात. आम्ही गोमांस खात राहिलो आणि अस्पृश्य झालो.'

मी ताडकन् बोललो होतो,

'मग तुम्हीही अभक्ष्यभक्षण बंद करा !'

मिलिंद उसळून बोलणार होता; पण त्याला ठसका लागला. तो कासावीस झाला. तो पाणी प्याला. थोडासा सुस्कारा सोडला आणि बोलू लागला.

त्याला मी रोखलं.

'अगोदर जेवण कर. नंतर बोलू.'

तसं मिलिंदनं जेवण बाजूला ठेवलं.

'मला अगोदर बोलू दे. मी उपाशी राहिलो, तरी चालेल. माझ्यासाठी खाणं महत्त्वाचं नाही....' आणि मिलिंद बोलू लागला. तो निखाऱ्यासारखा प्रज्वलित होत होता. 'मुसलमान गोमांस खातात. त्यांना अस्पृश्य समजता का ? ख्रिस्ती गोमांस खातात, त्यांना अस्पृश्य मानता का ? मग आम्हीच अस्पृश्य कसे ?'

मला मिलिंदच्या प्रश्नाचं उत्तर देता आलं नाही. तेव्हापासून मी चिडणं सोडून दिलं. मिलिंदनं 'गोमांस खातो का ?' म्हणून विचारल्यावर मी शांतपणे नकार देत राहिलो.

'अरे, थोडं तरी खा. खूपच छान लागतं. बघ, देऊ का ? गोमांस खाल्ल्यानं माणूस मरत नाही. ताकद येते. खातोस का ?' मिलिंद मला मुद्दाम डिवचत होता.

ह्या स्वराज्यात आमचं ब्राह्मण्य असचं मारलं जाणार !

मिलिंद जेवण केल्यानंतर आळस देतो. हा पुढल्या जन्मी गाढव होणार.

$\frac{1}{200000}$ मला आठवतो, रोहिदास पहिल्या दिवशी रूममध्ये आला, तो प्रसंग. तेव्हापासून माझ्या मनात त्याच्याविषयी डबक्यासारखी घृणा आणि किळस साचली

होती. त्याचं बेशिस्त वागणं हे माझ्या संतापाचं कारण होतं. एकदा त्यानं मला न विचारता माझी टूथपेस्ट घेतली होती, तेव्हा मी त्याच्यावर चिडलो होतो. माझ्या परवानगीशिवाय माझी कुठलीही वस्तू घ्यावयाची नाही, हे निक्षून सांगितलं होतं. काही दिवस कोणीच माझ्या वस्तूला हात लावला नाही. दुसऱ्या वेळी रोहिदासनं माझा टॉवेल वापरला. मी रूममध्ये नसल्याचं पाहून त्यानं माझा टॉवेल घेतला होता. तोंड-हात-पाय पुसत असतानाच मी रूममध्ये आलो आणि आमचं भांडण जुंपलं.

'दुसऱ्याचा टॉवेल कशाला वापरतोस ?' म्हणून ओरडलो.

ही जातच हलकट, घाणेरडी, 'स्वच्छ राहा. स्पृश्य व्हाल.' अस्वच्छता हीच खरी अस्पृश्यता.

पुन्हा मिलिंद उसळला,

'सुटाबुटांत राहणाऱ्या दलिताला कुणी ब्राह्मण म्हणणार नाही. ही अस्पृश्यता मनामनांत वसलेली आहे. मला प्रत्येक सवर्ण माथेफिरू वाटतो.'

रोहिदासनं मिलिंदला शांत केलं.

मी मात्र धुमसत होतो.

'अरे, मी तुम्हांला चांगली गोष्ट सांगतोय्..... आणि तुमचा मात्र निगेटिव्ह ॲप्रोच. प्रत्येक बाबतीत तुम्ही आक्रमक आणि कडवे. तुम्ही भयंकर बोलताय्...'

मी जरा पडती बाजू घेतली. रोहिदासनं तोंड उघडलं.

'तुला कोणी अधिकार दिला चांगलं-वाईट ठरवण्याचा आणि आम्हांला सांगण्याचा ?'

मी गोंधळलो. त्याच्या प्रश्नानं मला घायाळ केलं. माझा टॉवेल वापरू नका, हे सांगणं ठीक. पण तुम्ही स्वच्छ राहा, हे सांगणं तसं अधिकच. $\frac{1}{243}$

रोहिदास मला आणि मिलिंदला सीनिअर होता. तो दलित विद्यार्थ्यांची संघटना चालवत होता. संघटनेच्या कामामुळं तो पदवी-परीक्षेत नापास झाला होता. तो ह्याच कॉलेजचा जुना विद्यार्थी, रेक्टरपासून प्राचार्यांपर्यंत त्याची ओळख. कॉलेज सुटलं, तरी होस्टेल सोडत नाही. सतत गेस्ट म्हणून राहतो.

मिलिंद आणि रोहिदासनं रूममधल्या सर्व फर्निचरचा ताबा घेतला होता. रूमचं कार्यालय झालं होतं. रूममध्ये सतत संघटनेची चर्चा व्हायची. मी वेगळा पडलो होतो. अलीकडे तर मीच ह्या रूममध्ये गेस्ट आहे, असं वाटू लागलं होतं. मला भयंकर चीड येत होती, पण काहीच करू शकत नव्हतो. केवळ चीड हे नपुंसक व्यक्तिमत्त्वाचं लक्षण आहे, असं माझं मत बनलं होतं.

काल माझ्यात आणि मिलिंदमध्ये कडाक्याचं भांडणं झालं होतं. रोहिदास त्याला कारण होता.

$\frac{1}{200000}$ सायंकाळची वेळ. मी वाचत होतो. रोहिदासनं माझा टेप सुरू केला.

भडकलो.

'रोहिदास, किती दिवस राहणार आहेस इथं ? रूममध्ये गेस्ट अलाऊड नसताना तू इथं राहतोस कसा ?'

'प्रत्येक रूममध्ये गेस्ट आहेत. गेस्टला ठेवायचं, की नाही, ते रेक्टर बघून घेईल. तुला काय त्रास होतो ?'

'माझी प्रायव्हसी डिस्टर्ब होतेय्. मला इथं गर्दी नकोय्. ह्याचा माझ्या अभ्यासावर परिणाम होतोय्.'

'आम्ही तुला, अभ्यास करू नको, म्हणत नाही.'

'मला रूममध्ये गेस्ट नको आहे.'

'उद्या तुझा गेस्ट येईल, तेव्हा ?'

'माझा गेस्ट येणार नाही. आला, तरी तो कायमचा राहणार नाही.'

'माझा गेस्ट इथं कायमचा राहील. तुला काय करायचंय्, ते कर.'

'मी गळफास लावून घेईन ह्या पंख्याला, तुम्ही माझा मानसिक छळ करताय्.'

मी भयंकर चिडलो होतो. माझा आवाज शरीर एकवटून फुटला होता. डोळे थर्ररले होते.

रोहिदासला परिस्थितीची कल्पना आली असावी. तो शांतपणे रूमच्या बाहेर निघून गेला.

मी जिंकलो, ह्याचा मला आनंद झाला. मिलिंद मात्र खूप अस्वस्थ झाला होता. त्याचा चेहरा स्मशानाकडे निघालेल्या अंत्ययात्रेसारखा दिसत होता.

मी फ्रेश झालो. टेप सुरू केला. भीमसेन जोशी ह्यांनी गायिलेली भक्तिगीतं रूमभर पाझरू लागली. तसा मिलिंद खवळला.

'टेप बंद कर. मी डिस्टर्ब होतोय् !'

मीही उलटलो,

'गाण्यामुळं कोणी डिस्टर्ब होत नाही.'

तसा मिलिंद चवताळला,

'टेप बंद कर, नाही तर मी बाहेर फेकून देईन. मला शांतता हवी आहे.'

मी टेप बंद केला. प्रेतापुढं पूजा सांगण्याचा हा प्रकार होता.

पलीकडच्या रूममध्ये गाण्यांच्या भेंड्या चालू होत्या. बेसुमार दगडफेक व्हावी, तशी घोळक्यानं गायिलेली गाणी खिडकीवर आदळत होती.

मी मिलिंदला बोलतं केलं,

'तुला गाण्याचा त्रास होतोय् ना, तर ह्या भेंड्या बंद कर.'

'बाहेर काय घडतंय्, ह्याच्याशी मला कर्तव्य नाही.'

'मिलिंद, आपण इथं शिकण्यासाठी आलोय्. रोहिदास फेल झालाय्. तू

त्याच्या नादी लागू नकोस. तूही फेल होशील, सरकार तुम्हां लोकांना सवलती देतंय्, त्याचा फायदा करून घ्या.'

'सरकार काही आमच्यावर उपकार करत नाही.'

'पण...'

'मला तुझा उपदेश नको आहे. प्लीज...'

मिलिंद ऐकण्याच्या मनःस्थितीत नव्हता. मी त्याला काट्यासारखा बोचत होतो. खरं तर, मी त्याला चांगलं सांगत होतो. पण त्याला पटायला हवं ना ? मला माझ्या रूममध्ये अभ्यासाविषयी चर्चा हवी होती. इथं तर रात्रंदिवस संघटनेविषयी बोललं जायचं. हे मला नको होतं. आपण शिकण्यासाठी आलोय्. आपण केवळ शिकलं पाहिजे.

मिलिंदनं सिगारेट पेटवली. धुराची वलयं तरंगू लागली. मला संताप आला, 'नो स्मोकिंग' म्हणून ओरडावं वाटलं. पण मीच स्वतःला सावरलं. खूप ताणणंही बरं नाही. माझी नाराजी त्याला कळली होती.

रोहिदास रूमबाहेर गेला, हे बरंच झालं. हे कधी तरी होणारच होतं. ते आज झालं. इतकंच.

माझ्या नसानसांत द्वेष, असंतोषाच्या लाटा धडकत होत्या.

'माजलेत ! सरकार ह्यांना सवलती देतं. हे मात्र बिड्या ओढतात. गोंधळ घालतात. सिनेमा पाहतात. फुकट शिष्यवृत्ती घेतात. होस्टेलमध्ये कचरा भरला आहे. थर्ड क्लासची मुलं शिकत आहेत. त्यांना सहज प्रवेश मिळतो आणि आम्ही हुशार असूनही प्रवेश नाही. आम्ही सवर्ण आहोत, ह्यात आमचा काय दोष ? जे गादीवर होते, ते जोड्याजवळ बसत आहेत आणि जोड्याजवळचे सिंहासनावर. आम्ही महार-मांग असतो, तर बरं झालं असतं. सवलती मिळाल्या असत्या. सरकार कमअस्सल लोकांना उत्तेजन देत आहे. सरकारनं अशा लोकांवर पैसा का खर्च करावा ? दलितांच्या मतांसाठी सरकार त्यांना खूश करत आहे. मला तर वाटतं, ह्या सर्व महार-मांगांना एकत्र करावं आणि त्यांच्यावर बाँब टाकावा. 1 243

'तू संतापाच्या भरात फाशीबिशी घेशील, म्हणून मी रात्रभर झोपलो नाही.' रोहिदासच्या बोलण्यात कटुता नव्हती.

'मी रात्री अनेक वेळा उठून पाहिलं, तर हा आरामात घोरत होता.' मिलिंद मिस्किलपणे बोलत होता.

मलाही राहवलं नाही.

'रात्री कुठं झोपलास ?'

रोहिदास निर्विकारपणे बोलत होता,

'गौतम गांगुर्डेच्या रूममध्ये. मी काय बस-स्टेशनवरही अनेक रात्री काढल्यात.'

महारा-मांगांचा एक फायदा आहे, ते कसेही जगू शकतात.

मिलिंद आणि रोहिदास झोपण्याची तयारी करू लागले. मी हटकलं,

'आज इथं झोपणार, वाटतं ?'

रोहिदासनं मान डोलावली.

'उद्यापासून गांगुर्डेच्या रूमवर जाईन. आज त्याच्याकडे गेस्ट आहेत. त्यामुळं जागा नाही.'

मी काहीच बोललो नाही. ह्या देशाच्या राष्ट्रीय एकात्मतेसाठी आम्ही बोलणंच बंद केलेलं बरं.

मला कधी डोळा लागला, कळलं नाही. पण कुजबुजीनं जाग आली. मिलिंद आणि रोहिदास बोलत होते. त्यांच्या बोलण्यातून घटना स्पष्ट होत होत्या.

पांगरीतल्या सवर्णांनी दलितांवर बहिष्कार टाकला होता. त्याची बातमी छापून आली होती. बातमी मीही वाचली होती; पण मला त्यात विशेष काही वाटलं नव्हतं. कदाचित मी सवर्ण असल्याचा हा दोष असावा.

पांगरीतल्या गावकऱ्यांनी दलितांना गाव बंद केलं होतं. काम बंद केलं होतं. गेले अनेक दिवस दलितांचा छळ चालू होता. दलितांना कामासाठी शेजारच्या गावी जावं लागे. तेला-मिठासाठीही परगावी जावं लागे. पैसे देऊनही गावात धान्य मिळत नव्हतं. गावोगावी बहिष्काराची माहिती कळली होती. बाहेरगावीही दलितांना सूडाची वागणूक मिळत होती. गावात तर पाय ठेवायलाही जागा नव्हती. कुणी भीक वाढली, तरी गावगुंड त्यांच्या घरी जाऊन दम देत होते. दलितांची नाकेबंदी झाली होती. गावातील तेढ वर्तमानपत्रांपर्यंत पोहोचली आणि त्याची बातमी झाली.

दलितांनी गावकीची घाणेरडी कामं सोडून दिली होती. त्यामुळं गावकरी चिडले होते.

गावातील सफाईची कामं कोण करणार ?

मेलेली जनावरं कोण ओढणार ?

सवर्णांच्या घरांतील लाकडं कोण फोडणार ?

सांगावा कोण नेणार ?

गाववाल्याच्या घरीदारी कोण राबणार ?

गावकऱ्यांपुढं असंख्य प्रश्न निर्माण झाले होते. गावकरी सूडानं पेटले होते. कारण काम करणारा महार नसेल, तर त्याची बायको काम करायची. बायको नसेल, तर त्याचा मुलगा काम करायचा. आज सर्वांनीच गावकीची कामं नाकारली होती. हिंदू धर्म नाकारला होता. हिंदूंच्या देव-देवता नाकारल्या होत्या. दलितांनी धर्मांतर केलं

होतं. त्यांना नवं आत्मभान मिळालं होतं आणि गाव अडचणीत आला होता.

'गावकी बंद, तर गाव बंद' अशी गावकऱ्यांनी भूमिका घेतली होती. गाव पंचायतीनं हा निर्णय एकमुखानं घेतला होता.

दलितांच्या पाणी पिण्याच्या विहिरीत रात्री कोणी तरी मेलेलं कुत्रं टाकलं होतं. दलितांनी पहाटेच पाणी भरलं होतं. सर्वजण सकाळी कामाला गेले होते. उजाडल्यावर लोकांना मेलेलं कुत्रं दिसलं.

गाववाल्यांनी रोज नव्या पद्धतीनं छळ चालवला होता. दलितांनी संघर्ष करण्याचं ठरवलं. गाव एक झाला होता. भीमनगरही एक झालं होतं.

वर्तमानपत्रातील बातमी वाचून रोहिदास आणि मिलिंद भडकले होते.

गावकऱ्यांना कायमची अद्दल घडवण्यासाठी दलित विद्यार्थी पांगरीला गेले. गावाला गराडा घातला. घराघरांत घुसले. दिसेल त्याला मारहाण केली. गावकुसानं हजारो वर्षांत प्रथमच गावकऱ्यांचा आक्रोश ऐकला होता.

रोहिदास आणि मिलिंद निखाऱ्यांसारखे पेटत होते.

पोलीस पाटील भीतीनं कसा थरथर कापत होता, डेप्युटी सरपंच कसा बेशुद्ध पडला होता, विठ्ठलाच्या मंदिरात भजन म्हणणारी मंडळी कशी पळून गेली, भटजी कसा रडू लागला, शाळेतील मुलं कशी घाबरली होती, पाटलाची बायको घरात कशी लपली होती, सरपंचाची धिंड कशी काढली, ह्याचं प्रत्यक्ष वर्णन मिलिंद आणि रोहिदासच्या तोंडून ऐकायला मिळत होतं.

मी घाबरलो.

दलितांच्या मनांत सवर्णांविषयी किती जहाल विष साठलं आहे, ह्याची प्रचीती येत होती. मला वाटायचं, दलितांना गावाविषयी प्रेम असलं पाहिजे, त्यांना कामाचा मोबदला मिळतो, म्हणून गावकऱ्यांची कामं करतात. ही जातिव्यवस्था प्रत्येकाच्या भल्यासाठी निर्माण झाली आहे. ईश्वरानंच ही वर्णव्यवस्था निर्माण केली. ब्राह्मणांनी ज्ञानदान करावं, क्षत्रियांनी देशरक्षण करावं, वेश्यांनी व्यापार करावा आणि शूद्रांनी त्रैवर्णिकांची सेवा करावी. किती आदर्श व्यवस्था आहे ही ! प्रत्येकानं आपापली कामं केली, तर समाज सुरळीत चालेल, डोक्याचं काम पाय करू शकत नाही. पायाचं काम डोकं करू शकत नाही.

रोहिदासचा आवाज अंधाराला डंख मारत होता. काळोख जागा होत होता आणि माझ्या काळजाचे ठोके चुकत होते.

'सवर्ण आपल्यापेक्षा संख्येनं अधिक आहेत. प्रशासन आणि पोलिसांतही तेच आहेत. कोर्ट, कचेरी आणि कारागृहातही त्यांचीच सत्ता चालते. मग आम्ही लढणार कसे ? त्यांच्या पुरोगामी दयेवर किती दिवस जगायचं ? आम्ही आमच्या प्रश्नांसाठी संघर्ष करणं हे सवर्णांना कधीही मान्य होणार नाही. दलितांची सर्वच क्षेत्रांत नाकेबंदी

केली जाते. केवळ पांगरीची बातमी छापून आलीय्...' रोहिदासचं स्वगत रोडरोलरसारखं माझ्या संस्कारांवरून फिरत होतं.

'आपल्या देशाला स्वातंत्र्य मिळालं. आम्हांला वाटलं, आता आपले प्रश्न सुटतील. आपल्यावर अन्याय-अत्याचार होणार नाही. हाताला काम, पोटाला भाकर मिळेल. आपल्याला माणूस म्हणून वागवलं जाईल. पण आपले प्रश्न सुटण्यापेक्षा ते अधिक बिकट होत आहेत. आम्हांला ह्या स्वातंत्र्याचा फाटक्या जोड्याइतकाही उपयोग होत नाही. हे स्वातंत्र्य कोणाचं ?' मिलिंदच्या आवाजाचा वणवा भडकत होता. भारतमातेविषयी इतकं भयानक कधीही ऐकलं नव्हतं.

पंधरा ऑगस्ट, सव्वीस जानेवारीला आम्हां विद्यार्थ्यांची गावातून प्रभातफेरी निघायची. मी सर्वांत पुढं घोषणा द्यायचो : 'भारत माता की जय !' शिक्षक सुरात गाणं म्हणायचे आणि आम्ही सुरात सूर मिसळायचो. ' विजयी विश्व तिरंगा प्यारा' ह्या गाण्यानं गाव गर्जून जायचा. 'सारे जहाँसे अच्छा हिंदोस्ताँ हमारा' म्हणताना आम्ही फुलून यायचो. देशासाठी सर्वस्व पणाला लावण्याची भावना बालपणापासूनच माझ्या मनात असंख्य वादळांसारखी दडून बसली आहे. हे मी काय ऐकतोय् ? मला मिलिंद आणि रोहिदासची चीड येते.

रोहिदास बोलत आहे.

'सत्ता ही रक्तपाताच्या नदीतून वाहत येणाऱ्या नौकेसारखी असते...' मी अस्वस्थ होतो आणि उठून बसतो.

'काय झालं ? झोप !'

'रात्र वैऱ्याची आहे. जागलं पाहिजे.'

'सारे भारतीय माझे बांधव आहेत. वैरी कोण ?'

'भारतीयता सूर्यासारखी प्रखर आहे. तिची निंदा करणारे काळ्या ढगांसारखे आहेत. हे ढग दूर झाले, की पुन्हा सूर्यप्रकाश पडेल.'

'देशाचा राष्ट्रपती सवर्ण. पंतप्रधान सवर्ण. सरसेनापती सवर्ण. सरन्यायाधीश सवर्ण. शंकराचार्य सवर्ण. प्राचार्य सवर्ण. सरपंच सवर्ण. रूम-पार्टनरही सवर्ण !'

मिलिंद आणि रोहिदास भडभडून हसू लागतात. मी मात्र निश्चल. ह्या क्षणी आम्ही साप-मुंगूस झालो होतो. हेच खरं सवर्ण आणि दलितांमधलं नातं असावं.

मी खिडकी उघडली. बाहेर पहाट झालेली. मुलं ग्राऊंडवर रनिंग करत होती.

मी बाहेर पडलो. पहाटेचा गार वारा आणि जाग्या झालेल्या माणसांची चाहूल आल्हाददायी वाटत होती. सेवानिवृत्त माणसासारखा मी रस्त्याच्या कडेनं चाललो होतो. मनावर अनाहूत दडपण आलं होतं.

अस्पृश्य स्त्रिया रस्ते झाडत होत्या. एक वृद्ध स्त्री झाडू बाजूला ठेवून तंबाखू

खात होती. मी आवेगानं खराटा घेतो. मला राहवलं नाही. मी झाडू लागतो. तशी म्हातारी ओरडू लागते.

'आरं लेकरा, हे तुझं काम न्हवं, तुला कुठून ही दुर्बुद्धी सुचली ?'

'ब्राह्मणांनीदेखील असली हीन कामं केली पाहिजेत.'

'आरं, देवा ! तु बामनाचा हाईस. विटाळ झाला तुला. कुणी तरी बघील. लवकर जा हितनं !'

झाडूवाल्या माझ्याभोवती जमल्या. त्या मला पाहून हसत होत्या. मी खराटा टाकला. काही न बोलता होस्टेलकडे निघालो.

खराट्याचा आवाज खूप वेळ पाठलाग करत होता.

आपण वेड्यासारखे वागलो. इतकं एक्साईट व्हायला नको होतं. झाडूवाल्या स्त्रियांना त्यांचा धर्म कळतो. आपण तर ब्राह्मण. मी धर्मविरुद्ध वागलो.

उजाडत होतं.

वर्तमानपत्रं टाकणारी आणि दूध घालणारी मुलं घाईनं सायकल मारत होती. तांबडं उमलत होतं. गारवा झुळूझुळू वाहत होता. शांतता जागी होत होती. रस्त्यावरचे रोड-लाईट्स बंद झाले.

चौकातलं न्हाव्याचं दुकान उघडलं होतं. भडव्यानं काल माझ्या बगला काढायला नकार दिला.

'दाढी करायला येतात आणि काखा वर करतात. कटिंग केलं, तरच बगला काढू !' न्हाव्यानं सर्व गिऱ्हाइकांपुढं सुनावलं होतं.

पुन्हा त्याच्या सलूनची पायरी चढायची नाही.

खरं तर, बगलांमध्ये केस असायला नको होते. दाढी-मिशांचीही गरज नव्हती. उगीच सलूनचं काम वाढवून ठेवलंय्. स्त्रियांना कुठं दाढी-मिशा असतात ? तरी त्यांचं काही अडत नाही. दररोज दाढी करणाऱ्यांचा किती वेळ फुकट जात असेल !

आपल्या बगला आपणच साफ केल्या पाहिजेत.

मी पुढं बघून चाललो होतो. रवींद्र सानेनं स्कूटर थांबवली. मी त्याच्या मागे बसलो. रवींद्र साने आणि मी एन्. सी. सी. मध्ये होतो. त्यामुळं आमची मैत्री जमली होती. साने अभाविपचा कार्यकर्ता होता.

सानेनं स्कूटर थांबवली. मी उतरलो.

'साने, मला महत्त्वाचं बोलायचंय्...'

'कशाबद्दल ?'

'पर्सनल आहे.'

'माझा दुसरा पीरिअड ऑफ आहे. तू रूमवर थांब. मी येतो. चर्चा करता येईल.'

'जरूर ये. वाट पाहतो.'

'निश्चित येणार.'

साने लेडीज् होस्टेलच्या दिशेनं गेला.

मी रूमवर आलो.

मिलिंद तासाला गेला होता. रोहिदास अजूनही झोपला होता. मला वाटलं, त्याला लाथेनं उडवावं. फुकटात राहतो. मी संतापानं बेभान झालो. त्याला झोपेतून उठवलं.

'अरे ऊठ. आठ वाजलेत !'

रोहिदास डोळे चोळत उठून बसला. साने यायच्या आत हा बाहेर गेला पाहिजे. नाही तर स्विमिंग टँकवर जावं लागेल.

'स्नान आटपून घे. पाणी जाईल.'

'तुझी अडचण तर नाही ना ?'

'माझ्याकडे गेस्ट येणार आहे. त्यापूर्वी तू तयार हो.'

'ओ.के.'

रोहिदास बाथरूममध्ये घुसला. आता तासभर बाहेर येणार नाही. गावाकडं ह्याला गांड धुवायला पाणी मिळत नाही, इथं मात्र तासभर नळाखाली बसेल. हटकलं, तर त्याचं रेडीमेड उत्तर तयार. हजारो वर्षं पिण्यासाठी पाणी मिळालं नाही. घोटभर पाण्यासाठी आम्हांला रक्त सांडावं लागलं आहे. सर्वांत क्रूर अन्याय पाण्यासाठी झालेले आहेत. त्यामुळं ह्या पाण्याला कसंही वापरलं पाहिजे. हा अनुशेष आहे. हजारो वर्षांच्या इतिहासानंच त्याची प्रत्येक गोष्ट सुरू होते.

स्कूटरचा आवाज आला. मी खिडकीत डोकावलो. साने आला होता. मी खोलीबाहेर पडलो.

'आपण बाहेरच बसू. स्विमिंग टँकवर. मला रिलीज व्हायचंय्.'

सानेनं मला न्याहाळलं.

'चल. बैस.'

मी त्याच्या स्कूटरवर बसलो.

स्विमिंग टँक गेल्या दहा वर्षांपासून कोरडा पडला होता. पाण्याचं दुर्भिक्ष. तशात एका विद्यार्थिनीनं ह्या टँकमध्ये आत्महत्या केलेली. तेव्हापासून हा टँक ओसाड पडला आहे. परीक्षेच्या काळात विद्यार्थी अभ्यास करण्यासाठी इकडं येतात.

आम्ही टँकवर पायथ्याशी आलो. तिथं एक प्रेमी युगल गळ्यात गळा घालून बसलेलं. त्यांनी आमच्याकडे लक्ष दिलं नाही. आम्हीही त्यांना डिस्टर्ब केलं नाही. कॉलेज बुडवून ते दोघे एकमेकांत तल्लीन झालेले. ती खूपच उत्तेजित झालेली.

'इतक्या सकाळी ह्यांना हे सुचतं कसं ? साली, खूपच सेक्सी असणार. घोडीसारखी दिसते.'

'साली, पोरं फिरवते.'

'कोण, रे, ही ?'

'आपलीच आहे.'

'पण नाव तर सांगशील ?'

'विनया प्रधान. लास्ट इअरला आहे. रोज एक नवा बकरा असतो तिच्याबरोबर.'

आम्ही टँकच्या माथ्यावर पोहोचलो.

साने मुलगी असता, तर मजा आली असती.

'हं बोल, मला पुन्हा तास आहे.'

'हं.... बोलतो.'

मी भावनावश झालो होतो. माझ्या मनात दडलेलं ओठांबाहेर येत होतं. साने शांतपणे ऐकत होता.

'तुझं बोलून झालं का ? आणखी काही सांगायचंय् ?'

'मला जे सांगायचं होतं, ते सांगितलंय्. तुझा सल्ला हवाय्. मी कोंडीत सापडलोय्...'

'हे कॉलेज आर्य समाजाचं आहे. तुला पार्टनर बदलून मिळणार नाही. तुला आहे त्या खोलीतच राहावं लागलं. अस्पृश्यांना आजवर दूर लोटलं, ही आपली चूक होती. ती सुधारली पाहिजे. अस्पृश्यही हिंदू आहेत. त्यांना विश्वासात घेतलं पाहिजे. आपलं शत्रुत्व मुसलमानांशी आहे. दलितांशी नाही. तुझ्यामुळं काही दलित मुलांना संघाविषयी आपुलकी वाटेल. त्यांना आपलं साहित्य वाचायला दिलं पाहिजे.'हिंदू हिंदू, बंधू बंधू' ही भावना त्यांच्यांत निर्माण केली पाहिजे.'

सानेचं बोलणं मला पटत होतं. पण आचरणात कसं आणायचं ?

'चल. मला तास आहे...'

साने उठला. त्याला माझ्या प्रश्नामध्ये स्वारस्य वाटलं नाही. मीही निघालो.

टँकच्या भोवताली चार-पाच प्रेमी युगलांच्या जोड्या जमल्या होत्या. त्यांचं अंगावर रेलणं, नजरेत नजर मिसळणं, उत्तेजित हसणं मला बेचैन करत होतं. आपण पोरगी फिरवू शकत नाही. आपल्याकडे पैसे नाहीत. आपण दरिद्री आहोत. जानवं तुटलं, तरी सतरा गाठी मारून वापरतो. मला माझ्या दारिद्र्याची चीड येत होती.

मी रूमवर आलो.

रूममध्ये दलित विद्यार्थ्यांची बैठक चालू होती. मी शांतपणे रूममध्ये गेलो. सर्वांच्या नजरा संशयास्पद मृत्यूसारख्या.

'मी तुमच्या बैठकीत सहभागी झालो, तर चालेल ना ?' माझा प्रश्न नवशिक्या गिऱ्हाइकानं वेश्येकडं जावं, तसा.

'चालेल नाही, पळेल. बस !' रोहिदासनं मला जवळ बसण्यासाठी जागा करून दिली.

मी येईल त्या परिस्थितीला स्वीकारण्याची अणि प्रचंड तडजोड करण्याची मानसिक तयारी केली होती.

त्यांच्यांत बसलो खरा, पण मनात ओकारीची भरती सुरू झाली. गौतम गांगुर्डेच्या अंगाला घामाची दुर्गंधी येत होती. ज्यांची जागा पादत्राणाजवळची, त्यांच्याबरोबर बसणं पटत नव्हतं. ही असंख्य पादत्राणं आहेत आणि मी एकटाच माणूस. ह्या पादत्राणांजवळ बसून मी माझ्यातील माणसाचा घोर अपमान करतोय्.

मी ताडकन उठलो. रोहिदासनं माझा हात पकडला.

'माझ्या पायाला मुंग्या येतायूत. मी खुर्चीवर बसतो.' माझा खुलासा.

रोहिदासनं मला खाली बसवलं.

'पायालाच आल्या ना ? थोड्या वेळानं मेंदूला मुंग्या येतील. बस !'

सर्वजण खिंकाळले.

मी ओशाळलो.

'अनिरूद्धलाच प्रथम बोलू द्या !'

गौतम गांगुर्डेची सूचना सर्वांनी उचलून धरली.

'अनि, बोल. काय वाटतं. ते बोल. अगदी आमच्याविरुद्ध जरी बोललास, तरी चालेल.' मिलिंदनं मला चेतवलं.

'ब्राह्मण दलितांच्या विरोधीच बोलणार !'

तोच चिन्मय देशमुख आला. आल्या आल्या त्यानं सर्वांना 'जय भीम' केलं. सर्वांनी त्याचं स्वागत केलं. चिन्मय मला शाखेवर भेटला होता. तो मेडिकलचा स्टूडण्ट होता. तो इकडे कसा ?त्याला संघानं इकडे पाठवलं, की त्यानं संघाला रामराम ठोकला ? माझ्या मनात प्रश्नांचं अगणित काहूर दाटलं होतं. सर्वजण चिन्मयला 'चिनू' म्हणत होते. 'आता अनि बोलेल' मिलिंदची पुन्हा उद्घोषणा.

'तुमच्या चळवळीत संघाचे इतके स्वयंसेवक असतील, तर तुम्हांला संघाची शाखा सुरू करावी लागेल.' चिनू मला उद्देशून टोमणा मारत होता.

मी जन्मत:च ब्राह्मण होतो, एवढाच काय तो संघाशी संबंध. संघाविषयी मला काहीच माहिती नव्हती. एक-दोन वेळा शाखेवर गेलो होतो, इतकंच. एखाद्या नवागत पोहणाऱ्यानं पाण्यात उडी टाकावी, तसं मी बोलणं सुरू केलं.

'हिंदू धर्मातली आश्रमव्यवस्था मला खूपच चांगली वाटते.'

माझ्या विधानाबरोबरच गोंधळ सुरू झाला.

मिलिंदनं हस्तक्षेप केला.

'अनिला जे बोलायचं, ते बोलू द्या.' गौतम गांगुर्डे लगेच ओरडला.

'आम्ही हिंदू धर्माचं प्रवचन ऐकायला आलो नाही.'

मीही धीटपणे बोललो,

'मला प्रवचन करायची सवय नाही. मला वाटेल, तेच बोलेन. तुम्हांला आवडावं,

म्हणून बोलणार नाही,' माझ्या बोलण्यात कडवटपणा आला होता. 'आपण विद्यार्थी आहोत. इथं शिकण्यासाठी आलो आहोत. शिक्षणाकडे दुर्लक्ष करून चळवळी करणं मला पटत नाही. सरकार तुम्हांला सवलती देतं. त्यांचा फायदा घेतला पाहिजे. चळवळी केल्या, तर नापास व्हाल आणि रोहिदाससारखी अवस्था होईल.मला चळवळीपेक्षा शिक्षण महत्त्वाचं वाटतं.'

माझ्या बोलण्यानं सर्वचजण अस्वस्थ झाले होते.

'आपण चळवळीला महत्त्वाचं मानून शिक्षणाला दुय्यम मानतो, असं नाही. चळवळही महत्त्वाची. शिक्षणही महत्त्वाचं. आपण ज्या समाजात जन्मलो आहोत, त्यासाठी आपल्याला एकाच वेळी अनेक पातळ्यांवर लढावं लागणार आहे. मी केवळ शिक्षण घेईन, ही भूमिका मला बेजबाबदारीची वाटते. शिक्षणाबरोबरच अन्य जबाबदाऱ्यांचीही जाण असणं महत्त्वाचं आहे.

मी नापास झालो, ह्याचा दोष चळवळीला देता येणार नाही. माझ्या काही व्यक्तिगत समस्या होत्या, त्यांमुळं मी अभ्यासात कमी पडलो. चळवळ, अभ्यास करू नको, म्हणत नाही. गेली दोन वर्षं मी डोळे भरून झोपलेलो नाही. झोपण्यासाठी साधी जागा नाही. मला माझ्या मूलभूत गरजांपेक्षा माझे मूलभूत हक्क प्रिय वाटतात. गेल्या दोन वर्षांत मला जे शिकायला मिळालं, ते जगाच्या कुठल्याही विद्यापीठात शिकायला मिळणार नाही. अनिचं म्हणणं बरोबर आहे. तो ज्या समाजात जन्मला आहे, त्या समाजाची प्रातिनिधिक मानसिकता त्याच्या बोलण्यातून व्यक्त होत आहे. माझी भूमिका वेगळी आहे. चळवळीत काम करणाऱ्यांनी अधिक अभ्यास केला पाहिजे.'

रोहिदासचं बोलणं ऐकून मला अपराध्यागत वाटलं. आजवर मला माझंच दु:ख मोठं वाटत होतं. आपला छळ होतोय्, आपण दरिद्री आहोत, असं वाटायचं. पण आज मला आत्मबळ मिळालं होतं. माझ्यापेक्षाही दु:खानं गांजलेले अनेकजण आहेत. त्यांच्यापेक्षा मी सुखी आहे. दलितांचं जीवन किती भयावह आहे. त्यांचं दु:ख माझ्या वाट्याला आलं असतं, तर मी जगूच शकलो नसतो. साध्या कल्पनेनंही मी हादरून जातो. माझ्या शरीरात थंड डोहासारखं साचलेलं निश्चल रक्त उसळ्या मारू लागतं.

आपण उगीच आपल्या दु:खाला कुरवाळतोय्.

मला वाटायचं, आपण सर्वजण हिंदू आहोत; पण असं नाही. हिंदू एक नाहीत. ते अनेक जातीजमातींत विभागले आहेत. प्रत्येक जात दुसऱ्या जातीला आपल्यापेक्षा हीन लेखते. तुच्छ मानते. हिंदू धर्म म्हणजे विषमतेचं माहेरघर आहे.

'अरे अनि, तू कसला विचार करतोय्स ? तुझं बैठकीत लक्ष आहे ना ?' चिनूनं माझं लक्ष वेधलं.

मी भानावर आलो. दारावरची बेल वाजावी आणि बाथरूममधल्या स्त्रीनं घाईनं स्वत:ला आवरून दाराशी यावं, तसा मी माझ्यातून बाहेर आलो.

मिलिंद संतप्तपणे बोलत होता,

'बाबासाहेब आंबेडकराच्या निधनानंतर दलितांना कोणी वाली नाही. घरातला कर्ता माणूस मरावा आणि घर उघड्यावर पडावं, तशी आपल्या समाजाची अवस्था झाली आहे, आपले पुढारी सत्ताधारी पक्षानं विकत घेतले आहेत. त्यांचा आवाजच नाहीसा झाला आहे. ते स्वार्थ आणि तडजोडीत गुंतले आहेत. त्यांना सामान्य माणसाच्या प्रश्नांकडं लक्ष द्यायला वेळ नाही. स्वातंत्र्यातही आमच्यावर अन्याय, अत्याचार होत आहेत. हे शासन कोणाचं ? ही कसली लोकशाही ? आपल्याकडे अन्याय अत्याचाराविरुद्ध लढण्यासाठी प्रभावी अशी संघटना नाही. अस्पृश्यतेच्या प्रश्नांवर लढण्यासाठी एका स्वतंत्र संघटनेची गरज आहे. अशी संघटना स्थापन करण्यासाठी आज आपण एकत्र जमलो आहोत. दलितांवर होणाऱ्या अन्याय- अत्याचारांविरुद्ध लढण्यासाठी आपल्याला दलित विद्यार्थ्यांची संघटना स्थापन करावयाची आहे... '

'दलित विद्यार्थ्यांचीच का ?'

गौतम गांगुर्डे मध्येच बोलू लागला.

'सर्व दलित तरुणांचं एक अभेद्य संघटन असलं पाहिजे.'

गांगुर्डेचा मुद्दा सर्वांनी उचलून धरला. गांगुर्डे आवेशात बोलू लागला,

'केवळ दलित विद्यार्थ्यांच्या शक्तीवर पूर्ण वेळ चळवळ चालवता येणार नाही. सर्वच दलित तरुणांचा यात समावेश झाला पाहिजे.'

मी मध्येच हटकलं,

'तुमची दलिताची व्याख्या काय ? मला 'दलित' शब्द जातीयवादी वाटतो. या शब्दाची मला दुर्गंधी येते.'

मला थांबवत रोहिदासनं खुलासा केला.

'दलित म्हणजे जे जे शोषित, पीडित आहेत, ते.'

मला राहवलं नाही, मी अधिक खोलात शिरलो,

'ब्राह्मणांपासून बौद्धांपर्यंत सर्व जातींत कमी-अधिक प्रमाणात आपला दलित वर्ग पसरलेला आहे, असंच ना ?'

रोहिदासनं आपलं बोलणं पुढं चालू ठेवलं.

मिलिंदनं मला 'गप्प बस' म्हणून डोळ्यानं खुणावलं.

'दलित म्हणजे अनुसूचित जाती, जमाती, बौद्ध, कष्टकरी जनता, कामगार,भूमिहीन, शेतमजूर, गरीब शेतकरी, भटक्या जमाती, आदिवासी... ' रोहिदास गंभीरपणे बोलत होता.

मला माझा प्रश्न खूपच बालिश वाटला.

भीमा भोळे धावतच आला. त्याचा चेहरा भीतीनं डवरला होता.

'होस्टेलमध्ये पोलीस आलेत. पांगरीला कोण कोण गेलं होतं, ह्याची चौकशी

करत आहेत.'

बैठक वाळूच्या किल्ल्यासारखी मोडली. सर्वजण दुसऱ्या मजल्यावरून खाली आलो.

पोलिसांनी दोघां-तिघांना जमवलं होतं. त्यांत विजय पगारेही होता. गेटवर पोलीस जीप उभी होती. रोहिदास पोलिसांवर भडकला.

'इथं तुम्ही कोणाच्या परवानगीनं आलात ? आम्ही काय तुम्हांला गुन्हेगार वाटतो ?' रोहिदासचा आवाज टिपेला पोहोचला होता.

'इथून चालते व्हा !' मिलिंदनं आरोळी ठोकली.

क्षणात सर्व होस्टेल एकत्र जमलं. सर्वांनी पोलिसांची कुचेष्टा सुरू केली. पोलिसांची कुमक कमी होती. गर्दी बिथरली होती.

पोलीस आल्या पावली निघून गेले.

मीही पोलिसांना शिवी हासडली.

मुलं खूप वेळ गोंधळ घालत होती.

'आपापल्या रूममध्ये जा.' रोहिदासनं सर्वांना आदेश दिला.

गर्दी पांगली. रूममध्ये बंद झाली.

तिसऱ्या मजल्यावर गाण्यांच्या भेंड्या सुरू झाल्या. मी आणि चिनू रूमवर आलो.

रोहिदास, मिलिंद, पंडित कानडे आणि गौतम गांगुर्डे गेटवर गेले. पुन्हा काही घडू नये, म्हणून ते दक्षता घेत होते. भीमा भोळे आणि विजय पगारे टोळक्यात गप्पा मारत होते. झाल्या प्रसंगाचा आँखो देखा हाल सांगून ते हसत होते.

'चिनू, तू बातमी वाचलीस ?'

'बातमी वाचून तर इकडे आलो. काय घडलं, ते प्रत्यक्ष ऐकावं, म्हणून !'

'म्हणजे तुला ह्याची पूर्वकल्पना होती ?'

'अरे, पूर्वकल्पना नव्हे. ही मूळ कल्पना माझीच. दलितांना छळणाऱ्या सवर्णांना धडा शिकवलाच पाहिजे. माझी कोर्टात तारीख होती, म्हणून मी पांगरीला गेलो नाही.'

'शहरातल्या दलित तरुणांनी खेड्यात जाऊन गावकऱ्यांना जाब विचारणं हे मला पटत नाही. हे आज जातील. गोंधळ घालतील. परत येतील. ह्यामुळं दलितांचे प्रश्न सुटणार नाहीत. उलट, सामाजिक तणाव वाढेल. गावकरी खेड्यातल्या दलितांचा छळ करतील. त्याला जबाबदार कोण ?'

'हे बघ, अनि, हजारो वर्षं दलित कुत्र्या-मांजरांपेक्षाही लाचार होऊन जगले आहेत. तरीही सवर्णांनी दया दाखवली नाही. उलट, सामाजिक बहिष्कार टाकला. दलितांनी स्वाभिमानानं जगणं सुरू केलं. म्हणून खेड्यापाड्यांत तणाव वाढतो आहे. गावात तणाव वाढू नये, म्हणून दलितांनी कायमचं गुलामच राहावं,

हे मला पटत नाही. ते शिकताहेत. संघटित होताहेत. संघर्ष करताहेत. आता हा तणाव वाढतच जाणार. ह्याला अंत नाही.'

'ह्याचं फ्यूचर काय ?'

'एकच. ते म्हणजे सवर्णांनी समजुतदारपणे वागलं पाहिजे. हजारो वर्षं आपण दलितांचा छळ केला आहे, तो मान्य केला पाहिजे आणि दलितांच्या बाजूनं उभं राहिलं पाहिजे !'

'तू तर महारासारखा बोलतोयस. तुझं ब्राह्मण्य कुठं गेलं ?'

माझे यक्षासारखे प्रश्न, त्याचं धर्मासारखं उत्तर. मला हे सत्य स्वीकारणं शक्य नाही. प्रभो ! माझ्या हिंदुत्वाला धार येऊ दे !

दयानंद किणीकर येतो. दूरदर्शनवरील कार्यक्रमात व्यत्यय यावा, तसा.

दयानंद किणीकर ह्याचं खरं नाव कचरू हरिजन. त्यानं कचरूचं दयानंद केलेलं. तो किणीचा. म्हणून किणीकर झालेला. तो प्रेमकविता करायचा. वर्तमानपत्रांतून त्याच्या कविता प्रसिद्ध व्हायच्या. त्याच्या कवितेत प्रेमापेक्षा प्रतिमा आणि प्रतीकंच जास्त असायची.

'दयानंद, तू तुझं नाव का बदललंस ?'

'जुन्या नावानं संपादक कविता छापायचे नाहीत. नव्या नावानं छापतात.'

'दयानंद, रागावू नकोस, तू अशा काल्पनिक कविता लिहिण्यापेक्षा दलितांच्या दु:खांवर का लिहीत नाहीस ?'

'लिहिली आहे.'

दयानंदच्या पापणीतलं पाणी पेटू लागतं. त्याच्या आवाजात श्वापदाचं रानटी क्रौर्य दाटलेलं. त्याची कविता धुमसणाऱ्या ज्वालामुखीसारखी. एकेक ओळ दारूगोळ्याच्या स्फोटासारखी. दयानंद पांगरीवर लिहिलेली कविता वाचत होता.

'ही कविता छापली पाहिजे.'

'अशी कविता कोण छापेल ?'

'उद्या ही कविता मी नोटीस बोर्डावर लावीन.'

'पोस्टर काढलं पाहिजे.'

मी खोलीत खिळलेलो. माझ्या शरीरात कोणी तरी खिळे ठोकत आहे.

$\frac{1}{200000}$ मी ब्राह्मण. शुद्ध ब्राह्मण. पण देशस्थ. मला आठवतं... घरातलं सोवळं-ओवळं. पूजा. बाबांचा सनातनी स्वभाव. आई मात्र खूपच सोशीक. मलूल. घरकामांत रगडलेली. बाबा पूजा सांगायचे. गाव त्यांना 'गुरुजी' म्हणे. आई मात्र व्रतवैकल्यांनी ग्रासलेली.

आई आठवते.

महात्मा गांधीजींची हत्या झाली, तेव्हाची गोष्ट. एका ब्राह्मणानं गांधीजींची हत्या

केली. त्यामुळं सर्वत्र ब्राह्मणविरोधी सूडाची लाट उसळली. अनेक ठिकाणी ब्राह्मणवाड्यांवर हल्ले झाले. ह्या दंगलीचं लोण खेडोपाडी पोहोचलं होतं. त्यात आमचं घरही भस्मसात झालं. बाबांनी गावात हायस्कूल काढायला मदत केली होती. बाबांनी गावात विठ्ठलाचं मंदिर बांधलं होतं. बाबांनी घराघरांत पूजा सांगितली होती.

गाव जमा झाला होता. त्यांनी देव जाळले. पोथ्या जाळल्या. वडिलांची विटंबना केली. आई, मी आणि भावना आक्रोश करत होतो. आम्हांला काहीच कळत नव्हतं. बाबांच्या हातून कसला अपराध घडला असावा ? मला वाटायचं, त्यांना एखाद्या महाराचा विटाळ झाला असावा.

बाबांनी गाव ओलांडताना वळूनदेखील पाहिलं नाही. आम्ही कायमचं गाव सोडलं. थोड्या दिवसांनी आई आम्हांला कायमचं सोडून देवाघरी निघून गेली. आम्ही पोरके झालो. बाबांनी भिक्षुकी करून आम्हांला वाढवलं. मी माधुकरी मागून शिकलो. 1/243

मला माझं दारिद्र्य आठवतं. मी गहिवरतो. मला अभ्यास केला पाहिजे. पुढं गेलं पाहिजे. मला महारामांगांसारखं जगणं शक्य नाही. मुळात मी दरिद्री माणसाच्या पोटी जन्मलो, ह्याचाच संताप येतो.

गेटवर मिलिंद, रोहिदास आणि गौतम गांगुर्डे उभे होते.

'हे, साले, कधीच कॉलेज करत नाहीत. फुकट सवलती लाटतात.' मी मनातल्या मनात त्यांना शिव्या दिल्या.

गेटवर दयानंदच्या कवितेचं पोस्टर अडकवलं होतं. नोटीसबोर्डावरही पोस्टर लावलं होतं. पण ते कुण्यातरी सवर्ण विद्यार्थ्यानं अर्धवट फाडलं होतं.

मी तासाला बसलो. प्रा. राहुल बनसोडेंचा पीरिअड. प्रा बनसोडे राखीव जागेतून लागलेले. अभ्यास भरपूर असायचा; पण विषयाची मांडणी नीट करता यायची नाही. उच्चार अशुद्ध असायचे. नेहमीच नीटनेटके राहायचे, पण त्यांचा चेहरा ही त्यांच्या जातीची ओळख होती. मुलं त्यांच्या तासाला बसायची नाहीत.

आज शिकवताना त्यांचा गोंधळ होत होता. कदाचित दयानंदच्या कवितेनं निर्माण केलेल्या वातावरणाचा हा परिणाम असावा. महाविद्यालयामध्ये सरळ सरळ दोन गट पडले होते. दयानंदच्या कवितेनं ह्या गटांची आखणी अधिक स्पष्ट केली होती. सवर्ण विद्यार्थ्यांमध्ये रोष जाणवत होता, तर दलित विद्यार्थ्यांमध्ये प्रतिकाराची भावना. सर्वत्र दयानंदच्या कवितेचीच चर्चा ऐकू येत होती.

मला प्रत्येक दलित विद्यार्थ्याच्या चेहऱ्यावर कवितेचं पोस्टर डकवल्यासारखं वाटत होतं, तर सवर्ण विद्यार्थ्यांच्या चेहऱ्यावर हे पोस्टर फाटल्यागत वाटत होतं. सर्वत्र धुक्यासारखी अस्वस्थता पसरली होती. विद्यार्थ्यांची गर्दी मला जमावासारखी भासत होती. वातावरणात तणाव जाणवत होता. मुली खूप लवकर घरी गेल्या. गर्दी पुरासारखी ओसरत होती. सर्वत्र भकास वाटत होतं.

दलित विद्यार्थी धरण फुटावं, तसे पोलीस चौकीकडे जात होते. भीमा भोळेनं मला हाक मारली. मला सायकलवर डब्बल सीट घेतलं. काहीजण टिब्बल सीटही होते. दयानंदाला पोलिसांनी पकडलं होतं. दलित विद्यार्थी प्रक्षुब्ध झाले होते.

पोलिसांचं काय चुकलं ? दयानंदाला अटक केली, ती योग्यच आहे. लेखन-स्वातंत्र्य आहे, म्हणून काहीही लिहावं ? धर्माविरुद्ध, देशाविरुद्ध कसलं लेखन ? कवितेनं वाचकाला आनंद द्यावा, की अस्वस्थ करावं ? जे दलित-सवर्णांचं भांडण आहे, ते रस्त्यावर होऊ द्या. साहित्यात हे कसलं भांडण ? सरस्वतीच्या दरबारात ही घाण नको.

आम्ही पोलीस चौकीजवळ आलो. चौकीपुढं दलित विद्यार्थ्यांनी गर्दी केली होती. काहीजण हुल्लडबाजी करत होते.

पोलिसांनी दयानंदाचं कौतुक सुरू केलं होतं.

'कविता कशी सुचली, कविता छान आहे. इतकी चांगली कविता लिहिली आहे, ह्याचा अर्थ तुम्ही पांगारीला गेला असाल, आम्ही तुम्हांला पकडणार नाही, तुम्ही दुसऱ्यांची नावं सांगा, तुम्हांला सोडून देऊ, तुम्ही चांगले कवी आहात... ' अशा प्रकारे पोलिस दयानंदाला पिळत होते.

'मला काहीच माहिती नाही. माझी कविता पूर्णपणे काल्पनिक आहे. वर्तमानपत्रातली बातमी वाचून मी कविता केली आहे... ' हाच खुलासा दयानंद पुनःपुन्हा करत होता.

मिलिंद, रोहिदास, गौतम गांगुर्डे, भीमा भोळे, आणि पंडित कानडे पुढं घुसले होते.

मला एका पोलिसानं ओळखलं. गर्दीतून बाहेर काढलं. बाबा त्याच्या घरी पूजा सांगायचे. त्यांचं नाव मराठे होतं. ह्यापूर्वी ते आमच्या तालुक्यात होते. मुलांच्या शिक्षणासाठी त्यांनी आपली बदली जिल्ह्याच्या ठिकाणी करून घेतली होती.

मराठे हवालदारानं मला चहा पाजला. रिक्षा बोलावली. मला रिक्षात बसवलं,

'साहेब, तुम्ही ह्या हलकट जातीच्या मागे लागू नका. तुम्ही ब्राह्मण आहात. शिक्षणाकडं लक्ष द्या. शहाण्या माणसानं कधीही पोलीस चौकीच्या पायऱ्या चढू नये. एकदा रेकॉर्ड खराब झालं, की माणूस आयुष्यातून उठतो.त्याला सरकारी नोकरी लागत नाही. तुम्ही ह्या लोकांबरोबर साधा चहा सुद्धा घेत जाऊ नका.' मराठे हवालदार पोटतिडकीनं बोलत होते. रिक्षाचं भाडंही त्यांनीच दिलं. मी कॉलेजवर निघून आलो.

रिक्षावाल्याचा चेहरा ओळखीचा वाटला. न्याहाळला. तोही हसत होता. हा तर याकूब शेख. माझ्याबरोबर सहावीत होता. मला राहवलं नाही.

'तु याक्या का ?'

'हाँ... ' याक्याच्या चेहऱ्यावर ईदचा चाँद उगवला होता. आमच्या डोळ्यांत आमचं बालपण थुईथुई नाचत होतं.

'चल, चहा घेऊ..'

'तुझा धंदा बुडेल...'

'अरे, चल, यार...'

याक्यानं माझा हात धरला. मला नकार देता येईना. मी माझी माहिती दिली. याक्यानं त्याची. त्यानं शिक्षण सोडलं होतं. तो रिक्षा चालवत होता. मला लहानपणीचा याक्या आठवला. आता तो खूप मोठा झाला होता.

आम्ही दोघांत एक कप चहा घेतला. हाफ्-हाफ्.

याक्याचा निरोप घेताना माझ्या डोळ्यांत शाळा भरली होती. याक्या एका कोपऱ्यात बसला होता.

मी ग्रंथालयाच्या पायऱ्या चढत होतो. दोन दिवस अभ्यास बुडाला होता. गोविंद सरवदे भेटला.

'पोलिसांनी दयानंदला सोडलं का ?' म्हणून त्यानं चौकशी केली.

'मला माहीत नाही' म्हणून मी पुढं झालो.

गोविंद सरवदेनं माझ्याकडं विचित्र नजरेनं पाहिलं. ती नजर अजूनही माझा पाठलाग करतेय्.

'अभ्यासक्रमातील पुस्तकं का वाचत नाही तुम्ही लोक ?'

'मला बाबासाहेब आंबेडकरांचं चरित्र वाचायचंय्.....'

'पण ते अभ्यासक्रमात नाही.'

'बाबासाहेबांना अभ्यासक्रमात लावणं इथल्या व्यवस्थेला परवडणारं आहे ?'

'ठीक आहे. तुम्ही पुस्तक घ्या. पण लवकर परत करा...'

ग्रंथपाल शितोळे रमा बाबरशी वाद घालत होता. रमाही विचलित न होता शांतपणे बोलत होती. रमाच्या आवाजातला संयम, मंदिराच्या गाभाऱ्यात घंटानाद पसरावा, तसा माझ्या शरीरभर पसरत गेला. रमानं बाबासाहेबांचं चरित्र घेतलं.

मुखपृष्ठावरील आंबेडकरांच्या नजरेनं मी विदीर्ण झालो होतो. हीच ती नजर, हिंदू धर्माला धारेवर धरणारी.

वर्णव्यवस्थेचं जातिव्यवस्थेत कसं रूपांतर झालं ? अस्पृश्यता कशी निर्माण झाली ? शूद्र पूर्वी कोण होते ? अस्पृश्य मूळचे कोण ? मला माझ्या प्रश्नांची उत्तरं मिळाली पाहिजेत.

रमाचा चेहरा आंबेडकरांच्या पुतळ्यात कोरलेल्या कणखरपणाचा आविष्कार वाटत होता. आपणही आंबेडकर जाणून घेतला पाहिजे. हा करारी कणखरपणा आपल्या रक्तातही भिनला पाहिजे.

माझी एकाग्रता भंगली होती. मी विचलित झालो होतो. मनाविरुद्ध वाचत बसण्यात काही अर्थ नव्हता. मी ग्रंथालयातून बाहेर पडलो. लेडीज्कॉर्नर जवळ मधू कावळे भेटला. त्याच्याबरोबर दिलीप देसाईही होता. दोघांनी मला अडवलं.

'पोलिसांनी दयानंद किणीकरला सोडलं का ?' त्यांचा कुत्सित प्रश्न मला

आरपार भेदत होता.

त्यांच्या नजरेत जाळ नाचत होता.

'मला माहीत नाही.' मी त्यांचा प्रश्न टाळत होतो. त्यांनी पुन्हा माझ्यावर धनुष्यबाण रोखलं.

'तू तर पोलीस चौकीवर गेला होतास.'

मला रमा बाबरचा संयम आठवला.

'मी लगेच परत आलो.'

मधू कावळेचा आवाज थोडा खाली आला.

'साला, तो दयानंद किणीकर मला ब्राह्मणच वाटत होता. प्रेमकविता चांगल्या लिहायचा. पण तो तर दलित आहे.'

मधू कावळेचं बोलणं मध्येच तोडत दिलीप देसाईनं मला विचारलं,

'तू त्यांच्याबरोबर कसा ?'

'आम्ही रूमवर एकत्र राहतो.' माझं निर्लज्ज उत्तर.आजवर अनेकांना हेच उत्तर दिलं होतं.

'तू रूम-पार्टनर आहेस त्यांचा. रूमवर राहत जा. चळवळीत कशाला खपतोस ?'

दिलीप देसाईची जळजळीत नजर.

'त्यांच्याबरोबर राहायचं, तर त्यांच्याबरोबर जावं लागतं.' माझा खुलासा.

'रूम का बदलत नाहीस ?' दिलीप देसाईच्या आवाजात मग्रूरपणा होता.

मी घाबरलो होतो.

'रूम-पार्टनर बदलण्याचा खूप प्रयत्न केला. रूमही बदलून मिळाली नाही. तुम्ही माझं एवढं काम करा. मी तुमच्याबरोबर राहीन.'

'ठीक आहे...' म्हणून दिलीप देसाई आणि मधू कावळे निघून गेले.

त्यांनी मला उगीच दम दिला. ह्यात माझी काय चूक होती ?

सवर्ण मुलं मला 'जयभीमवाला' म्हणत होते. कुचेष्टेनं मला 'जयभीम' करत होते. दलित मुलं मला 'बामन' म्हणत होते. मी दोन्हींकडूनही भरडला जात होतो.

मी ब्राह्मण असण्यात माझा काय दोष होता ? मी दलितांबरोबर असण्यात माझा काय अपराध होता ?

रूमवर आलो. बाबा आलेले. रूमबाहेर तिष्ठत बसलेले. मी घाईनं रूम उघडतो. बाबांचा चेहरा आनंदानं उजळतो.

'कधी आलात ?'

'तासभर झाला असेल...'

'मी ग्रंथालयात बसलो होतो.'

'असू दे. पाणी दे थोडं....'

बाबांचं लक्ष आंबेडकरांच्या कॅलेंडरावर स्थिरावतं. मी त्यांचा चेहरा वाचू लागतो.

'हा आंबेडकरांचा फोटो आहे, वाटतं !'

मी तात्काळ 'हो' म्हणतो.

'माझा रूम-पार्टनर दलित आहे. तो स्वच्छ राहतो. अभ्यासू आहे.'

बाबांची नजर शून्यात विलीन झालेली.

'मी रूम-पार्टनर बदलण्यासाठी खूप प्रयत्न केला. पण ते शक्य झालं नाही. हे कॉलेज आर्य समाजाचं आहे. मला इथंच राहावं लागणार आहे.'

बाबांच्या डोळ्यांत पाणी साकळलं होतं.

'बाळ, आपण गरीब आहोत. गरिबाला आवडनिवड नसते, श्रीमंत असतो, तर तुला स्वतंत्र खोली घेऊन दिली असती. प्राप्त परिस्थितीत आहे ते उत्तम आहे. पूर्वीचा काळ आता राहिला नाही.' बाबांच्या करारी आवाजात समजुतदारपणा आला होता.

'गेले काही दिवस वर्तमानपत्रांत उलटसुलट छापून येत आहे. दलित विद्यार्थ्यांनी आंदोलन सुरू केल्याचं कळलं. तू होस्टेलवर राहतोस. तुला बोलावं, म्हणून आलोय्. चळवळ्या मुलांशी संबंध ठेवू नकोस. अभ्यास महत्त्वाचा. तुला आपल्या परिस्थितीची जाणीव आहे...'

मी बाबांचं बोलणं मध्येच तोडलं,

'बाबा, तुम्ही काळजी करू नका. तुमच्या अपेक्षा मी निश्चित पूर्ण करीन.'

बाबांनी मला थांबवलं,

'हा तुझा पार्टनर कसा आहे ?'

मला बोलण्याची संधी मिळाली होती.

'चांगला आहे. त्याला माझ्याइतके गुण आहेत, म्हणून आम्हांला एक रूम मिळाली आहे.'

बाबा पुन्हा बोलण्याची संधी घेतात,

'ते ठीक आहे. तू अंतर ठेवून राहा. त्याच्या सहवासानं बिघडू नकोस. तो अस्पृश्य आहे, हे सतत लक्षात ठेव.'

बाबांच्या आवाजातलं सनातनी सत्य माझ्या मनापर्यंत पोहोचताना अडखळत होतं. प्राचीन परंपरांची झूल मला असह्य वाटत होती. बाबांचा उपदेश मला ओसाड किल्ल्यासारखा वाटत होता. मी ब्राह्मण आहे, हा अभिमान, की अपराध ?

'अनि, ह्या लोकांपासून तू सावध राहा. ते नेहमीच देवाब्राह्मणांविरुद्ध वागणारे आहेत. विषारी साप आणि ब्राह्मण रस्त्यात आडवे आले, तर विषारी सापाला जीवदान द्यावं; परंतु ब्राह्मणाला ठेचून मारावं. तो सापापेक्षाही विषारी असतो, हे ह्यांचं तत्त्वज्ञान आहे.'

'आपण उगीच त्यांचा संशय घेतोय्.....'

'तू अजून लहान आहेस. जग पाहिलं नाहीस...'

बाबांना मराठे हवालदारांना भेटायचं होतं. त्यांना माझ्याकडे लक्ष द्यायला सांगायचं होतं. मी बाबांना मराठे हवालदारांकडे न्यायचं टाळत होतो. पण बाबा हट्टी होते. त्यांना घेऊन मी पोलीस क्वार्टर्सकडे निघालो.

बाबांनी पूजा-पोथीतून जग वाचलं आहे. इथं तर जग झपाट्यानं बदलत आहे. थोरांच्या उपदेशाइतकं हे सगळं सरळ आणि सोपं नाही.

आम्ही मराठे हवालदाराच्या घरी पोहोचतो. ते घरी नसतात. त्यांची पत्नी सौ. सिंधू मराठे बाबांना ओळखते. आम्ही तिथला पाहुणचार घेतो.

पोलीस चौकीवर येतो.

मराठे हवालदार कोर्टात गेलेले असतात.

चौकात याक्याची रिक्षा असते. मी बाबांना घेऊन जातो. याक्या आम्हांला बस-स्टेशनला सोडतो. भाडं घेत नाही.

‘कोण, रे, हा ?’

‘याकूब शेख. शकीलाचा मुलगा...’

बाबा भूतकाळाच्या भयाण भुयारातून भटकू लागतात.

$\frac{1}{200000}$ देश स्वतंत्र झाला. देशाची फाळणी झाली. भारत आणि पाकिस्तान असे दोन तुकडे झाले. देशात दंगली उसळल्या. कत्तली सुरू झाल्या. पाकिस्तानात हिंदू कापले गेले. भारतात मुसलमान मारले गेले.

‘स्वातंत्र्य म्हणजे हजारो प्रेतांवर उमलले फूल’ ह्या ओळी दयानंदाला त्याच्या कवितेत वापरायला द्याव्यात.

‘आपल्या गावातील लोकांनी मुसलमानांना पकडलं. खाटिकखान्याकडे जनावरं न्यावीत, तशा मुसलमानांच्या झुंडी गावाबाहेर नेल्या. माळरानावर मुसलमानांना रांगेत झोपवलं आणि त्यांच्या कत्तली केल्या... ’

स्वातंत्र्य म्हणजे निर्घृण हत्येची खानेसुमारी. हिंदूंनी मुस्लिम स्त्रिया बळकावल्या. वापरल्या. रखेल्या म्हणून ठेवल्या. याक्या हिंदूनं ठेवलेल्या एका मुस्लिम रखेलीचा मुलगा. $\frac{1}{243}$

स्वातंत्र्य म्हणजे जीव आणि जीवनाचा सन्मान.

देश स्वतंत्र झाला,
मुसलमानांवर हल्ला झाला.
राष्ट्रपित्याचा खून झाला,
ब्राह्मणांवर हल्ला झाला.
दलितांनी गावकी नाकारली,
दलितांवर हल्ला झाला.
भारत माझा देश,

देश एक हल्ला झाला.

मला वाटतं, माझ्या शरीरात अनेक कोंब उगवत आहेत. माझ्या देहाच्या कुठल्या तरी कोपऱ्यात बसून कोणी तरी सतार छेडीत आहे. माझे डोळे गीत बनू इच्छितात. मला भास होतो आहे, स्वर्गातून हजारो पऱ्या माझ्या ओठांवर उतरत आहेत. माझ्या सर्वांगात फुलं उमलून आली आहेत. हा कसला पुष्पवर्षाव ?

पुढून विनया प्रधान येतेय्.

मला वाटतं, आपण देहत्याग करावा. तिच्या देहात प्रवेश करावा. तिच्या शरीरभर नाचावं. हसावं, बागडावं, तिच्या शरीराबरोबर झूला खेळावा. जुगावं.

मी पुढं, बाबा मागे. मी चोरूनदेखील विनया प्रधानकडे पाहू शकत नाही.

'हे बघ, अनि,मी तुला इथं शिकायला पाठवलंय्, तु भलत्या भानगडीत पडू नकोस. आता मी थकलोय्. भावनाचा विवाह केला पाहिजे. अनेक अडचणी आहेत. तू नोकरीच्या शोधात राहा. पूर्वीसारखं काम होत नाही. वयोमानाप्रमाणं व्याधी जडताहेत. आता हे ओझं तुलाच सांभाळावं लागणार आहे.'

मी बाबांना निरोप दिला. आज ते खूप अस्वस्थ दिसत होते. मलाही भरून आलं होतं. मी बस-स्टेशनमधून बाहेर पडलो.

सायंदैनिक विकणारा मुलगा ओरडत होता.

दलित विद्यार्थ्यांची मारामारी. अनेक जखमी.

माझे पाय जागच्या जागी खिळले.मी वर्तमानपत्र विकत घेतलं. पहिल्याच पानावर मोठी बातमी छापली होती. रोहिदासचा फोटो होता.

बातमी वाचून मी चक्रावून गेलो.

वैशाली बुद्धविहारात दलित विद्यार्थ्यांची बैठक सुरू झालेली. बैठकीला प्रचंड प्रतिसाद मिळालेला. विद्यार्थी नेते आर् पी आय् पुढाऱ्यांवर घणाघाती टीका करत होते. बैठकीला रंग चढलेला. तिथं आर् पी आय् चे कार्यकर्ते पोहोचले. बुद्धविहार त्यांच्या ताब्यात होतं. त्यांची बैठकीला परवानगी घेतली नव्हती. त्यांनी राडा सुरू केला. बैठक मोडली. गोंधळ झाला. मारामारी झाली. त्यात रोहिदास जखमी झाला. बाकीच्यांना किरकोळ दुखापती झाल्या.

मी कॉलेजला जाणारी सिटी बस पकडली. बसलो. शेजारी बाई बसली. बरं वाटलं. आता स्पर्शसुख अनुभवता येईल. पण ती दुसऱ्याच स्टॉपला उतरली. शेवटपर्यंत मग कोणीच बसलं नाही. प्रत्येक थांब्यावर माझी स्वप्नं मोडीत निघत होती.

रूमवर गर्दी. मी आत घुसलो. रोहिदास, मिलिंद, गौतम गांगुर्डे, पंडित कानडे, भीमा भोळे, आणखी कितीतरी नवीन चेहरे रूमवर जमलेले.

'बामन आला. गर्दी कमी करा. चला. उद्या बोलण्यासाठी थोडं शिल्लक राहू द्या.'

'चला, तेच ते किती वेळा बोलायचं ?'

'सर्वजण निघा आता.'

रूम खाली होते. रोहिदास, मिलिंद आणि एक नवा चेहरा. त्याचं नाव प्रवीण कोकीळ. तो सायंदैनिकात प्रतिनिधी होता. त्यानं आपलं आडनाव कांबळे ऐवजी कोकीळ केलं होतं. वर्तमानपत्रात त्यानंच रिपोर्टिंग केलं होतं.

'खूप लागलंय् का, रे ?'

'मुका मार खूप लागलाय्. जखमा एवढ्या नाहीत.'

'मारामारी का झाली ?'

'त्यांना समाजात नवी संघटना नको आहे. नव्या संघटनेमुळं त्यांचं महत्त्व कमी झालं असतं...'

'तुमच्याच लोकांचा तुम्हांला विरोध ?'

'रिपब्लिकन पक्ष हा एकाच जातीच्या अनेक गटांत विभागला आहे. आर् पी आय् पुढाऱ्यांना सत्तेनं विकत घेतलं आहे. ते सत्तेविरुद्ध बोलू शकत नाहीत. सत्ता आणि सामान्य माणसाचं हाडवैर असतं. सामान्य माणसाला सत्ता हवी असते आणि सत्ता सामान्य माणसापासून सदैव दूर पळत असते. सामान्य माणूस आपल्यापर्यंत पोहोचू नये, म्हणून त्याच्या धावण्याच्या मार्गात अनेक योजनांचं मायावी जाळं पसरून ठेवलेलं असतं...'

प्रवीण कोकीळ जणू व्याख्यानच देत होता. आता इथं रोज बौद्धिक वर्ग चालतील. आपण पण संघात गेलं पाहिजे. आपली संघटना बळकट केली पाहिजे. हा देश हिंदूंचा आहे. अल्पसंख्याक आणि दलितांचे चोचले पुरवणाऱ्या काँग्रेसचा पराभव झाला पाहिजे. राखीव जागा बंद झाल्या पाहिजेत. राखीव जागांमुळं जातिव्यवस्था मजबूत होत आहे. शासनाला तेच हवं आहे. दलित विद्यार्थ्यांनी त्यांच्या संघटनेविषयी बोलायला सुरुवात केली, की मला संघ आठवू लागतो. संघाविषयी प्रेम वाटू लागतं. हिंदूंच्या संघटनेची तीव्रतेनं गरज जाणवू लागते.

गौतम गांगुर्डे, भीमा भोळे आणि पंडित कानडे नोटीस बोर्डाजवळ रेंगाळले होते. त्यांचं असं रेगाळणं कुणाचंही लक्ष वेधू शकलं असतं. व्हरांड्यात कोणीच नव्हतं. तास चालू होते. मी ग्रंथालयाच्या पायऱ्या चढत होतो.

मी मागे वळून पाहिलं.

कानडेनं कॉलेजचं भित्तिपत्रक नोटीस बोर्डमधून काढून घेतलं होतं. गांगुर्डे आणि भोळे 'कोण पाहतंय् का ?' ह्यावर लक्ष ठेवून होते. कानडेनं भित्तिपत्रकाच्या अनेक घड्या करून ते पँटच्या खिशात कोंबलं.

मी पाहत उभा होतो.

'जा की, रे, पुढं बघून. बघतोस काय ?'

'तुम्ही काय करताय्, ते...'

'बघून काय करणार आहेस ?'

'काही नाही...'
'तक्रार करायची असेल, तर तक्रार कर...'
मी पायऱ्या उतरून खाली आलो.
पंडित कानडेनं माझ्यावर नजर रोखली होती.
'तुम्ही भित्तिपत्रक का काढलं ?'
'भित्तिपत्रकाच्या संपादक मंडळावर दयानंद किणीकरला का घेतलं नाही ? संपादक मंडळावर नाही, तर नाही, त्याची कविता तर प्रकाशित करायला हवी होती. आम्ही हे भित्तिपत्रक बंद पाडू...' कानडे संतापानं फणफणला होता.
मी शांतपणे त्यांच्याबरोबर चालत होतो.
आम्ही कॉलेज-कँटीनमध्ये आलो.
कानडेनं दोन चहा सांगितले. आम्ही चौघांनी अर्धा अर्धा चहा घेतला. भोळे अणि गौतम गांगुर्डे सिगारेट ओढत होते. कानडे तंबाखू चोळत होता. मी मात्र चहा संपवून वर्तमानपत्र चाळत होतो.
'आपलं ठरलं ना, येत्या शनिवारी रात्री आठ वाजता बुद्धविहारापुढं जाहीर सभा घ्यायची. तिथंच कार्यकारिणी जाहीर करायची. बघू, कोण दादागिरी करतं !' कानडे तंबाखू चघळत बोलत होता.
'आपण तयारीनिशी जाऊ. मी चाकू ठेवणार आहे.' गौतम गांगुर्डे सिगारेटचे झुरके घेत बोलत होता.
भीमा भोळेनंही रुबाबात धूर सोडत म्हटलं,
'आपण हजारोंची सभा घेऊ. आठ दिवस आहेत प्रचाराला.'
मी मात्र ऐकत होतो. मी काय बोलणार ? मला आवाजच नव्हता.
'आपल्याला तयारी केली पाहिजे. सर्व होस्टेलवर पोहोचलं पाहिजे. आपल्या सर्व मोहल्ल्यांत पोहोचलं पाहिजे. आपली भूमिका लोकांना पटवून दिली पाहिजे. तरच लोक येतील. प्रत्येकानं जबाबदारी वाटून घेऊन कामाला लागलं पाहिजे...' गौतम गांगुर्डे अनुभवी नेत्यासारखं बोलत होता.
माझ्या भोवती घनदाट जाळं विणलं जात होतं. 'आपले लोक, आपला मोहल्ला, आपण' ह्याचा माझा काय संबंध ? त्यांच्या लोकांसाठी मी मला का गौण मानावं ? ते केवळ त्यांच्या जातीच्या हिताची भाषा बोलतात. ब्राह्मणाला शिव्या घालतात. मी मात्र निमूटपणे ऐकतोय्. माझं मौन निबिड अरण्यात सैरावैरा धावत होतं.
मधू कावळे आला. त्याच्याबरोबर विनया प्रधान होती. मी चोरट्या नजनेन विनया प्रधानकडं पाहिलं.
आपण पोरगी फिरवू शकत नाही. आपण दलित मुलांबरोबर असतो. पोरी होस्टेलच्या मुलांना दचकून असतात. आपण शहरातल्या मुलांबरोबर दोस्ती केली पाहिजे.

'शिकलं, म्हणून काय झालं ? आपली जात विसरायची ? माजलेत भडवे. ह्यांना एकदा ह्यांची पायरी दाखवली पाहिजे... '

मधू कावळेचं बोलणं आणि विनया प्रधानचं कुत्सित हसणं ऐकून कानडे रानडुकरासारखा मुसंडी मारून त्यांच्याजवळ गेला. पाठोपाठ गौतम गांगुर्डे आणि भोळे धावले. विनया प्रधान गंभीर झाली होती.

'कोण मादरचोद आमची कुचेष्टा करतोय् ?' कानडेचा आवाज वादळी पावसातल्या विजेसारखा कोसळला.

'जाऊ द्या, एवढं काय चिडताय् ?' मधू कावळे सबुरीनं बोलत होता.

भोळे दोन पावलं पुढं गेला आणि त्याच्या शर्टाची कॉलर पकडून त्याला ओढला.

'मी बोललो. काय करणार आहेस ?' मधू कावळे उसळून उभा राहिला. नागासारखा.

मी कोणाची बाजू घेऊ ? विनया प्रधान पसार झाली. मी काय करू ? कानडे आणि गौतम गांगुर्डेनं मधू कावळेला खाली लोळवलं. गर्दी जमली.

मधू कावळेचा शर्ट फाटला होता. त्याच्या नाकातोंडांतून रक्त वाहत होतं. शर्टावर रक्ताचे डाग पडले होते.

कँटीनवाला आला. वेटर आले. गर्दी वाढली. कँटीनवाल्यानं हात जोडले

'भांडण करायचं असेल, तर हॉटेलच्या बाहेर करा.'

मधू कावळे बाहेर पडला. गाडी स्टार्ट करून वेगानं निघून गेला. आम्ही सर्वजण कँटीनच्या बाहेर पडलो.

मी गंभीर झालो होतो.

मधू कावळेनं मला पाहिलं होतं. ह्यापुढं एकटं फिरणं बंद केलं पाहिजे. मला एकटं गाठून मारतील. मी मारामारी करू शकत नाही. होस्टेलच्या मुलांमध्ये उत्साह पसरला होता. जणू क्रिकेट मॅच जिंकल्यानंतर होणारा जल्लोशच सर्वत्र जाणवत होता.

मधू कावळेनं मार खाल्ला. विनया प्रधान पळून गेली. मी मात्र काहीच केलं नाही. दलित एक होऊन तुटून पडले होते.

मी रूमवर आलो. हातपाय गळाठले होते. तहानभूक हरपली होती. मी प्रेतासारखा पडून राहिलो. प्रचंड थकलो होतो. डोकं बधिर झालं होतं.

जागा झालो, तो एका भयावह स्वप्नानं.

$\frac{1}{200000}$ मधू कावळे आपली गँग घेऊन रूममध्ये प्रवेश करतोय्. गुंड विद्यार्थ्यांनी मला मारहाण सुरू केलीय्.

मी ओरडतो,

'मी ब्राह्मण आहे. मला मारू नका. मी तुमचाच आहे. मी दलित नाही. हे माझं जानवं पाहा. ही माझी शेंडी पाहा. गायत्री मंत्र म्हणून दाखवू का ?'

पण माझं कोणीच ऐकत नव्हतं.

मधू कावळे चवताळला होता.

'मारा भडव्याला, हा दलित आहे. आपल्याला मारहाण होऊ नये, म्हणून ह्यानं जानवं घातलं आहे. तोडा त्याचं जानवं. ओढा त्याची शेंडी. गायत्री मंत्र म्हणायचं धाडस करतोय्. ओढा त्याची जीभ !'

जमाव माझी जीभ धरून ओढत आहे आणि मी ओरडत उठून बसतो. 1/243

रूममध्ये कोणीच नाही. मी एकटाच. अभद्र स्वप्न. ब्राह्मण्याचा ह्यापुढं असाच ऱ्हास होत जाणार, मी वेडात बडबडलो.

आज झालं, ते वाईट झालं. मधू कावळेला मारहाण करायला नको होती. त्यानं पोलीस केस केली असणार. मलाही त्यात गोवलं असेल का ? मराठे हवालदाराकडं गेलं पाहिजे.

मी मराठे हवालदारांना भेटतो. त्यांच्याकडे रिलीज होतो,

'होस्टेलमध्ये दलित मुलांबरोबर राहावं लागतंय्. माझी घुसमट होतेय्. निदान सवर्ण पार्टनर असता, तरी चाललं असतं. दलित मुलं नेहमी चळवळ आणि राजकारणावर बोलत असतात. त्यामुळं अभ्यास होत नाही. प्रयत्न करूनही रूम-पार्टनर बदलून मिळत नाही... '

माझं बोलणं चालू असतानाच मराठे हवालदार पोलिसी खाक्यात बोलू लागले. माझं तोडं आपोआप बंद झालं. डोळे केविलवाणे झाले.

'आजपर्यंत का नाही सांगितलंस ? तुला पाहिजे ती रूम मी देतो. झालं ?'

माझा त्यांच्या बोलण्यावर विश्वास बसेना. मी माझी पुन्हा बाजू मांडली,

'खूप सांगून झालंय्. प्राचार्य ऐकत नाहीत...'

मराठे हवालदारांच्या बोलण्यावर मी विश्वास ठेवत नाही, हे पाहून ते भडकले.

'कसा ऐकत नाही ? त्याचा बाप ऐकेल. तुला माहीत नाही त्याची चावी. दोन वर्षांपूर्वी त्यांची मोठी मुलगी तुमच्या कॉलेजच्या स्विमिंग टँकमागे एका मुलाबरोबर झोपली होती. होस्टेलच्या मुलांनी तिनं काढून ठेवलेले कपडे पळवले आणि गोंधळ घातला. ती रोडनं नागवी पळत होती. मी वाचवलं तिला. तुझ्या प्राचार्याला बोलावून त्याची मुलगी त्याच्या ताब्यात दिली. तेव्हा त्यानं माझे बुटांसह पाय धरले होते. पुढं कळलं, ती मुलगी गरोदर पण होती. तिचं ॲबार्शन केलं आणि नात्यातल्या मुलाबरोबर भरपूर हुंडा देऊन लग्न लावून दिलं. शिरोळे आमदार आहेत ना, त्यांच्या मोठ्या मुलाला दिलं आहे. तिला आता मुलंही झाली आहेत. त्यांची इज्जत वाचवलीय् मी. आपल्यालाही मुलगी आहे, म्हणून. तो तुला रूम कसा बदलून देत नाही ?'

मी सर्द झालो.

'होस्टेलची मुलं गुंड आहेत.'

मराठे हवालदार समजावणीच्या सुरात बोलू लागले,

'तू होस्टेलच्या मुलांबरोबर वैर करू नकोस. रूम बदलली, तरी होस्टेलमध्येच राहावं लागणार आहे. तो रोहिदास नावाचा मुलगा आहे ना, त्यानंच प्राचार्यांच्या मुलीचे कपडे पळवले होते. प्राचार्यांनीही त्याला बरोबर केलं. त्याला नापास केलं...' मराठे हवालदार बोलत होते.

मी गंभीर होत होतो.

'तू होस्टेलवर राहतोस. महारामांगांची पोरं बघ. कशी न भिता बोलतात. वेद-पुराणापेक्षा आज महारामांगांकडून शिकण्यासारखं खूप आहे. अन्यायासाठी लढणं, हक्कांसाठी झगडणं, स्वाभिमानानं वागणं, प्रत्येक क्षेत्रात स्पर्धा करणं हे त्यांच्याकडूनच शिकलं पाहिजे. हजारो वर्षं खितपत पडलेली माणसं स्वातंत्र्यानंतर पंधरा-वीस वर्षांत कुठल्या कुठं पोहोचली. तू जरा महार हो. तू जरा मांग हो... '

मराठे हवालदाराचा प्रत्येक शब्द माझ्या अजस्त्र ब्राह्मण्यावर टाकीचे घाव घालत होता आणि त्यातून एक नवं मन सताड जागं होत होतं.

मी जानवं तोडलं आणि होस्टेलकडे निघालो.

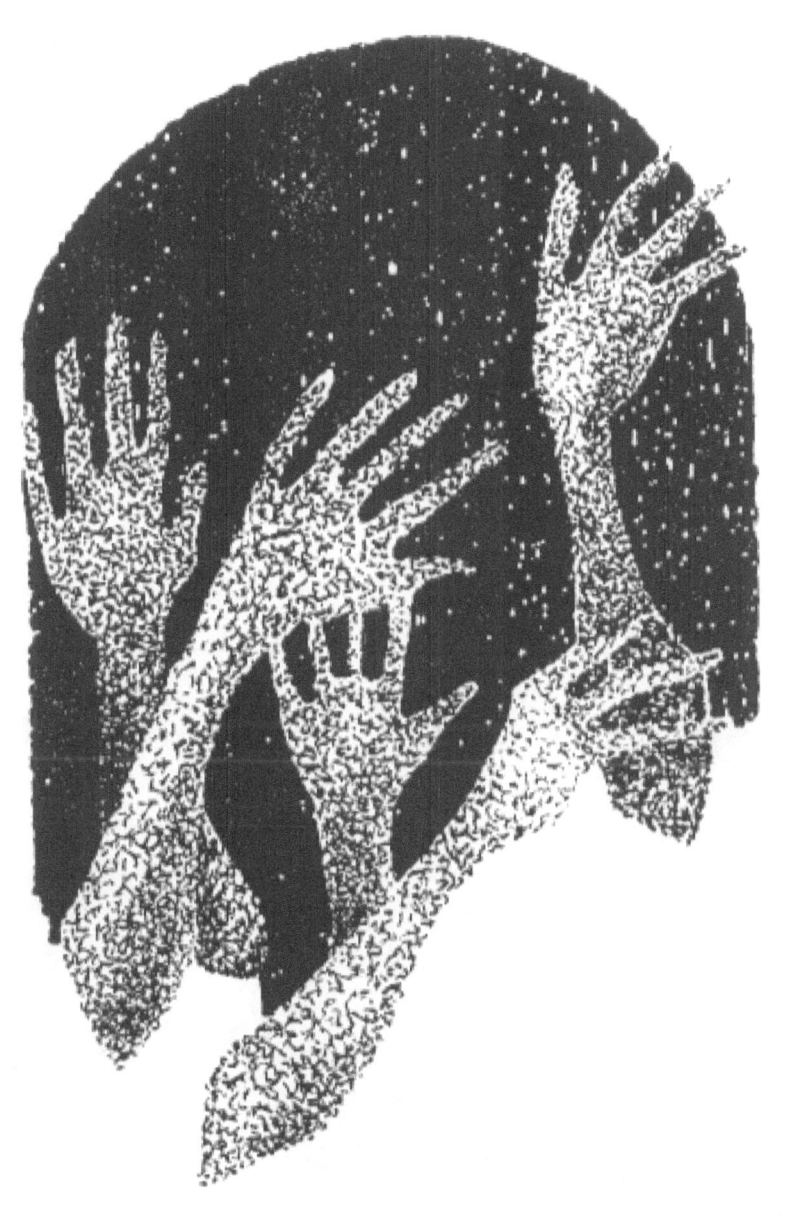

सर्व होस्टेलची मुलं एकत्र जमली होती. 'रिपब्लिकन स्टूडण्ट असोशिएन'च्या वतीने आज अनिरूध्दला निरोप दिला जात होता. मिलिंद, रोहिदास, दयानंद किणीकर आणि गोविंद सरवदे ह्यांची भावपूर्ण भाषण झाली. रेक्टरच्या हस्ते अनिचा सत्कार झाला. अनिला बाबासाहेबांचं चरित्र भेट देण्यात आलं. अनिनं सत्काराला उत्तर दिलं. 'माझी पी. एस्. आय. म्हणून निवड झाली आहे. दलितांवर अन्याय करणाऱ्या समाजात माझा जन्म झाला म्हणून मला अपराधी वाटत होते. पण आज आनंद होतोय. दलितांवर अन्याय करणाऱ्या सवर्णाला मी कधीही पाठीशी घालणार नाही. मग तो कोणीही असो'

निरोप समारंभ संपला. मुलं पांगली. दयानंद किणीकर, गौतम गांगूर्डे, रोहिदास आणि गोविंद सरवदे मड्डी वस्तीच्या दिशेने निघाले. गौतम गांगूर्डे भावविवश झाला होता. सर्वांच्या तोंडी अनिच्या आठवणी होत्या.

गौतम गांगूर्डे, भिमा भोळे आणि पंडित कानडे रूम पार्टनर म्हणून राहात होते. निकम मामाच्या खोलीत.

निकममामा लाकडाचा व्यापारी होता. त्याची लाकडाची वखार होती. त्यानं महापालिकेच्या जागेवर अतिक्रमण करून चार-पाच खोल्या बांधल्या होत्या. त्यांपैकी एका खोलीत गौतम गांगुर्डे, भीमा भोळे आणि पंडित कानडे राहत होते. चळवळे विद्यार्थी म्हणून त्यांना ह्या वर्षी होस्टेलला प्रवेश मिळाला नव्हता. गांगुर्डे हा चळवळ्या तरुण होता. तो रिपब्लिकन स्टूडण्ट असोसिएशनचा उपाध्यक्ष होता.

दयानंद किणीकर, गौतम गांगुर्डे, रोहिदास आणि गोविंद सरवदे एकत्र बसून चर्चा करत होते. गेले अनेक दिवस त्यांची चर्चा चालू होती. पण त्यांना निर्णय घेता येत नव्हता.

'रिपब्लिकन स्टूडण्ट असोसिएशन' बरखास्त करून दलित पँथरची स्थापना करावी, की नाही ?' ह्या विषयी दलित विद्यार्थी नेत्यांमध्ये गेला एक महिना वाद चालू होता.

आज सर्वजण पुन्हा एकत्र जमले होते. दलित विद्यार्थ्यांच्या जिल्हा आणि तालुका पातळीवर संघटना होत्या. कोणी आपल्या संघटनेचं नाव दलित युवक आघाडी, कोणी

रिपब्लिकन युवक, कोणी डॉ. बाबासाहेब आंबेडकर स्टूडण्ट असोसिएशन, तर कोणी रिपब्लिकन स्टूडण्ट असोसिएशन नावाच्या संघटना स्थापन केलेल्या होत्या, ह्याशिवाय मोहल्ल्यापुरत्या, वस्तीपुरत्या, चौकापुरत्या अनेक संघटना अस्तित्वात होत्या. ह्या सर्व संघटनांना एक व्यासपीठ नव्हतं. राज्यपातळीवर संघटनांचं जाळं नव्हतं. ह्या संघटना सुट्या होत्या. त्यांचे प्रश्न शासन-दरबारी मांडले जात नव्हते. त्यांच्या प्रश्नांकडे वर्तमानपत्रांची नजर जात नव्हती. त्यांच्या मागणीसाठी जन-आंदोलनाचा प्रभावी रेटा उभारला जात नव्हता. ह्या छोट्या छोट्या संघटना एका बॅनरखाली येणं गरजेचं होतं.

'दलित पँथर'च्या स्थापनेमुळं दलित तरुणांमध्ये उत्साहाचं वातावरण निर्माण झालं होतं. दलित समाजाची आशा जागली होती.

'रिपब्लिकन स्टूडण्ट असोसिएशन बरखास्त करणं मला पटत नाही. आपण ह्या संघटनेचे सर्वेसर्वा आहोत. ह्या संघटनेमुळं आपल्याला ओळखलं जातं. ह्या संघटनेचं नेतृत्व आपल्याकडे आहे. आपण निर्णय घेऊ शकतो. आपली संघटना बरखास्त करून 'दलित पँथर' ची स्थापना करणं चुकीचं होईल. आपण नेते होण्यापेक्षा दुसऱ्याचं नेतृत्व वाहणारे भोई होऊ. ह्याचा गंभीर विचार झाला पाहिजे...' गोविंद सरवदे आपला मुद्दा पोटतिडकीनं मांडत होता. त्याच्या बोलण्यात आवेश होता.

'आपली संघटना आपल्या होस्टेलपुरती मर्यादित आहे. आपण दलित पँथरची स्थापना केली, तर आपल्याला मोठा पाठिंबा मिळेल. आपल्यामागे एक ताकद निर्माण होईल. आपल्या प्रश्नांसाठी राज्यपातळीवर आवाज उठवता येईल. आपल्यावर अन्याय झाला, तर राज्यभर आंदोलन होईल. आपण छोट्या संघटना जपण्यापेक्षा बलाढ्य संघटनेत सामील होणं ही काळाची गरज आहे...' रोहिदास गंभीरपणे बोलत होता. त्याच्या आवाजाला खर्ज होता.

'तुम्ही दलित पँथरमध्ये जाण्याचं निश्चित ठरवलं असेल, तर तुम्ही त्या संघटनेत प्रवेश करा. सर्वांनीच त्या संघटनेत जावं, म्हणून आग्रह का करत आहात ? आम्ही ह्या संघटनेत राहू. तुम्ही त्या संघटनेत राहा. सामाजिक प्रश्नांवर काम करण्यासाठी आपल्याला एकापेक्षा अनेक संघटना हव्यात.' गोविंद सरवदे आपली भूमिका लावून धरत होता.

'प्रतिगाम्यांविरुद्ध लढण्यासाठी एकच प्रबळ संघटना असणं आवश्यक आहे. आपल्याला वेगळ्या चुली परवडणाऱ्या नाहीत. आपण संघटित झालो, तरच संघर्ष करता येईल...' दयानंदनं रोहिदासाची बाजू उचलून धरली.

गोविंद सरवदे उखडला,

'आपण आपल्या संघटनेत स्वतंत्रपणे काम करू शकतो. आपण आपली संघटना मजबूत करू...'

खूप वेळ श्रोत्याची भूमिका घेतलेला गौतम गांगुर्डे बोलू लागला,

'अरे गोविंद सरवदे, आपण आपली संघटना कितीही मोठी केली, तरी आपल्या कॉलेजबाहेर आपल्या संघटनेला कोण विचारतं ? तू जरा शांतपणे विचार कर. आपण

पँथरमध्ये गेलं पाहिजे...'

तसा गोविंद सरवदे चिडला,

'तुम्ही जा पँथरमध्ये. मला तुमच्याबरोबर काम करायचं नाही...'

गोविंद बैठकीतून बाहेर पडला. दयानंदनं त्याला अडवण्याचा प्रयत्न केला.

'जाऊ दे त्याला. तो केवळ आपल्यापुरतं पाहतोय्. आपण पँथरचं काम करू या. आपल्यामागे असंख्य तरुण येतील...' गांगुर्डेचा आवाज म्यानातून काढलेल्या तलवारीसारखा धारदार वाटत होता.

दयानंद, गौतम गांगुर्डे आणि रोहिदास चर्चा करत होते.

निकममामानं गांगुर्डेच्या रूममधील वीज घालवली.

गांगुर्डे चिडला. बाहेर लाईट आहे आणि आपल्याच रूममधील लाईट कशी काय गेली, ह्याचा त्याला संताप आला होता.

तोच निकममामा गांगुर्डेच्या रूमपुढं उभा राहिला. त्यानं दारू प्याली होती.

'तुम्ही गप्पा मारता. शेजाऱ्याला त्रास देता. रात्रभर लाईट वापरता. भाडं वेळेवर देत नाही. तुम्ही रूम खाली करा...' निकममामा खवळला होता. निकममामाबरोबर त्याची चौथी बायको सुरेखामामीही भांडायला आली होती. ती वीस वर्षांची होती. निकममामा चाळीस वर्षांचा.

गांगुर्डे भडकला,

'भाडं कधी बुडवलं नाही. लाईट बिलही देतो. आम्ही काय दारू पिऊन गोंधळ घालत नाही. चर्चा करतोय्. लाईट चालू करा...'

गांगुर्डेच्या बोलण्यानं निकममामा डिवचला.

'मला वाद घालणारा भाडेकरू नको हाय. तुमी दुसरी जागा बघा. माझी खोली रिकामी पडली, तरी हरकत नाही. तुमी हितं राहायचं नाही...'

गांगुर्डे धुमसत होता,

'रूम मिळाली, की जागा खाली करू. आत्ता लाईट लावा...'

गांगुर्डे वरचेवर भडकत होता.

निकममामाही माघार घेत नव्हता.

दयानंदनं दोघांनाही समजवण्याचा प्रयत्न केला, पण झुंज थांबली नाही.

सुरेखामामी आरडाओरड करू लागली,

'तुमी तिघांचं भाडं भरता आणि चौघे राहता. आमाला लुबाडत आहात...' भीमा भोळे सुरेखामामीच्या अंगावर गेला.

'ए... ओरडू नको. आवाज बंद कर. ह्यापुढं एक पैसा देखील मिळणार नाही. समजलं. तुला काय करायचंय्, ते कर !'

भीमा भोळेचा आक्रमक पवित्रा पाहून सुरेखामामीचा आवाज जरा खाली आला. ती रडवेली झाली.

'तू बाईमाणसाच्या अंगावर येतूस ? तुला आईबहीण नाही का ?'

भीमा ओरडला,

'ए... आईबहीण काढू नको. तू काय माझी आईबहीण नाहीस. अजून तुझ्या अंगावर यायचंय्.'

'माझ्या अंगावर येतूस ? देव तुला बघून घील !' सुरेखामामी आता गोंधळली होती.

पंडित कानडेनं निकममामाला ढकलून दिलं.

'अरे दारुड्या, लाईट चालू करतो का पोलिसात जाऊन कंप्लेंट करू ? दारू पिऊन आम्हांला त्रास देतोय्. लाईट बंद करतोय्. अं ? जायचं का आत ?'

पंडित कानडेनं पोलिसाची धमकी दिल्यावर निकममामाची नशाच उतरली.

'हे नाटक बंद करा. मुकाट्यानं लाईट चालू करा. नाही तर सर्वांची लाईट बंद करीन !' चंद्रकांत अंभोरेनं दम दिला.

तसा निकममामा चंद्रकांतच्या अंगावर धावून गेला.

'तुझा काय संबंध ? तू भाडं न देता राहतूस ?'

चंद्रकांत अंभोरेनं निकममामाला भुईवर लोळवलं. पंडित कानडेनं निकममामाची धुलाई केली. भीमा भोळेनं सुरेखामामीला ढकलत घरात नेलं. भीमा भोळेच्या दणकट विळख्यानं सुरेखामामीचं शरीर ढवळून निघालं. सुरेखामामीनं भीमा भोळेच्या मनगटाचा कडाडून चावा घेतला. भीमानंही तिच्या खांद्याचा चावा घेतला. दोघांच्याही शरीरांत वासनेची वेदना विजेसारखी नाचली.

सुरेखामामीनं लाईट लावली आणि भीमा भोळेकडं हसून पाहिलं.

लाईट सुरू झाली. भांडणं थांबलं.

रात्री सर्वजण एकत्रच झोपले. दयानंद रात्री उशिरापर्यंत रोजनिशी लिहीत होता.

रूमवर दगडांचा पाऊस पडला, म्हणून सर्वांना जाग आली. सकाळ झाली होती. बाहेर ऊन पडलं होतं. अजूनही त्यांच्या डोळ्यांत गाढ झोप पेंगत होती. बाहेर गोंधळ वाढला होता. निकममामाचा आवाज चढला होता. भीमा भोळेनं दाराच्या फटीतून बाहेर पाहिलं. बाहेर निकममामाची माणसं आली होती. ही माणसं निकममामाच्या वखारीवर कामाला होती. निकममामानं रात्रीचा वचपा काढण्यासाठी आपली माणसं आणली होती.

गांगुर्डेनं दार उघडलं, तसं त्याला चार-पाच जणांनी घेरलं. निकममामाचे गुंड रूममध्ये घुसले. त्यांनी सर्वांना खेचून बाहेर काढलं. मारामारी झाली. गांगुर्डेच्या आणि चंद्रकांत अंभोरेच्या पाठीवर कोणी तरी रेझर मारला होता. पंडित कानडेचं डोकं फुटलं होतं. निकममामा रूममध्ये घुसला. रूममधील सर्व सामान बाहेर फेकलं.

गौतम गांगुर्डे, दयानंद किणीकर, चंद्रकांत अंभोरे, पंडित कानडे आणि भीमा भोळेनं तिथून काढता पाय घेतला.

सुरेखा मामी जोरजोरात शिव्या देत होती.

मड्डी वसतीतले लोक तमाशा पाहत होते. त्यांना वाटलं, पोलीस येतील, चौकशी होईल, काही जणांना पकडून नेतील. पण दिवसभर काहीच घडलं नाही.

हळूहळू अंधार पसरू लागला. रोड लाईटस्‌चा प्रकाश पाझरू लागला. निकम-मामाच्या घरी गुंडांची पार्टी सुरू झाली. मड्डी वस्ती रोजच्याप्रमाणे आपले व्यवहार उरकत होती. गांगुर्डेची खोली मात्र अंधारानं गिळली होती.

मड्डी वस्तीमध्ये आठ-दहा रिक्षा आल्या. त्यापाठोपाठ पाच-सहा मोटार-सायकली. त्यामागून वीस-पंचवीस सायकलींचा ताफा. गिधाडाच्या थव्यासारखे होस्टेलवरचे विद्यार्थी वस्तीत उतरले. आणखी दोन रिक्षा भरून आल्या. क्षणात मड्डी वस्तीतलं वातावरण पालटलं. लोक भयभीत झाले.

निकममामा आणि त्याच्या गुंडांना बाहेर ओढून आणलं. निकममामा भीतीनं थरथर कापत होता. गुंड भेदरले होते. दलित विद्यार्थ्यांनी त्यांना बदडून काढलं. तासभर राडा चालला.

मड्डी वस्तीत निकममामाचे दोन-तीन चमचे होते. त्यांना घरांतून ओढून बाहेर काढलं. त्यांची धुलाई केली.

गांगुर्डेनं आपल्या रूमला निकममामानं लावलेलं कुलूप तोडलं. रूमला नवीन कुलूप लावलं. थोड्या वेळानं सर्व गर्दी पांगली.

दुसऱ्या दिवशी सकाळीच दोन-तीन रिक्षा आल्या. रिक्षातून पंडित कानडे, भीमा भोळे, चंद्रकांत अंभोरे आणि काही दलित तरुण उतरले. त्यांनी मोठा बोर्ड आणला होता. सर्वांनी तो बोर्ड रूमवर लावला. बोर्डावर चित्त्याचं चित्र होतं. दलित पँथरचा बोर्ड होता. जिल्हाध्यक्ष म्हणून गांगुर्डेचं नाव रंगवलं होतं. जिल्ह्यात पँथरचं कार्यालय सुरू झालं. अफवा पसरावी, तशी बातमी पसरली. तरुणांमध्ये चर्चा सुरू झाली.

दुपारी रूमपुढं मंडप उभारण्यात आला.

सायंकाळी पुन्हा दलित तरुणांनी गर्दी केली. मड्डी वस्तीतली माणसं आली. जयभीमचे नारे लागले. फटाक्यांची आतशबाजी झाली. निळे झेंडे फडकू लागले. सर्वत्र उत्साहाला उधाण आलं होतं. तरुणांमध्ये हत्तीचं बळ संचारलं होतं. दलितांकडे दहशतवादी ताकद असली पाहिजे, ह्या भावनेनं तरुण मनं पेटली होती.

वस्त्यावस्त्यांमध्ये पँथरच्या छावण्या स्थापन होऊ लागल्या. पँथरकडे तरुण आकर्षित होऊ लागले. लोक अन्यायाविरुद्ध दाद मागायला येऊ लागले. सर्वत्र पँथरचं नाव पोहोचलं. दलित तरुण स्वत:ला पँथर समजून वागू लागला.

'आमची शिवसेनेची शाखा बरखास्त करून आम्हांला पँथरची छावणी काढायची आहे.'

'पण तुम्ही शिवसेनेत गेलेच कसे ?'

'आम्हांला समाजासाठी काम करायचं होतं. पण आमच्याकडे संघटना नव्हती. सर्व तरुण शिवसेनेत जात होते... म्हणून आम्हीही गेलो. आता आपली संघटना झाली आहे. आम्ही आपल्या संघटनेत काम करू.'

'पण शिवसेना का सोडता ?'

'तिथं आमची कोंडी होतेय्. आमच्या प्रश्नावर तिथं कोणी बोलत नाही. आम्हांला नेतृत्व मिळत नाही.'

'बरोबर आहे. आपण आपल्या संघटनेत काम केलं पाहिजे. दुसरे आपला वापर करून घेतात, हे आपल्याला कळलं पाहिजे.'

'आम्ही आजपासून भीमसैनिक झालो आहोत.'

'कार्यक्रम झाला पाहिजे. शिवसैनिक दलित पँथरमध्ये येत आहेत, हे लोकांना कळलं पाहिजे. अनेक दलित तरुण शिवसेनेत काम करत आहेत. त्यांनाही परत आणलं पाहिजे.'

ईश्वर इंगळेनं आपल्या असंख्य कार्यकर्त्यांसह पँथरमध्ये येण्याची घोषणा केली. पँथरमध्ये जल्लोशाचं वातावरण निर्माण झालं.

ईश्वर इंगळेचं इंदिरानगर झोपडपट्टीत साम्राज्य होतं. तो दोन वेळा तडीपार झालेला गुंड होता. पोलिसांचा ससेमिरा चुकवण्यासाठी त्यानं शिवसेनेत प्रवेश केला होता. त्याच्याच एरियात मधू कावळे तडीपार झालेला कॉलेज युवक होता. तोही शिवसेनेत होता. इंगळे आणि कावळे स्पर्धा सुरू झाली होती. शिवसेनेचे नेते सतत इंगळेला डावलत होते. कावळेचं पारडं जड होत होतं. ईश्वर इंगळेनं ह्या राजकारणाला चिडून शिवसेना सोडली होती.

'ईश्वर इंगळेला संघटनेत घ्यायला नको होतं. संघटना गुन्हेगारांना संरक्षण देतेय्, असं चित्र निर्माण होईल. अशानं चांगले कार्यकर्ते संघटनेत येणार नाहीत.'

'संघटना केवळ चांगल्या कार्यकर्त्यांवर चालत नसते. संघटनेत सर्व प्रकारची माणसं असली पाहिजेत. उद्या मारामारी झाली, तर कोण पुढं येईल ? ईश्वर धाडसी आहे. त्याच्यामागे कार्यकर्ते आहेत. इंदिरानगरमध्ये त्याचं काम आहे. लोक त्याला मानतात. अशी माणसं आपल्या हातांशी असली पाहिजेत.'

'त्यामुळं संघटना बदनाम होईल. आपले काळे धंदे चालावे, म्हणून सर्व दोन नंबर धंदेवाले संघटनेत येतील. आपण बाजूला पडू. संघटना त्यांच्या हातांत जाईल.'

'असं काही होणार नाही. ईश्वरकडे पैसा आहे. माणसं आहेत. त्याचा संघटनेला फायदाच होईल.'

'मधू कावळे आणि ईश्वर इंगळे ह्या दोन गुंडांच्या भांडणात आपण किती शक्ती खर्च करायची ?'

'संघटनेत येणाऱ्या माणसाला सोबत घेऊन पुढं जावं लागेल. व्यवहार आणि विचार ह्यांत नेहमीच अंतर असतं. ईश्वर आपला माणूस आहे. त्याची बाजू घेतलीच पाहिजे.'

दयानंद गांगुर्डेबरोबर वाद घालत होता. त्याचा ईश्वर इंगळेला विरोध होता.

गोविंद सरवदेनं मौन पाळलं होतं.

इंदिरानगरची सभा गाजली.

ईश्वरनं आपल्या कार्यकर्त्यांबरोबर पँथरमध्ये प्रवेश केल्यामुळं कार्यकर्त्यांमध्ये उत्साहाचं वातावरण निर्माण झालं होतं. सभेला प्रचंड गर्दी झाली होती. ईश्वर अत्यंत पोटतिडकीनं बोलला होता. ईश्वर इंगळेचं भाषण लोकांनी उचलून धरलं होतं. रोहिदास शिवराळ भाषेत बोलला होता. गांगुर्डेचं भाषण पडलं होतं. गोविंद सरवदेला तर भाषण जमत नव्हतं. दयानंदचं भाषण मात्र वैचारिक आणि गंभीर झालं.

सभा संपल्यावर सर्वजण ईश्वरच्या घरी चहाला गेले. ईश्वरनं आपल्या बायकोचं नाव आम्रपाली ठेवलं होतं. आम्रपाली सर्वांचं स्वागत करत होती.

कार्यकर्त्यांच्या गप्पा रंगल्या होत्या.

'आमच्या पुढाऱ्यांनी रिपब्लिकन पक्षाचं वाटोळं केलं आहे. त्यांनी बाबासाहेबांच्या पक्षाला विकलं आहे. सारा समाज कॉंग्रेसच्या दावणीला बांधला आहे.'

'आपले पुढारी केवळ बाबासाहेबांच्या नावावर जगत आहेत. त्यांच्याजवळ बाबासाहेबांसारखी उंची आणि त्याग नाही.'

'रिपब्लिकन पक्षाचे गट पाडणाऱ्या आंबेडकरद्रोह्यांना धडा शिकवला पाहिजे.'

'त्यासाठी पँथरची शक्ती वाढली पाहिजे. पँथरच नवं नेतृत्व देईल.'

गांगुर्डेला खूप वेळ झोप येत नव्हती. त्याचं भाषण पडलं होतं. आपल्या भाषणात एकदाही टाळी पडली नाही, म्हणून तो दुखावला होता. तो डिस्टर्ब झाला, की रात्र रात्र विचार करायचा. तास न् तास आपल्याला घणाघाती बोलता आलं पाहिजे. वाक्या-वाक्याला टाळ्यांचा पाऊस पडला पाहिजे. गांगुर्डेची बोलताना धरसोड व्हायची. सभा संपल्यानंतर गर्दी उठावी, तशी त्याची झोप पांगत होती.

'सुरेखामामीनं गांगुर्डेला बाहुपाशात पकडलं होतं. त्याचा मुका घेतला होता. त्याच्या डोळ्यांत डोळे घातले होते. तिनं गांगुर्डेच्या शर्टाचं बटण काढलं. त्यानं कसलाच नकार दिला नाही. ती निकर वापरत नव्हती. ब्राही नाही. ब्लाऊजमध्ये एका बाजूला तंबाखूची पुडी आणि दहा रुपयांच्या दोन नोटा होत्या.

'सगळे कपडे काढू नकोस. कुणी येईल.'

'येऊ दे. कपडे घालायला किती वेळ लागतो ?'

'कुणाला सांगशील ?'

'नाही. वचन घे !'

'मी घाबरलोय्....'

'घाबरू नकोस...'

'हा माझा पहिला अनुभव आहे....'

'माझी शपथ ?'

'खरं सांगतोय्...'

'घाई करू नकोस...'

'किस दे...'

'तोंडाचा वास येतोय्. गालाचा घे. चावू नको. तुला किस घेता येत नाही.'

'पाय वर कर... '

'कळ लागतेय्. हळू.'

गांगुर्डेचा स्वप्नभंग होतोय्. वीर्यपतनामुळं त्याला जाग येते. गलोलीगत ताणलेलं शरीर सैल होत जातं. तो स्वप्नाचा पुन:पुन्हा विचार करू लागतो.

सकाळीच गांगुर्डेचा भाऊ आलेला. गांगुर्डे बुचकळ्यात पडला.

इतक्या सकाळी भाऊ कसा काय आला ? काही घडलं तर नाही ना ?

गांगुर्डेनं तात्काळ भावाला विचारलं,

'कसं काय आला, रे ?'

गांगुर्डेचा भाऊ शांतपणे खोलीत आला.

'बापानं पाठवलंय्. तुझ्या नावानं पाकीट आलंय्. नोकरीचा कॉल हाय, म्हणून घेऊन आलो.'

गांगुर्डे अधीर झाला होता.

'बघू बघू. कुठंय् ? इकडं दे......'

गांगुर्डेनं भावाच्या हातातील पाकीट हिसकावूनच घेतलं होतं.

त्याला शिक्षक म्हणून महिन्याच्या आत रुजू व्हायचं होतं.

रूम-पार्टनरनी गांगुर्डेचं अभिनंदन केलं.

'तुला नोकरी लागली. आम्हांला कधी लागणार ?'

'लागेल, रे.'

'मग तू जाणार का ?'

'हं. नंतर शिकता येईल. नोकरी मिळाली आहे, तर करावी. पुन्हा चांगल्या नोकरीसाठी प्रयत्न करत राहायचं.'

'पण पँथरचं काय ?'

'आहेत बाकीचे. माझ्या एकट्यामुळं चळवळ थोडीच थांबणार आहे ?'

'आपल्याला पार्टी पाहिजे.'

'पहिला पगार झाल्यानंतर.'

गांगुर्डेच्या रूमवर टांगलेला 'दलित पँथर' चा बोर्ड काढण्यात आला. गांगुर्डेच्या जागी ईश्वर इंगळे ह्याचं नाव टाकण्यात आलं. पँथर कार्यालयाचा बोर्ड ईश्वर इंगळे ह्याच्या घरावर लावण्यात आला. ईश्वरनं आपल्या घरातील पुढली खोली पँथरच्या कार्यालयासाठी दिली होती.

ईश्वरनं पँथरला पूर्ण वेळ दिला. संघटनेत जीव ओतला. कार्यकर्त्यांची फौज जमा केली. खेडोपाडी पँथरच्या छावण्या स्थापन केल्या. संघटना वाढवली. लोक ईश्वरकडे नेता म्हणून पाहू लागले.

ईश्वर इंगळेच्या वर्चस्वामुळं अनेकजण दुखावले होते. मधू कावळे तर त्याचा प्रतिस्पर्धकच होता. शिवसेनेची ताकद मधू कावळेच्यामागे उभी होती. दयानंदला पँथरचं अध्यक्षपद मिळालं नव्हतं. तोही संघटनेच्या कामातून अंग काढून घेत होता. रोहिदास आणि गोविंद सरवदे ह्यांना संघटनेत महत्त्व प्राप्त झालं होतं. संघटनेत फूट पडू नये, म्हणून रोहिदास प्रयत्न करत होता.

'दयानंद, तू पूर्वीसारखा ॲक्टिव्ह राहिला नाहीस. कार्यालयात येत नाहीस. मीटिंगला येत नाहीस. परवा सभेलाही आला नाहीस... '

'नाही, नाही. माझ्या अनुपस्थितीचा गैर अर्थ काढू नका. मला वेळ मिळत नाही.'

'पूर्वी तू संघटनेला खूप वेळ द्यायचास.'

'मला करीअरकडंही बघावं लागणार आहे. गांगुर्डेला नोकरी मिळाली. तो गेला. तेव्हापासून मी गंभीर झालोय्. चळवळ मला काय नोकरी देणार नाही. मला तुमच्यासारखा पूर्ण वेळ देता येणार नाही. मी कोणावर नाराज नाही. मला अध्यक्षही व्हायचं नाही.'

'तू स्वत:चा एवढा कधीपासून विचार करू लागलास ?'

'माझी घरची परिस्थिती बिकट आहे.'

'आम्ही काय जहागिरदारांची मुलं आहोत ? समाजासाठी कुणाला तरी गाडून घ्यावंच लागणार आहे.'

'मी जमेल, तेवढं करीन. मला हुतात्मा व्हायचं नाही.'

'दयानंद, तू आमच्यापेक्षा बुद्धिमान आहेस. संघटनेला तुझी गरज आहे. तुझा संघटनेला फायदा होईल. वैयक्तिक हेवेदावे, महत्त्वाकांक्षा बाजूला ठेवून काम करू या.'

'तुम्ही राईचा पर्वत करताय. मी संघटनेत आहेच. फक्त पूर्वीसारखा वेळ देत नाही, एवढंच.'

'शिवसेनेच्या शाखा खेडोपाडी निघाल्या आहेत. जातीयवादी शक्ती संघटित होत आहेत. आपण मात्र विभागले जात आहोत. आपल्याला संघटित होऊन काम केलं पाहिजे.'

'आपण अल्पसंख्य आहोत. केवळ एका जातीच्या आधारावर आपण कुठलीच लढाई जिंकू शकत नाही. आपल्याला जातीचा आधार सोडून द्यावा लागेल. आर्थिक पायावर सर्वांना एकत्र करावं लागेल. तरच हा लढा जिंकणं शक्य आहे.'

'शोषितांची संघटना बांधायची म्हटली, तर अस्पृश्यांचा प्रश्न बाजूला ठेवावा लागेल.'

'असे प्रश्न वेगळे काढून चालणार नाही. आपल्याला सर्व पातळ्यांवर लढावं लागेल.'

'आपण कितीही व्यापक भूमिका घेतली, तरी जाती अंताच्या लढ्यात इतर जाती हिरिरीनं भाग घेतील, असं वाटत नाही. उलट, जातीय दंगलीत आपल्या झोपड्या पेटवायला बहुजन समाजातीलच माणसं पुढं असतात.'

'तुझं बरोबर आहे. त्यांना परिवर्तनाचा विचार समजावून सांगितला पाहिजे.'

'बहुजन समाज आपल्याबरोबर येईल, ह्या आशेवर राहू नये. आपण आपले प्रश्न घेऊन लढलं पाहिजे. ज्यांना यायचंय्, ते येतील. त्यांच्यासाठी आपण थांबण्याची गरज नाही.'

'आपल्याला तर लढावंच लागणार आहे. त्याबरोबर मोर्चेबांधणीही करावी लागणार आहे. मोर्चेबांधणीच्या वेळी बहुजन समाजाला वगळून चालणार नाही.'

दयानंद, रोहिदास आणि गोविंद सरवदे चर्चा करत होते. हा आरंभ होता. चळवळीचा आरंभ खूप खोल असतो आणि अंत खूप उथळ असतो. हे खोलवर भटकणं चालू होतं.

भीमा भोळे दोन खेडूत तरुणांना घेऊन आला. त्यांचं येणं दुःखाच्या हजारो पावलांसारखं होतं.

'आपल्याला सिव्हिलला निघावं लागेल.'

'काय घडलंय् ?'

'अन्याय झालाय आमच्यावर....'

'आपल्यावर अन्याय होणार नाही, तर कुणावर अन्याय होणार ? काय झालंय्, ते तरी सांगा.'

'सांग, रे. तू सांग...'

'आमच्या गावात.....'

'कोणतं गाव ?'

'बावी....'

'सांग काय झालं ? पुढं बोल....'

'आमच्या हरिजनवाड्यात....'

'हरिजनवाडा नाही. भीमनगर म्हण.'

'हाँ, भीमनगरमध्ये पिण्याच्या पाण्याची विहीर आहे. ह्या विहिरीत मेलेला गर्भ सापडला. पोलीस केस झाली. पोलिसांनी आपल्या तेरा तरुण मुलींना ताब्यात घेतलं. तेराजणींना एक रात्र चौकीवरच ठेवलं. सकाळी दहाजणींना सोडलं. आम्ही चौकशीसाठी पोलीस चौकीवर गेलो. पोलिसांनी आम्हांला हाकलून काढलं. 'आमच्या मुलींना नाहक बदनाम करू नका. हा गर्भ आमच्या मुलींचा नाही' म्हणून आम्ही विनंती केली. पोलिसांनी सर्वांना सोडून देण्याचे दहा हजार मागितले. आमच्याजवळ पैसे नाहीत. आम्ही पैसे

कुठून आणणार ? आज तीन मुलींना तपासण्यासाठी सिव्हिल हॉस्पिटलला आणलं आहे. ह्यातून आमची सुटका करा. त्या तिघी आमच्या बहिणी आहेत.' खेडूत तरुण ओक्साबोक्शी रडू लागला.

'ह्याला बाहेर हाकला रे. रडतोय्. बाहेर काढा ह्याला.'

'माझ्या बहिणीचं वाटोळं होईल. पुढच्या महिन्यात तिचं लग्न आहे.'

'मादरचोद, तोंड बंद कर. शांत बस.'

'तुझं बहिणीवर खर प्रेम असतं, तर एखाद्या पोलिसाचा खून केला असतास ! रडत इकडं कशाला आलास ? आम्हांला पगार देतो काय ? मग ?'

'तुम्ही आमचे नेते आहात, म्हणून आलोय्.'

'मग रडतो कशाला ? काय झालं, ते आम्हांला कळलं ना ?'

'माझं चुकलं...'

'तुझ्या गावात पँथरची छावणी आहे का ?'

'नाही.'

'आपली तरुण मुलं किती आहेत ?'

'आम्ही दोघंच...'

'दोघंच ?'

'बाकीचे मुंबईला असतात. तिकडं जगायला गेलेत.'

'गर्भ कोणाचा आहे ?'

'माहीत नाही.'

'कोणी तरी गरोदर असणारच. त्याशिवाय का गर्भ पडतो ?'

'हा गर्भ ब्राह्मणवाड्याच्यामागं पडला होता. आमच्या वस्तीवरची नाजुका रस्ते झाडायला जाते. तिनं स्वतः पाहिलं होतं. पण ती सांगायला भितेय्.'

'गावातल्या सगळ्या बायकांची तपासणी झाली पाहिजे.'

दयानंद, गोविंद सरवदे आणि भीमा भोळे सिव्हिल हॉस्पिटलकडे निघाले.

बघता-बघता बातमी सर्व दलित मोहल्ल्यात पोहोचली.

भीमा भोळेनं वर्तमानपत्र आणलं. दयानंदनं डोळे फाडून बातमी वाचली. आपलं नाव पुनः पुन्हा वाचलं.

दलित तरुणींच्या तपासणीत काहीच निष्पन्न झालं नाही. त्यांना सोडून देण्यात आलं. पोलीस निरीक्षकाला निलंबित करण्यात आलं. पँथरनं हे प्रकरण धसास लावलं होतं. ईश्वर इंगळेनं ह्या प्रकरणाचं नेतृत्व केलं होतं. ईश्वरबरोबर दयानंद, आणि गोविंद सरवदे ही नावं देखील जिल्ह्यात गाजली.

पोलिसांच्या कामात ढवळाढवळ केली, म्हणून ईश्वर इंगळे, गोविंद सरवदे, आदी पंधरा पँथर्स कार्यकर्त्यांवर पोलीस केस झाली.

दलित लेखक त्रिशरण ह्यांचं आज दलित साहित्यावर भाषण होतं. जिल्हा सहकारी बँकेनं गणेश व्याख्यानमालेत त्रिशरणला प्रमुख पाहुणा म्हणून बोलावलं होतं. त्रिशरणला भेटण्यासाठी दयानंद आणि गोविंद सरवदे आले होते. त्यांना शिपायानं अडवलं होतं.

'पाहुणे संचालकांबरोबर जेवण करत आहेत. थोडं थांबावं लागेल.'

शिपायाच्या कोरड्या उत्तरानं दयानंदच्या उत्साहावर पाणी पडलं होतं.

'आपला लेखक... आपल्याला भेटता येत नाही.'

'कार्यक्रमाच्या वेळी भेटू, चल.'

'कार्यक्रमाच्या वेळी बोलता येणार नाही. गर्दी असते. आताच भेटू. थोडं थांबू या ना.'

'भेटलंच पाहिजे का ?'

'त्रिशरणला कळलं, तर तो जेवण सोडून भेटायला येईल. भेटू, बोलू.'

'तूच भेट. माझं काय काम ?'

'कंपनी दे ना.'

'मला इथं गुदमरल्यासारखं होतंय्.'

'चल मग. आपण संध्याकाळीच भेटू.'

'दयानंद किणीकर आला होता, म्हणून सांगा. कार्यक्रमात मी भेटणारच आहे.' दयानंदनं शिपायाकडे निरोप ठेवला, तसा शिपाई खडबडून जागा झाला. त्याचा चेहरा उजळला.

'तुम्ही पँथरचे पुढारी ?' शिपायाच्या आवाजात आनंद होता. आश्चर्य होतं. कृतज्ञता होती. शिपायानं दयानंदचा हात हातात घेतला.

'साहेब, मी तुमचाच आहे. कांबळे माझं नाव. माझा मुलगा पण पँथरमध्ये आहे...' शिपायाच्या डोळ्यांत, आवाजात, चेहऱ्यावर आणि संपूर्ण शरीरभर आपलेपणाची आत्मीयता पसरली होती.

जेवण संपवून त्रिशरण आणि रवींद्र साने संचालक डुलत येत होते. त्रिशरणनं दयानंदला ओळखलं होतं. त्याला गळ्याला लावून घेतलं होतं.

'आता तुम्हांला कंपनी झाली. मी निघतो. बरोबर पाचला घ्यायला घेतो. कार्यक्रम वेळेवर सुरू होणार आहे. तुम्ही तयार होऊन बसा.' रवींद्र सानेनं अदबीनं निरोप घेतला.

त्रिशरण, दयानंद आणि गोविंद सरवदे सूटमध्ये बसले. त्रिशरणनं बिअर घेतली होती. त्याच्या तोंडाचा वास येत होता. नजरेत धुंदी तरंगत होती. चेहऱ्यावर नशा फुलली होती. त्रिशरणचं शरीर स्थूल आणि बेडौल झालं होतं.

'सध्या काय लिहितोय्स ?'

'माझं लिहिणं थांबलंय्.'

'का, रे, बाबा ?'

'सध्या पँथरचं काम करतोय्.'
'काम तर केलंच पाहिजे. पण कविताही केली पाहिजे.'
'थोडी गॅप घेतोय्.'
'सरवदे, तुम्ही काय करता ?'
'मीही पँथरचंच काम करतोय्.'
'इथं पँथर स्ट्रॉंग आहे वाटतं ?'
'आपली लोकसंख्या मोठी आहे. शहराच्या भोवताली आपल्या वस्त्या आहेत. मनात आणलं, तर शहराची सहज नाकेबंदी करता येईल. आपले आठ कॉर्पोरेटर आहेत.'
'आर्. पी. आय्. चे ?'
'नाही. एकही नाही. आपल्या जातीचे.'
'आपल्या जातीचे असून काय उपयोग ?'
'आपल्या पक्षाचे असले पाहिजेत. आपल्या विचाराचे असले पाहिजेत.'
'आपला पक्षच कुठं आहे ? आपले गट आहेत.'
'तुझं म्हणणं खरं आहे...'
'तुम्ही विश्रांती घ्या. तुम्हांला कार्यक्रमाची तयारी करायची असेल.'
'तुम्ही कार्यक्रमाला येणार आहात ना ?'
'पँथरचे सर्व कार्यकर्ते येणार आहेत ?'
'ठीक आहे. या, मग कार्यक्रमात भेटू.'

कार्यक्रम सुरू झालेला असतो. श्रोते खूप कमी असतात. त्रिशरण दलित साहित्यावर बोलत होता. त्याचं भाषण रंगत नव्हतं. तो कॅमेरामनच्या सोयीसाठी हातवारे करत होता. पत्रकारांकडे पाहून वाक्यं फेकत होता.
'माणसं आली नव्हती.'
'बातमी येईल...'
'इतर कार्यक्रमाला गर्दी असते....'
'दलित साहित्यावरचं भाषण ऐकायला कोण येईल ?'
'वक्ता देशमुख, देशपांडे असता, तर दलित साहित्याविषयीही ऐकायला गर्दी झाली असती...'
'एवढा चांगला कार्यक्रम झाला. आपलेही लोक नव्हते.'
'प्रवीण कोकीळ एका पुस्तकातच संपला. पेपरवाल्यांनी त्याला मोठं केलं. हे, साले, वर चढवतात... आणि नंतर खाली पाडतात. आपल्या लेखकाला हे कळलं पाहिजे.'
'अशानं आपल्या साहित्याचा अंत होईल.'

'आपल्या लेखकाचा अंत होईल. आपल्या लेखकांनी सतर्क असलं पाहिजे. दयानंद, तुझ्यातला लेखक मरू देऊ नकोस.'

पँथरचे कार्यकर्ते निरोप घेतात.

त्रिशरण आपल्या सूटचं दार बंद करून घेतो. मानधनाचं पाकीट सूटकेसमध्ये ठेवतो. पुष्पहारातील फुलांचा सुगंध हुंगतो. कॉटवर पहुडतो. रात्र बर्फासारखी वितळत आहे. त्रिशरण थंड वाऱ्यासारखा वाहत आहे. बाबासाहेब झाले नसते, तर-- ? मी कुठंतरी जनावरं वळली असती. मला वक्ता म्हणून कुणी बोलावलं असतं ? शूद्रांना बोलण्याचा अधिकारच कुठं होता ? आम्हांला स्वाभिमानाचा शब्द आणि स्वर बाबासाहेबांनी दिला.

त्रिशरणच्या शरीरात बिअर उसळत होती. त्याच्या पापण्या जड झाल्या होत्या. रूममधला फॅन वेगानं फिरत होता. तितक्याच वेगानं त्याच्या भाषणाची बातमी फोटोसह वर्तमानपत्रांच्या पानांवर छापली जात होती. त्रिशरण झीरो बल्बच्या मंद प्रकाशात पहुडला होता. तो पुन:पुन्हा आपला अर्थ लावण्याचा प्रयत्न करत होता.

मी कोण आहे ? मी काय झालो ? माझं पुढं काय ?

बाबासाहेबांनी चवदार तळ्यासाठी सत्याग्रह केला. आज माझ्या बंगल्यात चवदार तळ्याचा प्रश्न नाही. किचनमध्ये नळ. बाथरूममध्ये नळ. संडासमध्ये नळ. वॉश-बेसिनमध्ये नळ. माझ्या मुलाला चवदार तळ्याच्या सत्याग्रहाची दाहकता कशी पटणार ? बाबासाहेबांच्या कार्यामुळंच आज आम्ही उजळ माथ्यानं वावरत आहोत. पण कॉन्व्हेन्टमध्ये शिकणाऱ्या माझ्या मुलाला माझ्या गलिच्छ भूतकाळाचा संदर्भ कसा समजणार ? राखीव जागेतून मिळालेल्या सुखाचा मी माझ्यापुरताच अर्थ लावायचा का ?

सत्ता आणि शिक्षणानं सुखलोलूप झालेली माणसं समाजापासून निखळत आहेत.

मी सभा-समारंभांमधून सन्मानानं वावरत असलो, तरी आजही माझे नातेवाईक, माझा समाज दारिद्र्यातच सडत आहे. मी ह्या आभाळाला कसा ठिगळ लावणार ? माझ्या लेखणीतल्या विद्रोहानं लाखो भुकेकंगालांच्या रोजी-रोटीचा प्रश्न सुटणार आहे ?

मी कशासाठी लिहितोय् ? सत्कार-पुरस्कारांसाठी, की सामाजिक बांधिलकीसाठी ?

त्रिशरण अस्वस्थ झाला होता.

कोणी तरी दारावर टक् टक् करत असल्याचा त्याला भास झाला. एखादा कार्यकर्ता आला असावा चर्चा करण्यासाठी. त्रिशरण बिअरनं ओझं झालेल्या आपल्या शरीराला उचलतो. लाईट लावतो. दार उघडतो. दारात कोणीच नाही. पुन्हा दार बंद करतो.

पुन्हा दारावरची टक् टक् ऐकू येते. तो सावध होतो. बाथरूममधून हा आवाज येत असतो. त्रिशरण बाथरूमचं दार उघडतो. तिथं तरुणी असते. तिच्या चेहऱ्यावर

निर्लज्ज, पण मोहवणारं हसू फुललेलं असतं. ती आत येते.

रेस्ट हाऊसच्या ह्या रूमला विशेष सोय केलेली असते. बाथरूममधून एक बाहेर पडणारं दार असतं. ते सरळ रेस्ट हाऊसच्या मागे अंधारात नाहीसं होणारं प्रवेशद्वार असतं. त्या दारानं ही तरुणी आलेली असते.

'कुणी पाठवलं तुला ?'

'मी इथं नेहमीच येत असते.'

'तुझं नाव काय ?'

'रश्मि...'

'तुझा नवरा काय करतो ?'

'रिक्षा ड्रायव्हर आहे...'

'मग ?'

'तेवढ्यावर भागत नाही. बसू, की जाऊ ?'

'किती घेणार ?'

'तुम्हीच समजून द्या.'

'तूच सांग...'

'तुम्ही द्याल, ते खुशीनं घेईन.'

'कोणाला कळलं, तर ?'

'आपण काय गुन्हा करत आहोत ?'

त्रिशरणचं संपूर्ण शरीर थरारतं. वादळवाऱ्यानं झाडांच्या फांद्या थयथयाव्यात, तसं त्याच्या शरीराची शेवटची फांदी हालू लागते. पण त्याचा तोल सुटत नाही. हिला कोणी तरी पाठवलं असणार. ह्यामागे एक कारस्थानही असू शकतं. दलित लेखकाला बदनाम करण्याचा डाव आहे. ही आता खुशीनं झोपेल. बाहेर गेल्यावर बलात्कार झाला, म्हणून ओरडेल. सर्वत्र बातम्या येतील आणि मला संपवतील.

'तुझी जात काय ?'

'माझा आंतरजातीय विवाह झालाय्. मी मराठ्याची आहे. नवरा हरिजन आहे. तुम्हांला हरिजन चालत नाही ?'

'तुझा प्रेमविवाह असूनही तू अशी कशी वागतेस ?'

'तुम्ही खूप बोलता. पण करत काही नाही. कपडे काढा ना...'

'मला झोपायचं नाही....'

त्रिशरण सूटकेस मधलं मानधनाचं पाकीट काढतो. तिला शंभर रुपयांची नोट देतो.

'तू इथून जा.'

त्रिशरण सौम्यपणे तिला बाहेरचा रस्ता दाखवतो.

ती निघून जाते.

त्रिशरणनं आख्खी रात्र जागून काढली. त्याला झोप आली नाही.

'तुम्हांला हरिजन चालत नाही का ?' ह्या प्रश्नानं तो पुन: पुन्हा व्यथित होत होता. तिचं येणं आणि जाणंही, त्याला आयुष्यातून उठवावं, तसं झोपेतून उठवणारं होतं.

मिलिंद धावतच रूममध्ये घुसला. तो रक्तबंबाळ झाला होता. त्याला खूप मार लागला होता. दयानंद कविता लिहीत होता. तो तात्काळ उठून उभा राहिला. बाहेर आरोळ्या ऐकू येत होत्या. वातावरण प्रक्षुब्ध झालं होतं. मिलिंदनं खोलीतल्या लाठ्या-काठ्या आणि चेन घेऊन बाहेर धूम ठोकली. दयानंदही त्याच्या पाठोपाठ बाहेर पडला. रोहिदास गराड्यात सापडला होता. मिलिंदनं सपासप लाठी चालवली. गर्दी पांगली. रोहिदास चेन घेऊन उभा ठाकला.

होस्टेलच्या दुसऱ्या मजल्यावरून कुणी तरी लाकडी टेबल खाली टाकलं. त्यापाठोपाठ प्रत्येक रूममधून मोडक्या लाकडी खुर्च्या आणि टेबलं खाली पडू लागली. खाली पडलेल्या लाकडी सामानाला आग लावली गेली.

काळेकुट्ट ढग यावेत, वादळवारा वाहावा, गारांचा पाऊस पडावा आणि क्षणातच ऊन पडावं, तसं झालं. भांडण कधी संपलं, ते कळलंही नाही. प्रत्येकजण आपापल्या रूममध्ये गेला. रेक्टर सर्वांना शांत राहण्याचं आवाहन करत होते.

मिलिंदचं डोकं फुटलं होतं. रोहिदासला मुका मार लागला होता. दयानंद अवाक झाला होता. होस्टेलमधल्या आपल्याच मुलांनी हे रणकंदन केलं होतं.

दलित पँथर आणि समता सैनिक दल ह्या दोन संघटनांच्या समर्थकांमध्ये भांडण झालं होतं.

> 'दलित पँथर ही आंबेडकरद्रोही संघटना आहे. ती दलित युवकांमध्ये फूट पाडत आहे. दलित जनतेमध्ये रिपब्लिकन पक्षाविषयी अनादराची भावना निर्माण करत आहे. दलित तरुणांनी बाबासाहेबांनी स्थापन केलेल्या समता सैनिक दलामध्ये काम केलं पाहिजे. पँथरपासून दूर राहिलं पाहिजे...'

समता सैनिक दलाच्या कार्यकर्त्यांनी रोहिदास आणि मिलिंदला मारलं होतं. त्यामुळं होस्टेलमधील पँथरचे कार्यकर्ते खवळले होते. त्यांनीही समता सैनिक दलाच्या कार्यकर्त्यांवर सूड उगवला होता.

अधूनमधून अशी बाचाबाची होत होती. पण आज दोन संघटनांतल्या वादानं गंभीर स्वरूप धारण केलं होतं. कारण आज पंचशीलनगरमध्ये पँथरची छावणी स्थापन होणार होती आणि तिथले समता सैनिक दलाचे कार्यकर्ते पँथरमध्ये प्रवेश करणार होते.

पंचशीलनगरमध्ये असंख्य कार्यकर्ते जमले होते. पोलीसही मोठ्या संख्येनं आले होते. निळे झेंडे दिमाखानं फडकत होते. मोठा मंडप उभारण्यात आला होता. सभेमध्ये मनुस्मृतीची जाहीर होळी करण्यात येणार होती. समता सैनिक दलाची शाखा पँथरमध्ये

विलीन होणार होती. कॉंग्रेसमधील काही कार्यकर्ते पॅंथरमध्ये प्रवेश करणार होते. सभेला प्रचंड गर्दी झाली होती.

बाबासाहेब आंबेडकर म्हणाले होते,

'जे तरुण अपमान, संकट आणि दु:ख ह्यांची पर्वा न करता अन्याय आणि गुलामीविरुद्ध एकसारखे झगडत राहतील व प्रसंगी आपले तारुण्यही कुर्बान करतील, ते धन्य होत.'

रोहिदासनं आपल्या भाषणाची सुरुवातच बाबासाहेबांच्या विधानानं केली होती; आणि टाळ्यांचा प्रचंड पाऊस पडला होता.

प्रवीण कोकीळचं भाषण सर्वांत प्रभावी झालं होतं.

'मी वाट चुकलो होतो. माझ्या आयुष्यातील पाच वर्षं मी कॉंग्रेसमध्ये घालवली. आजही माझे वडील कॉंग्रेसचे कॉर्पोरेटर आहेत. कॉंग्रेसमध्ये माणूस लाचार होतो. आमच्या रक्तातली अशांती तिथं थंड होते. कॉंग्रेसनं दलितांच्या प्रश्नांवर किती लढे दिले ? माझी कॉंग्रेसमध्ये मुस्कटदाबी होत होती. आज मी पॅंथर झालोय्...'

प्रवीण कोकीळनं सभा जिंकली होती.

मनुस्मृतीची होळीही त्यानं केली होती.

सभा संपली.

पोलिसांनी प्रवीण कोकीळला ताब्यात घेतलं. आणखी दहा प्रमुख कार्यकर्त्यांची धरपकड झाली. ईश्वर इंगळेवर धार्मिक भावना दुखावणारं भाषण केलं, म्हणून केस झाली. प्रवीण कोकीळनं मनुस्मृतीचं दहन केलं, म्हणून त्याच्यावर खटला भरण्यात आला.

मनुस्मृतीचं दहन केल्यामुळं सवर्ण समाज दुखावला होता. गेला आठवडाभर वर्तमानपत्रांत उलटसुलट बातम्या येत होत्या. निषेधाची पत्रकं निघत होती. वाचकांच्या प्रतिक्रिया छापल्या जात होत्या.

'मनुस्मृती हा कालबाह्य झालेला ग्रंथ आहे. त्याची होळी करून काय साधलं ? अशा कृत्यामुळं सामाजिक मन दूषित होईल.' असा सूर सवर्णांतून उमटत होता, तर 'मनु आजही सवर्णांच्या मनांत जागा आहे. तो संपला नाही. त्याच्याविरुद्ध आमचं युद्ध आहे' अशी भूमिका दलित पॅंथरनं जाहीर केली होती.

वातावरण निवळण्यापेक्षा तापत होतं. ज्याची भीती वाटत होती, ती खरी ठरली. शहर दंगलीनं ग्रासलं.

अशोक चौकातील बाबासाहेब आंबेडकरांच्या पुतळ्याची विटंबना झाली होती. बघता-बघता शहर जातीय दंगलीनं पेटलं होतं.

सर्व शहर बंद झालं होतं. शाळा सोडून देण्यात आल्या होत्या. सिटी बसेस्ना आगी लावण्यात आल्या होत्या. सरकारी कार्यालयांवर दगडफेक झाली होती. मेन रोडवरील पेट्रोल पंपाला आग लावली होती. शासकीय मालमत्तेचं नुकसान झालं होतं. बसेस्ची ये-जा थांबली होती. दलित जनता प्रक्षुब्ध झाली होती. सवर्णांनी शांतिनगरची

झोपडपट्टी जाळली होती. आंबेडकर वाचनालयाला आग लावली होती. जमावानी निकममामाची वखार पेटवून दिली होती. भीमनगरमध्ये घुसून लोकांना मारहाण केली होती. महिला आणि मुलांनाही मारहाण झाली होती.

दंगलीनं उग्र रूप धारण केलं होतं. पोलिसांनी कर्फ्यू लादला होता. सर्वत्र पोलिसांची गस्त वाढली होती. राज्य राखीव पोलिस दलाच्या तुकड्यांनी शहर ताब्यात घेतलं होतं. दिसेल त्याला गोळी घालण्याचे आदेश देण्यात आले होते. ईश्वर इंगळे, दयानंद, रोहिदास आणि मिलिंद ह्यांना पोलिसांनी अटक केली होती. दंगल आटोक्यात आणण्यासाठी पोलिसांनी दोनशे समाजकंटकांना ताब्यात घेतलं होतं. समाजकंटक म्हणून अटक केलेले सर्व दलितच होते. तरीही दंगल शमली नव्हती.

दुसऱ्या दिवशी दंगलीचं लोण आसपासच्या खेड्यांत पोहोचलं.

गोविंद सरवदे पोलिसांच्या हाती लागला नव्हता. तो पोलिसांच्या तावडीतून शिताफीनं निसटला होता.

वर्तमानपत्रांत दंगलीच्या अतिरंजित बातम्या प्रकाशित झाल्या होत्या. दलित वस्त्यांमध्ये भीतीची लाट पसरली होती. दलित तरुण दंगलीला तोंड देण्यासाठी सिद्ध झाले होते. शहरातल्या सवर्ण तरुणांच्या संघटना एक झाल्या होत्या. त्यांच्यांतही खलबतं चालली होती. दलित मोहल्ल्यात पोलिसांची कुमक वाढली होती. पोलीस अधिकारी सवर्ण होते. ते दलितांचा छळ करत होते. दलित तरुणांना ताब्यात घेत होते.

तिसऱ्या दिवशीही दंगल थांबली नाही. कर्फ्यू चालूच होता. लाखो रुपयांचं नुकसान झालं होतं. जनजीवन विस्कळीत झालं होतं. सर्व व्यवहार ठप्प झाला होता. लष्कराला पाचारण केलं होतं. फौजेच्या तुकड्यांनी रस्त्यामधून संचलन केलं होतं. किती जणांना अटक झाली होती, किती जण मेले होते, हे नेमकं कळत नव्हतं. अफवांचं पीक आलं होतं.

छत्रपती शिवाजी महाराजांच्या पुतळ्याची विटंबना झाली आहे, अशी अफवा पसरली. आगीत रॉकेल ओतल्यासारखं झालं. सवर्णांनी पंचशीलनगरमध्ये घुसून जाळपोळ केली. पोलिसांनी गोळीबार केला. त्यात दोघेजण जागीच ठार झाले. दोघेही दलित होते.

पोलिसांनी गोळ्या घालून दलितांची हत्या केली, ही बातमी सर्वत्र पसरली. दलित तरुणांचं माथं भडकलं. त्यांनी पोलीस चौकीवर हल्ला केला. पोलिसांनी स्वसंरक्षणार्थ गोळीबार केला. त्यात दोन तरुण गंभीर जखमी झाले आणि एक जागीच मरण पावला.

जमाव पांगला.

गोविंद सरवदे गोळीबारात ठार झाला होता. त्याचं प्रेत रक्ताच्या थारोळ्यात पडलं होतं.

चौथ्या दिवशी दंगल आटोक्यात आली. सकाळ-संध्याकाळ एक तास कर्फ्यू शिथिल होत होता.

बस-स्टँडवर दोन प्रेतं अर्धवट जळलेल्या अवस्थेत सापडली होती. दंगलीत अनेक कार्यकर्त्यांना अटक झाली होती. अनेकांवर खटले भरले होते. शहरात शांतता समितीची स्थापना झाली होती. पालक मंत्री ना. मानेंनी दंगलग्रस्त भागाला भेटी दिल्या. शासकीय दवाखान्यात जाऊन जखमींची विचारपूस केली. गोळीबारात ठार झालेल्या कार्यकर्त्यांच्या घरी जाऊन त्यांच्या नातेवाइकांचं सांत्वन केलं. जळून खाक झालेलं आंबेडकर वाचनालय नव्यानं उभारण्यासाठी आर्थिक मदत जाहीर केली.

पँथरच्या कार्यकर्त्यांनी दंगलीची न्यायालयीन चौकशी करावी, म्हणून मागणी केली. पुतळ्याची विटंबना करणाऱ्या गुन्हेगारांना तात्काळ पकडून त्यांच्यावर कारवाई केली पाहिजे, गोळीबाराचे आदेश देणाऱ्या पोलीस अधिकाऱ्यांना निलंबित केलं पाहिजे, मृतांच्या नातेवाइकांना मुख्यमंत्री निधीतून मदत केली पाहिजे, अशा मागण्यांचं निवेदन पँथरच्या शिष्टमंडळानं पालक मंत्री ना. मानेंना दिलं.

गोविंद सरवदेचा देह ज्या ठिकाणी पडला होता, त्या रस्त्याला हुतात्मा गोविंद सरवदे पथ असं नाव देण्यात आलं.

झालं गेलं विसरून शहर पूर्ववत झालं.

'आपण बाहेर असतो, तर मेलो असतो. पोलिसांनी आपल्याला सोडलं नसतं. आपल्यालाही गोळी घातली असती. त्यांना तसे आदेशच दिले असणार...' रोहिदासनं आपलं मन मोकळं केलं.

'गोविंदचं लग्न झालं नव्हतं, म्हणून बरं. पण त्याच्या म्हाताऱ्या आईचा मीरा-मावशीचा आधार नष्ट झाला. आपण तिला मदत केली पाहिजे. गोविंदनं चळवळीसाठी खूप झीज सोसली आहे. नोकरी सोडून त्यानं चळवळीला वाहून घेतलं होतं.' ईश्वर इंगळेचे डोळे पाणावतात. आवाज जड होतो.

गोविंद सरवदेच्या अकाली जाण्यानं चळवळीची हानी झाली आहे. ही पोकळी भरून कशी काढणार ?

मिलिंदनं नेतृत्वाची उणीव भासू दिली नाही. भीमा भोळेही आता व्यासपीठावरून बोलत होता. चळवळीत नवीन चेहरे उदयाला येत होते. संघटना वाढत होती.

'फुले आमचे आहेत. बाबासाहेबांनी फुल्यांना गुरू मानलं नसतं, तर लोकांनी फुल्यांना विसरलं असतं. आम्ही बाबासाहेबांबरोबर फुल्यांचा फोटो लावला. माळी समाज आता जागा झाला आहे.' ईश्वर इंगळे चिडून बोलत होता.

पँथरचे कार्यकर्ते एकत्र जमून चर्चा करत होते.

'बातम्यांची वेळ झाली. रेडिओ लावा.' मिलिंदनं भीमा भोळेला रेडिओ चालू करायला सांगितलं.

दलित पँथरच्या नेत्यांनी दलित पँथरची संघटना बरखास्त केल्याचं जाहीर केलं.

बातमी सर्वत्र पसरली. कार्यकर्ते हवालदिल झाले. काहीजण तर ओक्साबोक्शी रडले. अनेक तरुणांनी संघटनेला पूर्ण वेळ वाहून घेतलं होतं. संघटना हे त्यांच्या जगण्याचं ध्येय होतं. कार्यकर्ते उघड्यावर पडले होते. नेतृत्वानं घेतलेल्या निर्णयाचे काय परिणाम होतील, ह्या चिंतेनं प्रत्येकजण ग्रासला होता.

मोठ्या कष्टानं संघटना वाढवली होती. कार्यकर्त्यांचा संच उभा केला होता. तो वाळूच्या किल्ल्यासारखा ढासळला होता.

'राज्य-नेतृत्वानं संघटना बरखास्त केली, तरी आपण संघटना चालवली पाहिजे. संघटनेशिवाय आपण जगू शकत नाही. पँथरसारखी संघटना बरखास्त झाली, तर पुन्हा दलितांवर अन्याय अत्याचार वाढतील....' ईश्वर इंगळे आपली भूमिका मांडत होता.

दलित पँथर संघटना बरखास्त झाली आणि 'मास मूव्हमेंट' नावाची नवी संघटना जन्मास आली. शहरात मास मूव्हमेंटची स्थापना झाली. काही पँथर कार्यकर्ते मास मूव्हमेंटमध्ये काम करू लागले. पण पँथरवर प्रेम असणारे तरुण नेत्याच्या निर्णयाची वाट पाहू लागले.

एकदाचा निर्णय झाला आणि पँथर पुन्हा सक्रिय झाली; ती भारतीय दलित पँथरच्या रूपानं. प्रत्येकजण नव्या जोमानं कामाला लागला होता. पण दलित तरुणांची शक्ती दोन संघटनांमध्ये विभागली होती. दलित तरुणांमध्येही गटबाजी वाढली होती. कार्यकर्त्यांमध्ये हेवेदावे सुरू झाले होते. एकमेकांत स्पर्धा सुरू झाली होती.

लोकांच्या प्रश्नांवर संघर्ष केल्याशिवाय लोकांचा पाठिंबा मिळत नाही. नाही तर संघटना ही रिकामटेकड्या तरुणांसाठी टाईमपास करण्याचं साधन होईल. संघटना बळकट करण्यासाठी लोकांचे प्रश्न शोधले पाहिजेत. काम नसेल, तर कार्यकर्ता टिकणार नाही. कार्यकर्त्याला काम हवं असतं, नाही तर कार्यकर्ता निराश होतो; आणि संघटना खिळखिळी होते. भारतीय दलित पँथरच्या कार्यकर्त्यांनी गावोगावी फिरून संघटना बळकट केली.

संघटना वाढवण्यासाठी संघटनेत सर्वांना प्रवेश दिला. यामुळं संघटनेत संधीसाधूंची रांग लागली. गुन्हेगार प्रवृत्तीची मंडळीही संघटनेत घुसली. गुन्हेगार मंडळी पँथरमध्ये काम करू लागल्यानं त्यांना होणारा पोलिसांचा त्रास कमी झाला. असे कार्यकर्ते पान-टपरीवाल्यांकडून, रिक्षावाल्यांकडून, झाडूवाल्यांकडून हप्ते वसूल करू लागले. पोलीसही हप्ते मागायचे आणि पँथरवालेही हप्ते मागायचे. त्यामुळं कार्यकर्ते आणि पोलिसांत तेढ निर्माण झाली. पोलीस अशा कार्यकर्त्यांना तडीपार करू लागले.

ईश्वर इंगळे कार्यकर्त्यांविरुद्ध आलेल्या तक्रारींची दखल घेत नसे. एक तर कार्यकर्त्यांना जगण्याचं साधन नव्हतं. समाज काही देत नव्हता. कार्यकर्ते जगले, तर पाहिजेत. घरचं खाऊन लष्करच्या भाकरी कोण भाजणार ? कार्यकर्ताही माणूस आहे.

त्यालाही पोट आहे. त्याला जर कोणी पैसे देत असेल, तर त्यानं घेतले पाहिजेत. पण पैसे वसूल करू नये, पैसे देण्याची सक्ती करू नयेत. एखाद्याचं काम झालं आणि त्यानं संघटनेला मदत केली, तर घेतली पाहिजे, अशी भूमिका ईश्वर इंगळे आणि मिलिंदची होती; तर ह्याला दयानंदचा विरोध होता.

'आपले कार्यकर्ते पैसे दिल्याशिवाय काम करत नाहीत. एखादा माणूस मदत मागायला आला, तर त्याला पैसे मागणं चुकीचं आहे. पैसे घेऊन काम करणं म्हणजे चळवळीची फसवणूक करणं होय. कार्यकर्त्यांना एकदा पैसे खाण्याची सवय लागली, की ते समाजसेवा करण्यापेक्षा चळवळींचा बाजार मांडतील...' दयानंदच्या म्हणण्याला कुणीच महत्त्व देत नव्हतं.

शहरातला दलित तरुण वेगवेगळ्या संघटनांत विभागला होता. शहरातले दलित मोहल्लेही दलित संघटनांनी वाटून घेतले होते. कुठं मास मूव्हमेंटचा प्रभाव होता, कुठं भारतीय दलित पँथरचा, तर कुठं 'दलित पँथर' ह्या जुन्याच नावानं कार्य करणारे कार्यकर्ते होते.

कार्यकर्त्यांचं एखाद्या संघटनेत पटेनासं झालं, की तो दुसऱ्या संघटनेत प्रवेश करायचा. एखाद्या संघटनेतून काढलेला कार्यकर्ता दुसऱ्या संघटनेत प्रवेश करू लागला. त्यामुळं दल बदलणाऱ्या कार्यकर्त्यांची सोय झाली.

'सामाजिक संघटना गुंडांचे अड्डे बनल्या आहेत. गुन्हेगारांनी संघटना ताब्यात घेतल्या आहेत. दोन गुन्हेगार टोळ्यांचं युद्ध चालावं. तसं दोन संघटनांचं काम चालू आहे. सामाजिक कार्याच्या नावाखाली कार्यकर्ते काळे धंदे करत आहेत. असे धंदे करताना थोर पुरुषांची नावं घेतली जातात. महापुरुषांना आपल्या स्वार्थासाठी वेठीस धरलं जातं. संघटना ह्या प्रामाणिक माणसांचं रक्त शोषणाऱ्या जळवा आहेत.'

वर्तमानपत्रात प्रसिद्ध झालेला दयानंदचा लेख चर्चित ठरला होता.

भीमा भोळेला महापालिकेत शिक्षकाची नोकरी लागली. त्यानं शिक्षण सोडून नोकरी धरली.

मिलिंदनं आमरण उपोषण सुरू केलं होतं. आज उपोषणाचा चौथा दिवस होता. संपूर्ण शहरात खळबळ माजली होती. सुशिक्षित बेकारांचे लोंढे उपोषणाच्या जागी विखुरले होते. रोज गर्दी वाढत होती.

सेवायोजन कार्यालयात भ्रष्टाचार वाढला आहे. तो निपटून काढला पाहिजे. ओळखीच्यांना मुलाखतीची पत्रं दिली जातात. नाव नोंदवून दहा वर्षं झाली, तरी एकही मुलाखतपत्र मिळत नाही. सेवायोजन अधिकाऱ्याची त्वरित बदली झाली पाहिजे. नाव नोंदवून पाच वर्षं झालेल्या बेकारांना दरमहा पाचशे रुपये बेकार-भत्ता मिळाला पाहिजे, अशा मागण्यांसाठी मिलिंदनं उपोषण सुरू केलं होतं. मिलिंदच्या उपोषणामुळं सुशिक्षित बेकारांमध्ये खळबळ माजली होती.

मिलिंदचं उपोषण संघटनेत चर्चेचा विषय ठरलं होतं. आंबेडकरवादात उपोषणाचा मार्ग बसत नाही. उपोषण हा गांधीवादाचा मार्ग आहे. प्रसिद्धीसाठी हा स्टंट केलेला आहे.

मिलिंदचं उपोषण संघटनेत वादग्रस्त ठरलं होतं, तर मिलिंदनं हजारो बेकारांच्या प्रश्नालाच हात घातल्यामुळं तरुण वर्गातून त्याला पाठिंबा मिळत होता. 'आता प्रश्न सुटणार' ह्या आशेनं रोज हजारो युवक उपोषणाच्या मंडपाजवळ गर्दी करत होते. शहरातलं वातावरण चिघळत होतं.

मिलिंदनं उपोषण सोडावं, म्हणून जिल्हा अधिकाऱ्यांनी भेट देऊन विनंती केली, तरीही मिलिंदनं उपोषण सोडण्यास नकार दिला होता. त्याचं वजन घटलं होतं. सरकारी डॉक्टर त्याची सतत तपासणी करत होते. तो खूप अशक्त झाला होता. वर्तमानपत्रांतून उपोषणाच्या बातम्या छापल्या जात होत्या. शासकीय अधिकारी चिंतित झाले होते.

मिलिंदची प्रकृती ढासळत चालली होती. उपोषणामुळं तरुणांमध्ये तणाव निर्माण झाला होता. सर्व जातींचे तरुण एक झाले होते. बेरोजगारांचा प्रश्न जिव्हाळ्याचा बनला होता.

पालक मंत्री ना. माने ह्यांनी मिलिंदची भेट घेतली. सेवा योजन अधिकाऱ्याची बदली करण्यात आली. नावनोंदणीच्या सीनिऑरिटीप्रमाणे कॉल देण्याचं आश्वासन देण्यात आलं. सुशिक्षित बेकारांचा प्रश्न कॅबिनेटमध्ये मांडण्याचं वचन देण्यात आलं. ना. माने ह्यांनी लिंबू सरबत दिलं. मिलिंदनं उपोषण सोडलं. वर्तमानपत्रांत बातमी झाली.

उपोषणामुळं संघटनेचं नाव होण्यापेक्षा मिलिंदचं नाव लोकप्रिय झालं होतं.

{ संघटनेपेक्षा व्यक्तीचं महत्त्व वाढणं हे धोक्याचं असतं. त्यामुळं व्यक्तिपूजा सुरू होते. नेतृत्वाची हुजरेगिरी करणाऱ्यांची फौज तयार होते. निष्ठावान कार्यकर्त्यांपेक्षा चमच्यांना अधिक महत्त्व प्राप्त होतं. निष्ठावान कार्यकर्ते बाजूला पडतात. त्यांना कोणी विचारत नाही. |

वर्तमानपत्रात प्रकाशित झालेला दयानंदचा लेख वादग्रस्त ठरला होता. ह्या लेखामुळं संघटनेतला वाद विकोपाला गेला होता. दयानंद संघटनाविरोधी लेखन करत आहे, अशी संघटनेत चर्चा सुरू झाली.

ईश्वर इंगळे आणि मिलिंद यांनी दयानंदला संघटनेतून काढून टाकल्याचं जाहीर केलं.

मिलिंदच्या उपोषणाला सर्व थरांतून उत्स्फूर्त पाठिंबा मिळाला होता. पँथरनं जातीपलीकडे जाऊन शोषितांचे प्रश्न सोडवण्यासाठी व्यापक जनआंदोलनाला हात घातला पाहिजे, ह्यावर जिल्हा कार्यकारिणीचं एकमत झालं.

पँथरची जिल्हा कार्यकारिणी एकत्र बसून निर्णय घेत होती. 'चळवळ थंडावली आहे. तरुणांना बांधून ठेवण्यासाठी जनआंदोलनाची गरज आहे.' हा मुद्दा पुन:पुन्हा

मांडला जात होता.

'पुढल्या महिन्यात पंधरा ऑगस्ट आहे. आपण स्वातंत्र्याचा काळा दिन साजरा करू....' ईश्वर इंगळेनं आपली सूचना मांडली.

'स्वातंत्र्याचा आम्हांला काहीच फायदा झाला नाही. ह्या स्वातंत्र्याचा निषेध केलाच पाहिजे; पण नुकतीच दंगल झाली आहे. त्याची आपल्या समाजाला जबर किंमत मोजावी लागली आहे. कुठलंही आंदोलन केवळ संघटनेच्या जोरावर चालवता येत नाही. त्याला समाजाचा पाठिंबा असावा लागतो; तरच आंदोलन व्यापक बनतं. लोकांच्या सक्रिय सहभागासाठी आंदोलनाचे मार्ग अवलंबायचे असतात. चळवळ महत्त्वाची नाही, लोक महत्त्वाचे आहेत. लोकांसाठी आपण चळवळ करतो.' मिलिंदनं आपलं मत मांडलं.

'काहीतरी कार्यक्रम दिला पाहिजे. लोकांचं काम करायचं, म्हणजे काय ? उत्पन्न व जातीचे दाखले काढून देणं म्हणजे काम नव्हे. लोकांना शासकीय योजनांची माहिती दिली पाहिजे.' रोहिदासनं आपला विचार प्रकट केला.

'कार्यक्रम आखावा लागेल. लोक कार्यकर्त्यांवर विश्वास ठेवतात. लोकांच्या हिताच्या गोष्टी त्यांच्यापर्यंत नेल्या पाहिजेत. तरच लोक पाठीशी राहतील. लोक कार्यक्रमांमुळं मागे येतात. तुमच्याकडे कार्यक्रम नसेल, तुम्ही लोकांचा विश्वास गमावून बसाल...' रोहिदासनं आपलं म्हणणं अधिक जोर देऊन मांडलं.

'जमिनीच्या अतिक्रमणाचा कार्यक्रम देऊ या...'

'सीलिंगची जमीन बळकावली पाहिजे.'

'सीलिंगची जमीन ताब्यात घेता येणार नाही. सरकारी जमिनी ताब्यात घेऊ या.'

'ह्यात अटक होईल. विद्यार्थ्यांवर केसेस् होतील.'

'चळवळ म्हटली, की ह्या गोष्टी आल्याच. कोर्ट-कचेऱ्यांच्या संरक्षणाखाली चळवळ चालत नसते.'

चवदा ऑगस्ट रोजी मशाल मोर्चा काढणं आणि पंधरा ऑगस्ट रोजी दहिटणं ह्या गावी भूमी बळकाव आंदोलन करणं ह्या दोन कार्यक्रमांवर कार्यकारिणीचं एकमत झालं. ईश्वर इंगळे, मिलिंद आणि रोहिदास हे प्रमुख कार्यकर्ते बैठकीला मार्गदर्शन करत होते. पँथर महिला आघाडीच्या अध्यक्षा रमा बाबर, भारतीय विद्यार्थी संसदेचे कार्यकर्ते भीमा भोळे, पंडित कानडे आणि चंद्रकांत अंभोरे हे ह्या बैठकीला उपस्थित होते.

'लोकांचे आर्थिक प्रश्न सुटले पाहिजेत. लोकांना आज आर्थिक सुधारणा हव्यात. कुठल्याही परिस्थितीत लोकांचं काम झालं पाहिजे,' हाच सूर कार्यकर्त्यांच्या चर्चेत होता.

बैठक संपली आणि कार्यकर्ते कामाला लागले.

ईश्वर इंगळे, पंडित कानडे आणि चंद्रकांत अंभोरे ह्यांच्यावर मशाल- मोर्च्याची जबाबदारी टाकली होती, तर मिलिंद, रोहिदास आणि रमा बाबर पडीक गायरान जमिनीसाठी सत्याग्रह करणार होते.

मिलिंद, रोहिदास आणि रमा बाबर गावात तळ ठोकून बसले होते. लोकांचं मनोबल

वाढलं होतं. खेडोपाडी आंदोलनाची वार्ता पसरली होती. 'आमच्या गावीही भूमी बळकावं आंदोलन झालं पाहिजे' म्हणून माणसं भेटत होती. कार्यकर्ते रात्री-बेरात्री फिरत होते. दवंडी देत होते. लोकांना बोलवत होते. रात्री दोन दोन वाजेपर्यंत भाषणं होत होती.

'पडीक जमिनीवर अतिक्रमण हा गुन्हा नाही. ज्या जमिनीतून पीक येत नाही, त्या जमिनीतून आपण पीक काढणार आहोत. आपण उत्पन्न वाढवत आहोत.' मिलिंद पोटतिडकीनं आपली भूमिका मांडत होता. सर्व जातीजमातींचे तरुण एकत्र येत होते. सर्व थरांतून भूमी बळकाव आंदोलनाला पाठिंबा मिळत होता.

चौदा ऑगस्टची रात्र.

राष्ट्रपती स्वातंत्र्याच्या पूर्वसंध्येला राष्ट्राला उद्देशून भाषण करत होते आणि दलित वस्त्यांमधून स्वातंत्र्याचा निषेध करण्यासाठी तयारी चालली होती. दलित वस्त्या रात्री उजेडासारख्या वागत होत्या. लोकांची मनं भय आणि उत्साह, जिद्द आणि जोखीम ह्यांनी गलोलीगत ताणली होती.

मध्यरात्रीच्या सुमारास लोकांचे अनेक जेत्थे बाबासाहेबांच्या पुतळ्यांपुढं जमू लागले. पोलिसांच्या तुकड्याही येऊन दाखल झाल्या. मोर्च्याला उद्देशून ईश्वर इंगळेचं भाषण झालं आणि मोर्चा घोषणा देत हलू लागला. सात हजारांचा जनसमूह आणि तेवढ्याच संख्येनं पोलीसही. मोर्चा पुढं नेऊ नये, म्हणून पोलीस आयुक्तांनी विनंती केली; पण कार्यकर्त्यांनी माघार घेतली नाही.

पोलिसांनी मोर्च्याभोवती कडं केलं.

कार्यकर्ते आणि पोलिसांत बोलणी झाली. प्रतीकरूपानं एकच मशाल पेटवावी, असं ठरलं. रात्री बारा वाजता सुरू झालेला मोर्चा सकाळी पंचशीलनगरात पोहोचला. बुद्धविहाराजवळ मोर्चा विसर्जित होत होता.

सुंदर सकाळ झाली होती. शाळेत जाणारी मुलं गणवेशात पंधरा ऑगस्टच्या झेंडावंदनासाठी घाईघाईनं दलित वस्त्यांमधून बाहेर पडत होती.

दहिटणं गावातूनही स्त्री-पुरुष बाहेर पडले होते.

'बोल दलिता हल्ला बोल। पडीक जंगलावर हल्ला बोल। ऊठ दलिता तोफा डाग। पोटात तुझ्या पेटली आग!' अशा घोषणा देत लोकांनी पडीक जमिनीवर अतिक्रमण केलं होतं. पडीक जमिनीवर उभी असलेली झाडंझुडपं साफ केली. वीस लोकांना प्रत्येकी तीन एकर प्रमाणे साठ एकर जागा मोजून देण्यात आली.

फॉरेस्टवाल्यांनी ट्यू. आर्. नोंदवला. गुन्हा नोंदवून लोकांना अटक करण्यात आली. लोकांनी कोर्टात गुन्हा कबूल केला. कोर्टानं चौदा दिवसांची सक्तमजुरीची शिक्षा दिली.

लोकांनी अतिक्रमण करून जमिनी बळकावल्या. लोक अतिक्रमण करण्यासाठी पँथरच्या कार्यकर्त्यांकडे तारखा मागू लागले. पुढं तर लोकांनी आपोपच अतिक्रमण सुरू

केलं. अतिक्रमण केल्यानंतर पोलीस अटक करायचे. केस व्हायची. पर्सनल बाँडवर जामीन मिळायचा. कोर्टात गुन्हा कबूल करून शिक्षा भोगायचे; पण जमिनीचा ताबा सोडायचा नाही.

गावागावांतून भूमी बळकाव आंदोलनाची मागणी होऊ लागली. हे आंदोलन केवळ पँथरचं राहिलं नव्हतं. हे आंदोलन भूमिहीन शेतकऱ्यांचं झालं होतं. आंदोलनकर्त्यांनी पर्यावरण जंगल विभाग आणि जनावरांसाठी प्रतिशत तेहतीस टक्के जमीन सोडून दिली होती.

पुढल्या काळात भूमिहीनांना पडीक जमिनीचे मालकी-पट्टे देण्यात यावेत, त्यांच्या पिकांच्या नासधुशीची भरपाई देण्यात यावी, भूमिहीनांना छळणाऱ्या शिपायांवर कारवाई करण्यात यावी, आदी मागण्यांसाठी पँथरनं वेळोवेळी आवाज उठवला.

महापालिकेच्या निवडणुका जाहीर झाल्या आणि पँथरनं निवडणुकांवर बहिष्कार टाकला.

शहराच्या संख्येच्या मानानं साठ वॉर्ड होते. दहा वॉर्डात पँथरचं काम होतं. दलित मतदारांची संख्या निर्णायक होती. आजवर दलित मतदारांचा सौदा करून ह्या मतदार-संघाचं राजकारण केलं जात होतं. पँथरमुळं दलित समाजात जागृती निर्माण झाली होती. पँथरनं निवडणुकीवर बहिष्कार टाकल्यामुळं काँग्रेसची एकगठ्ठा मतं कमी झाली होती. रिपब्लिकन पुढाऱ्यांच्या पाठिब्यांची हवाच निघून गेली होती.

ईश्वर इंगळेच्या वॉर्डात शिवसेनेच्या तिकिटावर मधू कावळे उभा होता.काँग्रेसचा उमेदवार होता. दोन अपक्ष उमेदवार होते. अपक्षांत एक मुस्लिम उमेदवार होता याकूब शेख हिंदूंची मतं निरनिराळ्या उमेदवारांत विभागली जात होती. मुस्लिम उमेदवाराचं पारडं जड झालं होतं. दलित पँथरने निवडणुकीवर बहिष्कार टाकल्यामुळं राजकीय समीकरणंच बदलले होते.

सवर्णांनी दलितांवर सामाजिक बहिष्कार टाकला. दलित लाचार झाले.
दलितांनी निवडणुकीवर बहिष्कार टाकला. सवर्ण लाचार झाले.
लोकशाहीमुळं दलितांच्या मतांना राजकीय महत्त्व प्राप्त झालं होतं.

दलितांनी निवडणुकीवर बहिष्कार टाकल्यामुळं त्यांना त्यांच्या मताचा परिणाम कळला होता, तर राजकीय पक्षानांही दलितांची मतं सरसकट सर्वकाळ विकत घेता येत नाहीत, हे कळलं होतं.

महापालिकेची निवडणूक जवळ येत होती. प्रचार शिगेला पोहोचला होता. पँथरनंही दिवसाला दहा-बारा सभा घेऊन आपल्या कार्यक्रमाचा प्रचार केला. सायंकाळी सहा वाजता पंचशीलनगर, सात वाजता रमाबाई आंबेडकर झोपडपट्टी, आठ वाजता शांतिनगर, नऊ वाजता अशोक चौक, अकरा वाजता भीमनगर, बारा वाजता मिलिंदनगर अशा सभा आयोजित केलेल्या असायच्या. सायंकाळी सहाच्या सभेतला पहिला वक्ता,

आपलं भाषण संपलं, की लगेच निघायचा आणि सातची सभा सुरू करायचा. वक्ते फिरत राहायचे. सर्व सभा वेळेवर व्हायच्या. हजारोंच्या संख्येनं दलित जनता सभेला येई.

अनेक राजकीय पक्षांनी पँथरला गळ घातली. पँथरचा पाठिंबा मिळवण्यासाठी बोलाचाली झाली; पण पँथरनं आपली भूमिका बदलली नाही.

ईश्वर इंगळेच्या वॉर्डात मुस्लिम अपक्ष उमेदवार याकूब शेख निवडून आला आणि निवडणूक हरलेल्या सर्व हिंदू उमेदवारांची माथी भडकली. रात्री त्यांच्या बैठका झाल्या. कट शिजला.

सकाळ झाली होती.

ईश्वर इंगळे आपल्या अंगणात उभा होता. गोळीबाराचा आवाज झाला. एकामागून एक फैरी झाडल्या गेल्या. क्षणात ईश्वर इंगळेचा देह छिन्नविछिन्न होऊन जमिनीवर कोसळला. गोळ्यांनी त्याच्या शरीराची चाळण केली होती. मारेकरी पळून गेले होते.

ईश्वर इंगळेच्या हत्येची बातमी वाऱ्यासारखी पसरली. पँथर प्रक्षुब्ध झाले आणि त्यांनी शहर पेटवलं. जाळपोळीनं शहर होरपळत असतानाच ईश्वर इंगळेची चिता भडकत होती. हजारो लोक उपस्थित झाले होते. आपल्या लाडक्या नेत्याला साश्रू नयनांनी अखेरचा निरोप देत होते.

दलितांनी जमिनीवर कब्जा केला.
त्यांच्यावर हल्ले झाले.
दलितांनी सत्तेवर अधिकार सांगितला.
त्यांच्यावर हल्ले झाले.
दलितांनी संपत्तीवर हक्क सांगितला.
त्यांच्यावर हल्ले झाले.
दलितांनी हल्ले केले,
तसे सारे शांत झाले.

दयानंद किणीकरनं ईश्वर इंगळेला श्रद्धांजली वाहताना गदगदलेल्या आवाजात आपली कविता म्हटली होती. चितेच्या ज्वाळा भडकत होत्या. मनं पेटत होती.

चौथ्या दिवशी शहर शांत झालं.

पोलिसांनी दोनशेच्यावर पँथर्सना अटक केली होती; पण ईश्वर इंगळेचे मारेकरी अजूनही बाहेर होते.

ईश्वर इंगळेच्या घरापुढं शोकसभा झाली. हजारो कार्यकर्ते सभेला आले होते. पोलीस मोठ्या संख्येनं जमले होते. 'खून का बदला खून' अशा घोषणा वारंवार दिल्या जात होत्या. वातावरण आगीसारखं थयथयत होतं.

रोहिदास आपल्या अध्यक्षीय भाषणात बोलताना म्हणाला,

'ईश्वर इंगळेचा आपण पुतळा उभारू !'

तेव्हा टाळ्यांचा विजांसारखा कडकडाट झाला.

'ईश्वर इंगळे अमर रहे' च्या घोषणांनी आसमंत दुमदुमला.

ईश्वर इंगळेच्या हत्येमुळं संघटनेत फार मोठी पोकळी निर्माण झाली होती. मिलिंदनं ही पोकळी भरून काढण्यासाठी दयानंदला संघटनेत येण्याची विनंती केली; पण दयानंदनं ही विनंती मान्य केली नाही.

रमा बाबरचं चळवळीकडं हळू हळू दुर्लक्ष होत होतं. ती पूर्वीसारखी संघटनेच्या कामात रस घेत नव्हती. तिचा बहुतेक वेळ दयानंदबरोबर जायचा. दोघांनाही चळवळीची पार्श्वभूमी होती. रमा दयानंदच्या लेखनावर प्रेम करायची. दयानंद आपलं पहिलं लेखन तिला वाचून दाखवायचा. ते दोघे एकत्र फिरताना दिसायचे.

'रमा, आपण पूर्वी तासन् तास चळवळीवर बोलायचो. आज आपण एकमेकांच्या आवडीनिवडींविषयी बोलत आहोत. हा बदल कधी झाला, हे कळत नाही.'

'मी चळवळीशिवाय जगूच शकत नाही. ह्याचा अर्थ असा नव्हे, की मी चोवीस तास चळवळीचाच ध्यास घेतला पाहिजे. एखादा प्रश्न जेव्हा ऐरणीवर येईल, तेव्हा मी स्वत:ला सर्वस्वासह झोकून देईन. चळवळीतले समरप्रसंग सोडले, तर चळवळीत असं काय असतं ? कार्यालयात चार कार्यकर्ते जमून गप्पा मारतात, पत्ते खेळतात, चहा पितात, सिगारेटी ओढतात. जमलेच, तर एकमेकांविषयी उणंदुणं बोलतात. त्यापेक्षा आपण मैत्रीविषयी बोलतोय्. जीवन जिव्हाळ्यानं समजून घेतोय्, हेही महत्त्वाचं नव्हे का ?'

'रमा, खरंच तू बुद्धिमान आहेस. तुझ्यामुळं मला दुसरी दृष्टी मिळाली. मी चळवळीतून आलो असलो, तरी दुसऱ्या बाजूचा इतका व्यापक विचार कधी केला नव्हता, म्हणूनच की काय, मी चळवळीबाहेर पडलो.'

'तू चळवळीबाहेर पडलास, तरी चळवळीत तुझीच चर्चा होते. कधी कुचेष्टेनं, तर कधी कौतुकानं. त्यामुळंच मी तुझ्याकडे ओढली गेल्ये. कधी कधी विचार करते, तेव्हा मला दोन प्रियकर आहेत, असं वाटू लागतं. एक चळवळ आणि दुसरा तू. आणखी खोलवर विचार केला, की ह्याहीपेक्षा अधिक प्रेम बाबासाहेबांवर आहे, असं जाणवायला लागतं.'

'तुला ऐकत राहावंसं वाटतं.'

'उद्या रविवार. काय कार्यक्रम आहे तुझा ?'

'बरी आठवण केलीस. मी एका कविसंमेलनाला जातोय्. येणार तू ?'

'चालेल का ?'

'माझ्या मनात आहे तुला घेऊन जायचं.'

'तुझ्या मनाला मी कशी टाळू शकते ?'

आज जिल्हा संमेलन भरणार होतं. नवोदितांचं हे कविसंमेलन होतं. दयानंद मोटार सायकल चालवत होता. त्यानं आपल्या मित्राची गाडी कार्यक्रमासाठी मागून घेतली होती. रमा त्याला बिलगून बसली होती. गळ्यात हात घालावे किंवा पकडून बसावं, इतकं धाडस अजून तिच्यात भिनलं नव्हतं. एकमेकांना हवासा असलेला उष्ण स्पर्श, वेगावर स्वार झालेलं त्यांचं मन, समुद्राच्या लाटांगत धडका घेणारं त्याचं शरीर, भरधाव रस्त्यावर दोघंच असल्याचा दिलासा, भोवतालच्या मोकळ्या माळरानानं त्यांच्या एकांताला दिलेलं बळ, वळणावळणांनी अपघाती घाट ओलांडताना निर्लज्ज होणारं त्यांचं तारुण्य, दोघांच्या अंगांना झोंबणारा पिसाट वारा आणि चावट ट्रक ड्रायव्हरच्या खट्याळ खोचक नजरा ह्यामुळं दोघंही घुसळून निघाले होते.

दयानंदनं ब्रेक दाबला. रमा त्याच्या अंगावर आदळली. त्याच्या नजरेत गतिरोधक ओलांडल्याची स्पष्ट खूण जाणवत होती. तिच्या चेहऱ्यावर निर्मनुष्य स्मित फुललं होतं. खोल खाली दरीत ट्रक उलथून पडला होता. जणू ते त्यांच्या संयमाचं अपघाती दृश्यच होतं.

'तुला आतापर्यंत काहीच जाणवलं नाही ?'

त्याचा आवाज सर्व नियंत्रणं उधळून व्यक्त झाला होता. त्याच्या शरीराला जिभा फुटल्या होत्या. तिच्या शरीराला डोळे फुटले होते.

'भूमिहीनांनी ही जमीन कसली आहे, बघ. पडीक गायरान जमीन कशी तरारून उठली आहे.'

'भूमी बळकाव आंदोलनातील ही जमीन आहे का ?'

'होय. मला अजूनही तो सत्याग्रह आठवतोय्. तो उत्साह आणि आत्मविश्वास आठवतोय्.'

पर्वताच्या एकमेकांना बिलगलेल्या रांगा. त्यांना कवेत घेणारे वळणावळणाचे विळखे. पहाडी मैथुनातून जन्मलेला प्रवाह. प्रवाहात बागडणारी बगळ्यांची पिल्लं आणि रानभर पसरलेल्या गुराख्यांच्या हाका.

'तू अशीच उभी राहा.'

'आपण दोघेही उभे राहू.'

'मला ह्या पर्वताच्या सान्निध्यात तुझा फोटो घ्यायचाय्.'

'एकटीचा नको.'

'ठीक आहे.'

विनया प्रधानच्या कवितेत दारुण प्रेमभंगाचा नि:श्वास दरवळायचा. तिच्या कवितेतला तरल एकांत पैंजणांच्या पावलांनी नृत्यमग्न व्हायचा. तिच्या ओळींतून ऋषितुल्य मीलनाचा जंगली हिरवटपणा व्यक्त व्हायचा. तिच्या शब्दांत तिच्या देहानं

केलेली घनघोर तपश्चर्या व्यक्त व्हायची.

विनया प्रधानची कविता म्हणजे रसिकाच्या काळजात दडलेला एक अविस्मरणीय नाद वाटायचा. विनयाला मनोहर लावण्य लाभलं होतं. तिचं मोहरलेलं रूप कोणाचीही नजर आपल्याभोवती बांधून ठेवी. रमाला विनयाच्या कवितेची, तिच्या विलोभनीय व्यक्तिमत्त्वाची, तिला रसिकांनी दिलेल्या टाळ्यांची, दयानंदनं केलेल्या तिच्या कौतुकाची असूया वाटली. तिच्या शरीरात गदळ उठला.

घाटातून परतताना कातरवेळ घायाळ झाली होती. सायंकाळचा गार वारा झोंबत होता. दयानंद आणि रमा भूमिहीनांच्या शेताजवळून जात होते. रमाची नजर गायरानाकडे खिळली. शेतातील उभं पीक कापून नेलं होतं. शासकीय अधिकाऱ्यांचं हे कृत्य असणार ! जमीन उद्ध्वस्त धर्मशाळेसारखी वाटत होती.

रमाच्या काळजात चर्र झालं. दयानंद वेगानं रस्ता पार करत होता. रमानं हिरव्यागार जखमेला ओठांआडच दाबून ठेवलं.

घरी परतणारी गाई-गुरं. घरट्यांकडे झेपावणारी पाखरं. धूसर होत जाणारा प्रकाश. वेगानं सरणारा नग्न रोड. झाकोळून येणारा गूढ अंधार. दोन देहांआड पेटलेली अतृप्त असोशी. रंध्रारंध्रांत जागलेली घनघोर वासना. मौनानं मौनाला घातलेली उतावीळ साद.

रमा दयानंदच्या गच्च मिठीत थरारली होती.

मिलिंदच्या घरी पँथरची बैठक सुरू झाली होती. ईश्वर इंगळेच्या हत्येमुळं रिकामं झालेलं अध्यक्षपद कुणाला द्यायचं, ह्यावर चर्चा सुरू होती. नव्यानं कार्यकारिणी जाहीर करायची होती. ह्या बैठकीला महत्त्व प्राप्त झालं होतं.

भारतीय दलित पँथरचे जिल्हा अध्यक्ष म्हणून मिलिंदचं नाव जाहीर झालं. रोहिदास, भीमा भोळे, पंडित कानडे आणि चंद्रकांत अंभोरे ह्यांना संघटनेत महत्त्वाची पदं मिळाली होती.

संध्याकाळी जाहीर सभा झाली.

सभेला अलोट गर्दी लोटली होती. नव्या कार्यकारिणीचं पुष्पहार घालून स्वागत झालं. मिलिंद, रोहिदास, भीमा भोळे, पंडित कानडे आणि चंद्रकांत अंभोरे ह्यांची हृदय-स्पर्शी भाषणं झाली. प्रत्येकजण मनापासून बोलला. प्रत्येकाच्या बोलण्याला धार होती.

'दयानंद, तू संघटनेत असतास, तर आज अध्यक्ष झाला असतास.'

'मला त्यात रस नाही.'

'पण का ?'

'हे बघ, रमा, एखादा कार्यकर्ता चमकू लागला, की त्याला वेगळं पाडलं जातं. त्याला निष्प्रभ केलं जातं. त्यामुळं नव्या कार्यकर्त्याचा भ्रमनिरास होतो. समाजकार्यापेक्षा कार्यकर्त्यांच्या कारवायांना तोंड देण्यातच अधिक वेळ जातो. एकमेकांचे पाय

ओढणं, कार्यकर्त्याला बदनाम करणं, त्याच्यावर आरोप करत सुटणं हे अत्यंत वाईट षड्यंत्र असतं. आपल्या संघटनेत नेते निर्माण होतात. कार्यकर्ते नाही. नेत्याच्या चमच्यांना आपण कार्यकर्ते समजत असतो. आपल्या संघटना चमच्यांच्या अरिष्टात सापडल्या आहेत. प्रामाणिक कार्यकर्त्यांचा हा कत्तलखाना आहे.'

दयानंद अस्वस्थ झाला होता. त्याची जखम भळभळत होती. त्याच्या आवाजात कडवटपणा होता.

'तू खूप दुखावला आहेस.'

'मी आत्महत्या केली असती. पण सावरलो. ह्या चळवळीसाठी मी माझ्या आयुष्यातला उमेदीचा काळ दिला आहे. ती चळवळ जर दारू आणि जुगाराचे अड्डे चालवणाऱ्या कार्यकर्त्यांचा अड्डा होत असेल, तर मला वेदना होणार नाहीत ? चळवळ आमचं स्वप्न होतं. भव्य स्वप्न !'

'हा विषय मी उगीच काढला.'

'तू खूप संवेदनक्षम आहेस. चळवळीत निर्ढावलेली मनं लागतात. अन्याय-अत्याचारानं विचलित न होणारी. शांत आणि गंभीर. तरच प्रकरणाची नीट तड लावता येते. भावनाविवश होऊन चालत नाही.'

'तुझ्या डोळ्यांकडं पाहत राहावंसं वाटतंय्.'

तिच्या नजरेतून तो तिच्या शरीरात प्रवेश करतो.

शरीर एक अभयारण्य. तिचं हसणं फुलपाखरासारखं बागडू लागतं. व्हिस्कीच्या पेगात विरघळणाऱ्या बर्फासारखे ते एकमेकात वितळत होते.

'रमा...'

'चावट...'

'तू गोड आहेस.'

'दिवस गेले, तर......'

'दिवसांना पकडून ठेवू आपल्या मिठीत.'

शिगेला पोहोचत जाणारी श्वासांची लय. समग्र शरीराचं अवखळ जागं होणं. देहाचं बिलगणं. मनाचं उत्तेजित होणं. एकमेकांत मिसळून जाण्याची प्रचंड धडपड.

रंगाचा बेरंग होतो. शरीर आकांत करू लागतं. एक जिव्हारी तडफड घाईनं जागी होते. प्रक्षुब्ध जमावाला पोलिसांनी कडं करावं, तसं ते आपल्या भावनांना आवरतात. रमा केस बांधते. कपडे नीट करते. दयानंद दारातून डोकावतो.

दारात निधी मागण्यासाठी कार्यकर्ता आलेला असतो.

ईश्वर इंगळेचा पुतळा उभारण्यासाठी निधी जमवण्याचं काम जोरात चालू होतं. पावती-पुस्तकं छापली होती. कार्यकर्ते पैसा जमा करत होते. कुणीच हिशेब देत नव्हता. चळवळ पैसे जमवण्यात गुंतली होती. लोक पैसे देत नव्हते. कार्यकर्ते पैशासाठी फिरत होते. चळवळ थंडावली होती.

भारतीय दलित पँथरनं मराठवाडा विद्यापीठाला डॉ. बाबासाहेब आंबेडकरांचं नाव द्यावं, अशी जाहीर मागणी केली आणि चळवळीला धार आली. बाबासाहेबांच्या नावावर प्रेम करणाऱ्या हजारो दलित तरुणांनी संघर्षात उडी घेतली. नामांतराच्या प्रश्नावर मराठवाडा पेटला. आगीचं लोण महाराष्ट्रभर पसरलं. त्याचे साद-पडसाद देशभर उमटू लागले.

मिलिंद, रोहिदास, आणि पंडित कानडे ह्यांनी पँथरची बैठक बोलावली होती. आपणही नामांतराच्या मागणीवर काही तरी कार्यक्रम केला पाहिजे. आपले लोक लढत आहेत आणि आपण काहीच करत नाही, असं होईल. चर्चा खूप वेळ चालली होती.

नामांतराच्या प्रश्नानं उग्र रूप धारण केलं होतं. नामांतर-विरोधकांच्या हिंसक कारवाया वाढल्या होत्या. शासन बघ्याची भूमिका घेत होतं. आता दलितांना संघटित होऊन संघर्ष करण्याशिवाय पर्याय नव्हता.

मिलिंद, रोहिदास ह्यांनी पुढाकार घेऊन मोर्चा काढण्याचा निर्णय घेतला.

मोर्च्याचा तपशील ठरवू लागले, तोच चंद्रकांत अंभोरे आला. त्यानं शांतिनगरमधील बौद्धांच्या झोपड्यांना आग लागल्याची बातमी दिली.

बौद्धांवरच हल्ले होत आहेत. बौद्धेतर मागासवर्गीयांवर सवर्ण हल्ले करत नाहीत. बाबासाहेबांमुळं महारांत जागृती निर्माण झाली. त्यांनी आपली चळवळ उभारली. संघर्ष केला. सवर्णांविरुद्ध वेळोवेळी लढा दिला. महारांनी धर्मान्तर केलं. गावकी नाकारली. शैक्षणिक क्षेत्रात झपाट्यानं शिरकाव केला. शासकीय नोकऱ्यांत प्रवेश मिळवला. राजकारणात उतरले. बाबासाहेबांच्या विचारांमुळं आणि चळवळींमुळं ह्या समाजानं हजारो वर्षांची कात टाकली आणि नवा जन्म घेतला. काल लाचारीनं जगणारी जात आज स्वाभिमानानं जगतेय्, हे सवर्णांना कसं सहन होईल ? त्यांनी महारांचा छळ सुरू केला. ते ज्या विचारावर उभे आहेत, त्याला विरोध सुरू झाला. ते ज्या बाबासाहेबांच्या नावाला प्राणप्रिय मानतात, त्यांची विटंबना सुरू झाली.

नामांतराचं एक निमित्त घडलं. हजारो वर्षांची सनातन संस्कृती आणि अस्पृश्यांचा स्वाभिमान ह्यांत युद्ध पेटलं. नामांतर हे केवळ नामांतर नव्हतं. एका इमारतीला एका व्यक्तीचं नाव देणं एवढं हे सोपं गणित नव्हतं. हे वैदिक-अवैदिक संस्कृतींमध्ये पुरातन काळापासून सुरू असलेल्या संस्कृतिसंघर्षाचं वर्तमान रूप होतं.

शांतिनगरमधल्या झोपड्या जळून खाक झाल्या अणि वर्तमानपत्रांची पहिली पानं बातम्यांनी रंगली. लोकभावना भडकावणाऱ्या ह्या बातम्यांना भडक प्रसिद्धी मिळू लागली. कुठं दलितांच्या झोपड्या जाळल्या ? कशा जाळल्या ? किती जाळल्या ? हे वाचण्यासाठी वर्तमानपत्रांचं सामुदायिक वाचन होऊ लागलं. जादा अंकांची मागणी होऊ लागली. बातम्या वाचून वातावरण चिघळू लागलं. अन्याय -अत्याचार करणाऱ्यांना बातम्यांचा आधार मिळू लागला. सवर्णांचं बळ वाढू लागलं. रोज नव्या बातम्यांकडे लोकांचं लक्ष

लागलं.

रोज काही ना काही घडत होतं.

पोलीस खातं गळाठलं होतं.

अनिरुद्ध कुलकर्णी तरुण फौजदार. मराठे हवालदारचा जावई. उस्मानाबादच्या पोलीस अधिकाऱ्यानं अनिला आदेश दिलेला. हाडोळती, वाढोना आणि जळकोट इथल्या वातावरणाची पाहणी करण्याची जबाबदारी त्यांच्यावर होती. एक पोलीस जीप आणि चार पोलीस कॉन्स्टेबल्स घेऊन अनि निघाला. त्यांनं हाडोळती गाठलं.

गावात तणाव होता.

अहमदपूरला पोलीस फोर्स कमी असल्यानं त्यांना चार शिपाई मिळाले होते. अनिकडे केवळ एक पिस्तूल होतं. त्याला जादा कुमक हवी होती.

जळकोटला वातावरण तंग असल्याचं अनिला कळलं. त्यांनं एक शिपाई एस्-आर्-पी. फोर्स आणण्यासाठी पाठवला. तीन पोलिसांना घेऊन तो जळकोटला पोहोचला.

रात्र झाली होती.

जमाव पोलीस चौकीवर चालून आला होता. जमावानं हिंसक रूप धारण केलं होतं. पोलीस ठाण्यावर दगडफेक चालू होती. अनिकडं एक पिस्तूल आणि तीन पोलिसांकडे तीन लाठ्या होत्या. परिस्थिती आवाक्याबाहेर गेली होती.

'तुम्ही पळून जा. माझ्याकडं रिव्हॉल्वर आहे. मी पाहून घेतो.' अनिनं पोलसांना अखेरचा सल्ला दिला. पोलिसांना अवघड वाटलं.

जमाव आरडाओरड करत जवळ येत होता. तो हिंस्त्र बनला होता. पोलीस मागील दारानं पळाले. पोलीस चौकीत अनि एकटाच राहिला.

पोलीस ठाण्याभोवती दगडाचा खच पडत होता. अजूनही एस्-आर्-पी. ची कुमक येत नव्हती. वातावरण तर चिघळलं होतं. अनिनी जमावाला काबूत आणण्यासाठी हवेत दोन गोळ्या झाडल्या. जमावानं त्याला भीक घातली नाही. जमाव अधिक आक्रमक बनला. अनिचा नाइलाज झाला होता. त्यांनी जीव वाचवण्यासाठी जमावावर गोळ्या झाडल्या. एक-दोघे जखमी झाले.

जमाव गोळीबाराच्या भीतीनं पळून जाण्याऐवजी अधिक संतप्त झाला. जमावानं पोलीस चौकीवर हल्ला चढवला. अनिनी पोलीस चौकीचं दार बंद करून घेतलं. जमावाचा गोंधळ वाढला. अनि मागच्या दारानं निसटला. शेजारच्या घरात घुसला. पण जमावानं त्याला पाहिलं होतं. तो जमावात होता. जमावानं घरात घुसून अनिला बाहेर काढलं. लाथा-बुक्क्या-दगडांनी ठेचून घायाळ केलं. अर्ध-मेल्या बेशुद्ध अनिचा जखमी देह जमावानं ओढत पोलीस ठाण्यात आणला.

पोलीस ठाण्यात लाकडं, कडबा रचून अनिला जिवंत जाळलं. पोलीस स्टेशन पेटलेलं पाहून जीव मुठीत घेऊन पळालेले पोलीस अहमदपूरला गेले आणि त्यांनी

घडलेल्या घटनेचा वरिष्ठांना रिपोर्ट केला.

सकाळी पोलिसांची जादा कुमक जळकोटला पोहोचली. गावात नीरव शांतता होती. गावकरी पाहुण्यारावळ्याकडे पळून गेले होते. गावात होते म्हातारे कोतारे. सर्वांचं एकच उत्तर होतं.

'आमाला काय बी माहीत न्हाय, साहेब.'

दुसऱ्या दिवशी वर्तमानपत्रात अनिरुद्ध कुलकर्णीच्या हत्याकांडाची बातमी झळकली.

जिथं पोलीस चौकी पेटवली जातेय् ?

जिथं फौजदार जिवंत जाळला जातोय् !

तिथं अस्पृश्यांच्या जिवाचं काय ?

दलितांनी गाव सोडणं सुरू केलं होतं.

मिलिंद, रोहिदास, पंडित कानडे आणि चंद्रकांत अंभोरे ह्यांनी पँथरची बैठक बोलावली. नामांतराच्या मागणीसाठी मोर्चा काढण्याचा निर्णय घेण्यात आला. पोलीसांनी मोर्च्याला परवानगी नाकारली.

'वातावरण चिघळेल आणि काहीही घडेल. तुम्ही मोर्चा काढू नका...'

पोलीसांनी गंभीर परिस्थितीची जाणीव करून दिली होती. मिलिंद मनातून हादरला होता. युद्धात मनुष्यसंहार होतो, म्हणून युद्धच करायचं नाही ? जीवितहानी होऊ नये, म्हणून अन्याय उघड्या डोळ्यांनी सहन करायचा ? हे जिवंतपणाचं लक्षण नव्हे. मरण महत्त्वाचं नाही. मृत्यूपेक्षा महत्त्वाचा आहे न्याय; आणि तो आम्हांला मिळालाच पाहिजे. आपण मोर्चा काढू. पोलीसांना काय करायचंय्, ते करतील. मिलिंदनं आपला निर्णय जाहीर केला. रोहिदास, पंडित कानडे आणि चंद्रकांत अंभोरे ह्यांनीही ह्या निर्णयाला ठाम राहिले.

पँथर मोर्च्याच्या तयारीला लागले.मोर्च्याला लोकांचा विरोध होऊ लागला.

'उगीच ठिणगी टाकू नका. आमची घरं जळतील. मोर्चाबिर्चा काढू नका...'

मिलिंदला काय करावं सुचेना. दहा लोकांचा का होईना, आपण मोर्चा काढू. पोलीस अटक करतील. करू देत. आपण मागे हटायचं नाही. पोलीस अटक करतील, म्हणून काहींनी अंग काढून घेतलं.

मिलिंद दलित पँथरचा नेता. त्याचा दुसरा भाऊ गावात शेती करत होता. आपला भाऊ पँथरचा पुढारी आहे, म्हणून तोही गावात पुढाऱ्यासारखा वागत होता. गावकऱ्यांना मिलिंदच्या भावाची वागणूक खटकत होती. मिलिंदचा भाऊ देविदास गावाच्या नजरेत खुपत होता.

गावातल्या मंदिरात अस्पृश्यांना प्रवेशबंदी असताना देविदास मंदिरात जाऊन देवाचं दर्शन घ्यायचा. गावचा न्हावी दलितांचे केस कापत नाही, म्हणून त्याच्यावर देविदासनं पोलीस केस केली होती. गावात एकच हॉटेल होतं. तिथं दलितांसाठी वेगळी कपबशी ठेवली होती. देविदासनं हॉटेलवाल्यावरही खटला केला होता. एवढंच नव्हे,

गावच्या सावकाराविरुद्ध 'जातिवाचक शब्द बोलून अवमान केला,' म्हणून खटला दाखल केला होता. गप्प बसावं, तर देविदास आपल्या धर्माविरुद्ध वागतोय्. त्याला प्रतिबंध करावं, तर पोलीस अटक करतात. गावकऱ्यांची कोंडी झाली होती.

नामांतराच्या आंदोलनामुळं सर्व सवर्ण एक झाले होते. त्यांच्या मनांत धुमसत असलेला दलितद्वेष उफाळून आला होता. सूड उगवण्याची एक चांगली संधी चालून आली होती. गावकऱ्यांनी काठ्या, कुऱ्हाडी, टेंभे घेऊन बौद्धवाड्यावर चाल केली.

कुणी तरी सांगितलं, 'देव्या घरातच हाय.' लोक तिकडं वळले, तोपर्यंत देविदास सावध झाला होता. तो जिवाच्या भीतीनं पळाला. रानोमाळ. वाट दिसेल तिकडे.

संपूर्ण गाव देविदासच्या पाठी लागला होता. पुढं देविदास-मागे काठ्या-कुऱ्हाडी घेतलेला गाव. शेवटी जमावानं देविदासला गाठलं. त्याला काठ्या-कुऱ्हाडीनं मारलं. त्याचा मृतदेह ओढत गावात आणला आणि वेशीत टांगला. वर्तमानपत्रांच्या बातम्या पुन्हा एकदा झळकल्या. सर्वत्र संतापाची लाट उसळली.

मोर्चा निघाला.

मिलिंद सर्वांत पुढं होता. नामांतराच्या घोषणा गर्जू लागल्या. हजारो लोक धाडसानं मोर्च्यात सामील झाले होते. शहर भेदरून गेलं होतं. पोलीसांची संख्या मोर्च्यापेक्षा अधिक होती. कधी लाठीचार्ज होईल, कधी गोळीबार होईल, कधी अश्रुधुराच्या नळकांड्या फोडल्या जातील, ह्याचीच धास्ती सर्वांच्या चेहऱ्यांवर साकळली होती. काही घडलंच, तर कसं निसटायचं, ह्याचाही विचार प्रत्येकानं मनाशी केलेला होता. मोर्च्यात स्त्रिया होत्या. मुलं होती. वृद्ध होते. तरुण होते. विद्यार्थी होते. सर्वांच्या रक्तात बाबासाहेबांविषयी असीम श्रद्धा होती आणि विषम व्यवस्थेविरुद्धचा उफाळलेला उद्रेक होता. मोर्चा वादळासारखा रोरावत निघाला होता. गर्दी अनावर झाली होती. पोलीसांना आवरणं अशक्य होतं. पोलीसांनी मोर्चा अडवला. दलित तरुणांनी पोलिसांचं कडं तोडलं. पोलिसांनी लाठीहल्ला सुरू केला. मोर्चा विस्कळीत झाला. धावपळ सुरू झाली.

मोर्च्यातील लोकांवर सवर्ण वस्तीतून दगडफेक सुरू झाली.

दुसऱ्या दिवशी पुन्हा वर्तमानपत्रात बातमी आली. मोर्च्यावर पोलिसांचा लाठी हल्ला. चेंगरून तीन ठार. मोर्च्यावर केलेल्या लाठी हल्ल्यात एक ठार. ठार झाले होते फक्त दलित.

झोपड्या जळत होत्या फक्त दलितांच्या. सर्व व्यवस्था दलितांविरुद्ध दंड थोपटून उभी होती. नामांतर लढा अधिक एकाकी पडत होता. किती मोर्चे काढायचे ? शासन जागं होत नाही. किती आंदोलनं करायची ? समाज बदलत नाही. उलट, आंदोलनं बोथट होऊ लागली. मोर्चा निष्प्रभ ठरू लागला. चळवळीतलं गांभीर्यच हरवून चाललं.

एकाच प्रश्नावर किती दिवस लढायचं ?

किती वर्षं ?

बाबासाहेबांच्या नावानं लोक आपल्या पाठीमागे येतात, म्हणून त्यांना किती वेळा तुरुंगात न्यायचं ?

किती झोपड्या जळल्या ? किती माणसं मेली ? तरी काहीच घडलं नाही.

मराठवाड्यातील लोकांच्या भावनेचा प्रश्न आहे, म्हणून नामांतराचं घोंगडं भिजत पडलं. केवळ मराठवाड्यातल्या सवर्णांनाच भावना आहेत ? दलितांना भावनाच नाहीत ? लोकांच्या भावनेवर एकवेळ शासन चालू शकतं; पण सामाजिक परिवर्तनाचा लढा लोकांच्या भावनेपेक्षा मानवी मूल्यांवर चालतो. भावनेपेक्षा मानवी मूल्यं महत्त्वाची आहेत. शासनाला मूल्यांचं काय ? त्यांना आपली सत्ता टिकवायची आहे.

आपण सत्तेत गेलं पाहिजे. शासनकर्ती जमात झाली पाहिजे. आपण लष्कराला पाचारण करू आणि नामांतर करू. शासन बुळं आहे.

मिलिंद रात्रभर विचार करत होता.

नामांतराच्या प्रश्नाचं काय ? नामांतर झालं पाहिजे. नामांतर झालं नाही, तर आपला लढा फुकट जाईल. प्रतिगामी शक्ती फोफावतील.

नामांतर-विरोधकही मोर्चे काढत होते. आंदोलन करत होते. शासकीय संपत्तीची नासधूस करत होते. दलितांच्या झोपड्या पेटवत होते.

महाराष्ट्रातील पुरोगामी जनता नामांतराच्या बाजूनं उभी होती. पुरोगामी चळवळी नामांतराच्या प्रश्नावर एक झाल्या होत्या. नामांतराच्या मागणीचा रेटा वाढत होता.

दलित मुक्ती सेनेनं नामांतरासाठी लाँग मार्च काढण्याचं जाहीर केलं.

महाराष्ट्राच्या कोनाकोपऱ्यांतून लोकांचे जत्थे लाँग मार्चमध्ये सामील होणार होते. गावागावांतून लोक ह्या मार्चमध्ये येणार होते. महाराष्ट्रातील सर्व नामांतरवादी जनता औरंगाबादमध्ये दाखल होऊन स्वत: विद्यापीठाचा नामफलक बदलणार होती.

पुन्हा एकदा वातावरण तापलं. सर्वत्र लाँगमार्चची तयारी सुरू झाली.

लाँग मार्च हा दलित मुक्ती सेनेचा कार्यक्रम आहे. ह्या कार्यक्रमात भारतीय दलित पँथरच्या कार्यकर्त्यांनं कसा भाग घ्यायचा ?

लाँग मार्चमध्ये पुरोगामी सवर्ण लोक सहभागी होत होते. पण लाँग मार्च हा आमच्या संघटनेचा कार्यक्रम नाही, म्हणून नामांतरासाठी लढणारे आंबेडकर अनुयायी लाँग मार्चला विरोध करत होते.

वर्तमानपत्रं दोन्ही बाजूंनी रान पेटवत होती.

सुगावला आदर्श गाव म्हणून पुरस्कार मिळालेला. तिथं साक्षरतेचा प्रसार झाला होता. दारूबंदी झाली होती. वृक्षारोपणाचा कार्यक्रम झाला होता. सवर्ण आणि दलित गुण्या गोविंदानं राहत होते. पण नामांतराच्या आंदोलनामुळं गावातील वातावरण दूषित होऊ लागलं.

सुगावमध्ये हायस्कूल होतं. हायस्कूलच्या भिंतीवर म. गांधीजी, लोकमान्य टिळक

बाबासाहेब आंबेडकर आणि साने गुरुजी ह्यांची चित्रं रंगवली होती. रात्री कोण्या तरी माथेफिरूनं बाबासाहेबाच्या चित्राला शेण फासलं आणि सकाळी गावातील वातावरण बिघडलं.

दलित-सवर्णांत तणाव निर्माण झाला. दलितांनी मोर्चा काढला. मोर्चा शाळेजवळ आला. गावकरी जमले. दोन तरुण पुढं आले.

'आम्ही आंबेडकराच्या चित्राला शेण फासलं आहे. आम्ही ती भिंतही पाडून टाकू.'

आठ-दहा तरुणांनी शाळेच्या भिंतीवर प्रहार सुरू केला. शिक्षक त्यांना अडवू लागले. गावकरीही भिंत पाडण्यास सरसावले. कोणीच ऐकण्याच्या मन:स्थितीत नव्हतं. शाळेतील मुलं वर्गाबाहेर पळाली. गावकऱ्यांनी शाळा पाडली.

गावगुंडांनी दलितांना हुसकावून लावलं.

संध्याकाळपर्यंत पोलिसांची कुमक गावात आली. पोलिसांनी गावातील दोनशे लोकांना अटक केली. गावातल्या पोलीस चौकीबाहेरच्या पटांगणात सर्वांना बसवलं. चौकीत इतके लोक मावणार नव्हते. पटांगणात मंडप टाकला होता. पोलिसांनी रात्री गोड जेवणाची व्यवस्था केली होती. लोक मंडपात बसून जेवत होते. पोलीस जेवण वाढत होते. 'जय भवानी जय शिवाजी' च्या घोषणांत गावकऱ्यांचं भोजन सुरू झालं होतं.

भीमनगरमधली माणसं रात्री काहीतरी वाईट घडेल, म्हणून गाव सोडत होती.

सकाळी मुलं शाळेला आली. शाळा कोसळली होती. शिक्षकांनी मुलांना गावातल्या मंदिराकडे नेलं. शाळा मंदिरात भरणार होती. सर्व मुलं मंदिरात घुसली. शिक्षकानं चार-पाच दलित मुलांना ओढून बाजूला घेतलं

'आज शाळेला सुट्टी आहे. तुम्ही घरी जा.' म्हणून सांगितलं.

मंदिरात शाळा भरली होती. मुलं जोरजोरानं प्रतिज्ञा म्हणत होती,

'भारत माझा देश आहे, सारे भारतीय माझे बांधव आहेत.'

दलित मुलं पाट्या-पुस्तकं घेऊन आपल्या घरांकडे निघाली होती. मंदीर बाटू नये, म्हणून.

मी दयानंद किणीकर. दलित लेखक. कवी प्राध्यापक.
माझा भूतकाळ आणि मी.
माझे वडील, मी आणि माझा मुलगा विवेक
आम्हा तिघांच्याही चेहऱ्यात किती अंतर आहे !
मी माझ्या आयुष्याचं उत्खनन करत घरी पोहचलो.
भावनाचे वडील दारात दिसले आणि मी भांबावून गेलो. मला काही सुचेना. मला वाटलं, त्यांचे पाय धरावे. पण........? त्यांना विटाळ झाला, तर ? ते सनातनी आहेत. जुन्या मताचे आहेत.
माझं आणि भावनाचं लग्न होऊन आज दहा वर्षं झाली. आज ते आमच्याकडे आलेत. त्यांचा चेहरा प्रसन्न वाटतोय्. ते विवेकबरोबर गप्पा मारत आहेत. विवेकनं मला पाहिलं, 'पपा' म्हणून हाक मारली आणि भावनाचे वडील सशासारखे सावध झाले.
मी घरात गेलो.
'बाबा कधी आलेत ?' माझा प्रत्येक शब्द आदरानं चिंब झालेला.
'दुपारी.' भावनाच्या प्रत्येक शब्दात आनंदाचं आभाळ भरून आलेलं.
मी फ्रेश होतो. भावना माझ्यासाठी चहा ठेवते. मी आणि भावनाचे वडील बैठकीत बसलेलो.
विवेक आपल्या आजोबांना बिलगला आहे.
भावनाच्या वडिलांनीच संवाद सुरू केला,
'चांगला संसार सुरू केलाय्. भावना सुखी आहे, ह्यातच पावलं सगळं. तिनं

खूप सोसलंय्. तुम्ही स्वीकारलं नसतं, तर तिच्या आयुष्याचं वाटोळं झालं असतं. तुमचे उपकार आहेत आमच्यावर. माझं चुकलं. तुम्हांला आशीर्वाद द्यायला दहा वर्षं थांबावं लागलं. व्यवस्थेला ओलांडता आलं नाही. आता मी थकलोय्. एकदा डोळे भरून भावनाचा संसार पाहायचा होता. तिचं कल्याण झालंय्... ' भावनाचे वडील गहिवरून बोलत होते.

मीही भारावलो होतो. त्यांचा आवाज जड झाला होता. डोळे पाणावले होते.

आमच्या विवाहाला बाबांनी विरोध केला होता. मी आणि भावना विवाहबद्ध होणं हा एक सांस्कृतिक अपराधच होता. मला दहा वर्षांपूर्वीचा काळ आठवला.

{ भावनाचं लग्न झालेलं.... पण आम्हांला लग्नपत्रिका मिळाली नव्हती. अनिनं आम्हांला टाळलं होतं. आम्ही दलित होतो. आम्ही ब्राह्मणाच्या लग्नाला कसे जाणार ? अनिनं आपल्या ब्राह्मण मित्रांना आपल्या बहिणीच्या लग्नाचं निमंत्रण दिलं होतं. आमच्या मित्रमंडळींत ह्याची चर्चा झाली. ह्याबद्दल आम्ही अनिला विचारलं नाही. कारण त्याच्या घरातील वातावरणाची आम्हांला कल्पना होती.

मी आणि रोहिदास रूमवर आलो, तेव्हा अनि धाय मोकलून रडत होता. काय घडलं असावं, ह्याची कल्पना येत नव्हती.

रोहिदासनं हटकलं. अनिनं रडतच सांगितलं,

'माझ्या बहिणीच्या नवऱ्यानं आत्महत्या केलीय्...'

आम्ही गंभीर झालो. एक महिन्यापूर्वीच लग्न झालं होतं. अनिची एकुलती एक लाडकी बहीण. ऐन तारुण्यात विधवा झाली. आता तिचं काय होणार ? तिचं केशवपन केलं जाईल ? तिचा पुनर्विवाह होईल ? माझ्यासारख्या तिऱ्हाइताला हे प्रश्न भेडसावत होते. अनि तर तिचा भाऊ होता.

'अनि, तुला निघालं पाहिजे. इथं रडत बसून उपयोग काय ?' रोहिदास समजावण्याचा सुरात बोलत होता.

'माझ्या बहिणीनं काय पाप केलं होतं ? तिच्या नशिबी हे काय आलं ? बाबा हे सहन करू शकणार नाहीत...' अनि आक्रोश करत होता.

मी सुन्न झालो होतो.

'अनि, तुला काही मदत पाहिजे का ? तुझ्याबरोबर कुणाला नेणार आहेस ? तुझ्या जातीचा कोणी मित्र असेल, तर त्याचा पत्ता दे. मी त्याला बोलावून आणतो...' मी अनिला विचारलं.

'तुम्ही आलात, तर बरं होईल. तुम्ही चला माझ्याबरोबर...' अनि दीनवाणे बोलत होता.

'आम्ही आलो, तर चालेल ?' मी त्याला पुन्हा विचारलं.

'आपल्यालाच गेलं पाहिजे. आत्महत्येची केस आहे. पोलीस केस होईल. पंचनामा

होऊन शवविच्छेदनास जाईल. त्यानंतर ते ताब्यात मिळेल. हे काम अनिला जमणार नाही. तू मिलिंदला घेऊन बस-स्टेशनवर ये. आम्ही पुढं निघतो.' रोहिदासनं पुढाकार घेतला.

'मिलिंद गेटवरच आहे. आपण एकदमच निघू.'

आम्ही रूम बंद केली.

अनिचे डोळे रडून लालबुंद झाले होते.

'तुझ्या बहिणीच्या नवऱ्याचं वय काय होतं ?' मिलिंदनं प्रश्न डागला.

'तीस वर्षं असेल... ' अनिचा आवाज खूपच खोल गेला होता.

'त्यानं आत्महत्या केलीय्, म्हणजे काहीतरी निश्चित कारण असलं पाहिजे. आत्महत्या आहे, की खून आहे, कुणास ठाऊक ?' मिलिंद एकापाठोपाठ एक शंका उपस्थित करत होता.

मी वैतागलो.

'जाऊ दे, रे, आपल्याला काय करायचंय्. पोलीस बघून घेतील काय ते... '

माझं बोलणं ऐकून रोहिदास चिडला.

'मिलिंदचं बरोबर आहे. तिथं काही कायदेशीर कटकटी निर्माण होऊ शकतात. आपल्याला त्याची पूर्ण कल्पना असलेली बरी...'

मी रोहिदासच्या चिडण्याकडं दुर्लक्ष केलं.

'अनि, तिथं आम्हांला आमची जात चोरून ठेवावी लागेल का ?' मी.

रोहिदास धो धो हसू लागतो.

'तिथं तुला कोण जात विचारणार आहे ?'

मिलिंदच्या प्रतिप्रश्नामुळं मी निरुत्तर झालो.

आम्ही पोहोचलो, तेव्हा प्रेत स्मशानात पोहोचलं होतं. अनिला उशिरा निरोप मिळाला होता. प्रेताला अग्नी देण्यात आला होता. चितेच्या ज्वाळा भडकत होत्या. प्रेताची कवटी कधी फुटतेय्, ह्याकडे आप्तांचं लक्ष लागलं होतं. आम्ही तिथं घाईनं पोहोचलो.

अनिचे वडील एकाकी उभे होते. चितेसारखे.

मी सुन्न झालो.

मानव मर्त्य आहे, कुणीही असो, महामानव किंवा सामान्य माणूस. जन्माला आलेला प्रत्येक जीव मरणार. प्रत्येक गोष्टीच्या विकासातच त्याचा ऱ्हासही दडलेला असतो. चिता भडकत होती.

आपणही एक दिवस मरणार. मी कसा मरणार ? प्रत्येकाला आपलं मरण कळलं असतं, तर ?

आम्ही अमरधामच्या बाहेर पडलो.

अनिबरोबर मिलिंद. मी आणि रोहिदास अनिच्या बाबांबरोबर.

आपण एका सनातनी ब्राह्मणाला आधार देत आहोत, ह्याचं मला कौतुक वाटलं. 'सर्व संपलं' अनिच्या बाबांनी आभाळाकडं पाहून हताशपणे पुटपुटलं. शेजारच्या ब्राह्मणांत चर्चा चाललेली.

'आताची पोरं जात मोडावयास पाहतात. देवळात जात नाहीत. ब्राह्मणांना मान देत नाहीत. त्यांचं पादतीर्थ घेत नाहीत. पंचगव्य शिवत नाहीत. संध्या करत नाहीत. जानवं तुटलं, तर त्यास सतरा गाठी देतात, सर्वत्र अधर्म वाढत आहे.'

त्यांची बोलणी मी कान देऊन ऐकत होतो.

आम्ही ब्राह्मणवाड्यावर पोहोचलो.

भावनाचे दागिने काढून घेतले होते. तिची काकणं उतरली होती. तिच्या मंगळसूत्राचा धनी गेला होता. तिचा चेहरा आक्रोशानं मलूल झाला होता, तरी ती सुंदर दिसत होती. मी तिला डोळे भरून टिपून घेतलं.

घरातील वृद्ध विधवा तणतणत बाहेर आली

'हिचं वपन करा अन् बांड नेसायला द्या. हिचा पायगुण भोवला... '

वृद्ध विधवा नवऱ्याची आजी असावी.

भावनाचा सासरा पुढं आला. त्याच्या चेहऱ्यावर चिता जळत होती.

'तुम्ही तुमच्या मुलीची खोटी पत्रिका दाखवलीत. फसवलंत आम्हांला.'

मुलाकडील मंडळी क्रोधानं भडकली होती.

मला सर्वजण भाडोत्री गुंडासारखे वाटत होते.

आतापर्यंत शांत असणारा अनि उसळला.

'कुणी कुणाला फसवलंय् ? नवऱ्या मुलाला फेफरं होतं, हे तुम्ही लपवून का ठेवलं ?'

अनिच्या आवाजात संतापापेक्षा वेदनाच अधिक होती.

'अनि, शांत हो. आपलं नशीबच वाईट आहे... ' अनिच्या वडिलांनी सुस्कारा सोडला.

भावना भ्याली होती. वादळ-पावसात घरटं मोडलेल्या पाखरासारखी तिची अवस्था झाली होती.

नवऱ्या मुलाकडील मंडळींचा आवेश पाहून रोहिदास भडकला होता,

'झालं गेलं... आता शांत व्हा... '

तितक्यात एक तरुण उसळला

'तू कोण रे आम्हांला शहाणपण शिकवणारा ?'

आम्ही तिघेही चिडलो. मी, मिलिंद आणि रोहिदास पुढं सरसावलो. तशी सर्व

मंडळी शांत झाली. वृद्ध विधवा चडफडत होती.

'भाडोत्री माणसं आणलीत वाटतं.'

आम्ही तिथून निघालो. प्रेताची कवटी फुटल्यानंतर स्मशानातून निघावं, तसं.

अनि-रोहिदास, मिलिंद-अनिचे वडील आणि मी-भावना असे चालत होतो.

अनिचे बाबा हंबरडा फोडून रडले. अनि आणि भावना एकमेकांच्या गळ्यात पडून रडले.

आम्ही त्यांची समजूत काढली. त्यांना घेऊन निघालो.

आम्ही अनिच्या घरी पोहोचलो, तेव्हा रात्र झाली होती. आम्ही घराचा ताबा घेतला. पाणी गरम केलं. त्यांना न्हाऊ घातलं. चहा करून दिला. त्यांच्या दुःखात सहभागी झालो.

भावनाची माझी नजरानजर झाली. तिच्याशी विवाह करावा वाटलं. मला माझी जात आठवली. मी जातिव्यवस्थेला शिव्या दिल्या.

दुसऱ्या दिवशी आम्ही निघालो.

मी भावनाचा विचार करत होतो. माझं मौन माझ्या सर्वांगात खळाळत होतं. मी बेचैन झालो होतो.

भावानाचा नवरा. वयानं मोठा. त्याला फेफरं यायचं. पहिल्या रात्री तो भावनाजवळ गेला. त्याला फेफरं आलं. तो खाली पडला. त्याचे डोळे पांढरे झाले. तोंडाला फेस आला. अंग थरथरत होतं. भावना रडू लागली. तिला फसवलं होतं.

पावसाळ्याचे दिवस. ढग भरून यायचे. विजा चमकायच्या आणि तो भेदरून जायचा. आभाळ भरून आलं, की त्याला फेफऱ्याचा त्रास व्हायचा. तो घाबरायचा. केविलवाणा व्हायचा. तो घरातल्या कोपऱ्यात दडून बसायचा. सर्वजण त्याला शिव्या द्यायचे. तो लाचार व्हायचा. भावना उघड्या डोळ्यांनी ही विटंबना पाहायची.

सर्वजण झोपले होते. पाऊस कोसळत होता. विजा चमकत होत्या. पावसाची रपरप अंधारात भिनत होती. झोंबणारा वारा अंगावर शहारे आणत होता. आभाळ काळ्याकुट्ट ढगांनी वेढलं होतं. अंधार गूढ वाटत होता. ती रात्र बेवारस प्रेतासारखी वाटत होती.

त्याला फेफरं आलं होतं. तो मूर्च्छित पडला होता. त्याचं शरीर तडफडत होतं. भावना रडत होती. आभाळ गडगडत होतं. पावसाची कोसळण वाढली होती. भावनाची सासू आली. तिनं भावनाला शिव्या दिल्या.

'रडायला काय झालंय् ? कुणी मेलं तरी नाही ? आजवर ह्याचं आम्ही खूप केलंय्. आता तू बघ. तुझा नवरा आहे... ' सासूबाई तणतणत निघून गेल्या.

भावना नवऱ्याजवळ बसून रडत होती. तिला मदतीला घरातलं कोणीच आलं

नाही.

थोड्या वेळानं तिचा नवरा शुद्धीवर आला. त्यानं भावनाकडं पाहिलं. ढगांनी आभाळ भरून यावं, तसं त्याच्या नजरेत अपराधी भावना भरून आल्या होत्या.

तो शांतपणे उठला. त्याच्या शरीरात अजूनही थरथर होती.

मध्यरात्र संपली होती. तो घराबाहेर पडला. बाहेर पाऊस पडत होता. विजा चमकत होत्या. रस्ते सुनसान वाटत होते. तो पावसात निघून गेला.

भावनानं हाका मारल्या. तो परत फिरला नाही. भावनानं आरडाओरड केली. तिचा सासरा आला. त्यानं तिची समजूत काढली.

'तो कुठं जाणार नाही. परत येईल. तू झोपी जा...'

त्यानं तिला वडिलकीच्या मायेनं जवळ घेतलं. पलंगाजवळ नेलं. तिचे अश्रू पुसले. पाठ थोपटली.

भावनाला सासऱ्याचा स्पर्श विचित्र वाटला.

तिनं सासऱ्याला ठाम नकार दिला, तेव्हा पहाट झाली होती.

पाऊसही हळूहळू कमी झाला होता.

सासरा निघून गेला. थोड्या वेळानं तिची सासू आली,

'अशा रात्री तू माझ्या मुलाला घराबाहेर घालवलंस. त्याचं काही बरं-वाईट झालं, तर मी तुला जिवंत सोडणार नाही...'

भावनानं सासूच्या छळाला निमूटपणानं उत्तर दिलं.

दिवस उजाडला.

भावना माहेरी निघण्याची तयारी करत होती. तोच निरोप आला. तिच्या नवऱ्यानं आत्महत्या केली होती. रेल्वे रुळांजवळ त्याच्या प्रेताचे दोन तुकडे पडले होते. धड आणि शीर.

आम्ही बसमधून उतरलो. पूर्ण प्रवासात कोणीच कोणाला बोललं नाही. मी शांततेचा भंग केला,

'जुन्या रूढी-परंपरांचे बळी केवळ दलितच नाहीत. ब्राह्मणही आहेत. ब्राह्मण विधवांचं दुःख भयानक आहे...'

मला कोणीच रिस्पॉन्स दिला नाही. प्रत्येकजण वृक्षासारखा उन्मळून पडला होता. |

भावना बाबांना घेऊन शॉपिंगला गेली. मी मात्र गेलो नाही. भावनाला तिच्या मनाप्रमाणं शॉपिंग करता यावं, म्हणून मी घरीच राहिलो.

{   मी माझं उत्खनन करू लागतो.

मी आणि रोहिदास अनिच्या गावी दलित विद्यार्थ्यांची संघटना स्थापन करण्यासाठी गेलेलो. अनिनं चिठ्ठी दिलेली. कार्यक्रम संपल्यानंतर आम्ही अनिच्या घरी गेलो. भावना घरी एकटीच होती. बाबा बाहेर गेलेले. तिला वर्षानंतर पाहत होतो. तिची प्रकृती ढासळलेली. चेहरा निस्तेज झालेला. डोळ्यांभोवती काळी वर्तुळं उभी राहिलेली. रोहिदासनं चिठ्ठी दिली. तिनं आमची विचारपूस केली. चहा दिला. मला राहवलं नाही. मी धाडस केलं,

'तुम्ही पुनर्विवाह का करत नाही ?'

'कसं शक्य आहे ?'

'मी तुमच्याबरोबर विवाह करीन... '

ती माझ्याकडे पाहतच राहिली. निर्विकारपणे.

मी ओशाळलो.

'पण मी अस्पृश्य आहे...'

'चल. तुला वेड लागलंय्....'

रोहिदासनं माझ्या हाताला धरून मला उठवलं.

मी जागेवरच खिळून उभा राहिलो.

'रोहिदास, थोडं थांब, माझ्यावर उपकार होतील... '

रोहिदास भडकला,

'मूर्ख आहेस का ? ताई, तुम्ही मनावर घेऊ नका... '

रोहिदासनं मला घराबाहेर नेलं.

माझं काय चुकलं होत ? मला ती हवी होती पत्नी म्हणून. तिनं वैधव्यात जगावं, हे मला मान्य नव्हतं. तिच्याविषयी मी निर्णय घेणारा कोण ?

'हे बघ, दयानंद, तू मैत्रीचा अपमान करतो आहेस. ती आपल्या मित्राची बहीण आहे. तिच्याशी कसं वागावं, हे तुला कळत नाही...'

'तूच सांग, मला पुन्हा अशी बोलण्याची संधी मिळणार आहे ?'

'संधी मिळाली, म्हणून काहीही बोलायचं ?'

'मला तिच्याबरोबर विवाह करावासा वाटतो...'

'हे अनिला कळलं, तर त्याला काय वाटेल ?'

'तुला काय वाटतं, ते सांग...'

'हा तुझा मूर्खपणा आहे... '

'तुला तर तिच्याबरोबर विवाह करायचा नाही ?'

रोहिदासनं माझ्या थोबाडात भडकावली. डोळ्यांपुढं काजवे चमकले.

मी मावळलो. त्याच्याबरोबर निमूटपणे चालू लागलो. |

भावना हवेच्या झुळूकीबरोबर येते. परीसारखी. विवेक माझ्याकडे झेपावतो.

फुलपाखरासारखा.

बाबा, एखादा संत घरी यावा, तसे. माझं घर भरल्यासारखं वाटतं.

बाबांनी मला बर्फी आणून दिली. मी भावनावर ओरडलो,

'बाबांना कसलं काम सांगतेयूस ?'

'त्यांना त्यांच्या हातांनी तुम्हांला बर्फी द्यायची असेल, तर ?'

मी निरुत्तर.

बाबा माझ्या शेजारी बसले.

{ मला माझा बाप आठवतो. महादेव.

माझी आई. काशी. माझं बालपण.

माझा गाव.

माझ्या गावाला वळसा घालून जाणारा हाय वे.

भरधाव धावणाऱ्या वाहनांचा वेग मी नजरेत धरून ठेवायचो. सुसाट धावणारी वाहनं. माझ्या डोळांभर झुरळासारखी. हाय वे म्हणजे आमची भाग्यरेषाच. गावच्या काखेला डोंगराचं वळण. वळणावळणानं डोंगर ओलाडंणारी वाहनं. डाव्या बाजूला खाली पाहिलं, तर अंधारी यावी, अशी खोल दरी. उजव्या बाजूला उंच डोंगरकडा. त्याला लागून पसरलेल्या पर्वतांच्या रांगा. उंच शिखरावर वेताळाचं मंदिर. डोंगरपायथ्याशी पसरलेला चिमूटभर गाव. घाटाच्या मध्यावर झुळझुळू वाहणारा झरा. झऱ्यालगत बोरीचं झाड. बोरीखाली म्हसोबाचं दगडी देऊळ. इथं वाहनांचा वेग कमी व्हायचा. प्रवासी बोरीच्या झाडावर लहान मुलांचे जुने कपडे फेकायचे. म्हसोबापुढं नाणी फेकायचे. माय कपडे गोळा करायची. बाप नाणी जमा करायचा. ह्याच्यावरच आमची गुजराण व्हायची.

बस आली, की आमच्या नजरा खिडकीकडे लागायच्या. खिडकीतून एखादा हात बाहेर आला, की माय लक्षपूर्वक पाहायची. बस गेल्यावर पैसे गोळा करण्यासाठी धावपळ व्हायची. पैसे मिळाले, की आनंद व्हायचा.

अजूनही मला ती दुपार आठवते.

बस आली. खिडकीबाहेर हात डोकावले. रोडवर नाणी घरंगळली. कपडे वाऱ्यानं उडाले. काशी माय कपडे पकडण्यासाठी धावली. महादेव बाप पैसे गोळा करण्यासाठी. रोरावत ट्रक आला. कडा कोसळून पडावा तसा. करकचून ब्रेक दाबल्याचा आवाज, वीज कोसळावा, तसा. काळीज चिरत जाणारं महादेव बापाचं चिरकणं. काशी मायचा करुण हंबरडा.

ट्रक भरधाव वेगानं निघून जातो. महादेव बापाचा देह तडफडत शांत होतो. रोडवर रक्ताचा ओहोळ पसरलेला. ट्रकचं चाक महादेव बापाच्या डोक्यावरून गेलेलं. चेहऱ्याचा चेंदामेंदा झालेला. आता पुन्हा महादेव बाप दिसणार नाही. बोलणार नाही.

सारं क्षणात नष्ट झालं.

वाहनं येतात. जातात. आमच्या आक्रोशासाठी कोणीच थांबत नाही.

बस येते, थांबते. प्रवासी उतरतात. हळहळतात. अनेकांचे अनेक प्रश्न. आम्हांला ट्रक-नंबर माहीत नसतो. रंग तेवढा सांगतो. लोक सांगतात,

'ट्रक वेगानं निघून जाईल. त्याला शोधणं कठीण आहे. पोलीस येतील. पंचनामा होईल. पोस्ट मार्टेम होईल'

आम्हांला ह्यातलं काहीच कळत नव्हतं.

गावातून माणसं आली. शाळेतली मुलं आली. शिक्षक आले. आमच्या वसतीतली माणसं आली. रोडवर गर्दी जमा झाली. बापाभोवती दगडं रचून गोल वर्तुळ तयार केलं. बायका मायची समजूत काढत होत्या. ओळखीची मुलं माझ्याभोवती जमली होती. आमचे शिक्षक जवळ आले.

मला रडू आवरत नव्हतं.

मला बोर्डिंगमध्ये टाकलं. काशी माय एकटीच राहू लागली.

एक दिवस ती बेपत्ता झाली. गावातली कुजबूज कानांपर्यंत आली. ट्रक-ड्रायव्हरबरोबर ती पळून गेली होती.

भूतकाळ आठवला, की मी अस्वस्थ होतो. हे सगळं कसं सहन केलं ? आपण कसे संपलो नाही ? कुठल्या बळावर तग धरून राहिलो ? |

बाबा विवेकला पुराण-कथा सांगत आहेत.

भावना किचनमध्ये गुंतलेली.

मोलकरीण येते. माझ्या जातीची. सरोज तिचं नाव. ती भावनाला 'बाईसाहेब' म्हणतेय्. आम्ही तिला 'सरोज.'

सरोज आणि भावना.

मला गौतम गांगुर्डे आठवतो. त्यानं त्वेषानं बोललेलं आठवतं.

'दयानंद , तू एका दलित मुलीशी विवाह कर. तुला राखीव जागेतून नोकरी मिळेल. ते सुख आपल्या समाजातल्या मुलीला मिळालं पाहिजे. तू ब्राह्मणाच्या मुलीला लग्न करून सुखात ठेवणार आणि आपल्या पोरी शेण गोळा करत उन्हात फिरणार. सवर्ण बायका आपल्या घरात मोलकरीण म्हणून आल्या पाहिजेत.'

मी खूप अस्वस्थ होतो. मी सरोजमध्ये पत्नी शोधतो. भावनामध्ये मोलकरीण.

गौतम गांगुर्डे आठवला, की मला मधू कावळे आठवतो. तो मला सवर्ण समजायचा.

मधू कावळे म्हणायचा,

'आपल्याला काही नोकरी लागणार नाही. राखीव जागाच भरत आहेत. आपण दलित मुलीशी लग्न करणार. तिला नोकरी लागेल. आपण राजकारणात पडणार. जमलंच, तर दलित बायकोला राखीव जागेवर निवडणुकीत उभं करणार. ती सहज आमदार, खासदार होऊ शकते. आपल्या जातीची बाई ठेवता येईल.'

गौतम गांगुर्डे बोलला, तेव्हा मी अंतर्मुख झालो.

मधू कावळे बोलला, तेव्हाही मी अंतर्मुख झालो.

आमच्या लग्नाला मावशीनंही विरोध केला होता,

'बामनाची बायकू करू नको. ती तुला विष घालून मारील. आमच्यापासून तुला तोडंल. आमच्या सुखदु:खाला होणार न्हाय. घरी आल्यावर ओळख देणाार न्हाय. जातीतली पोरगी कर. आम्हांला घरी यायला तोंड राहील'

लग्न झाल्यावर मी आणि भावना मावशीच्या घरी गेलो. भावनानं मावशीची धुणी-भांडी केली. स्वयंपाक केला. मिळून मिसळून राहिली. नाजूका मावशीचा राग मावळला.

त्रिशरण येतो. त्याच्याबरोबर प्रवीण कोकीळही येतो. सरोजला चहा आणायला सांगतो आणि आम्ही गच्चीवर जातो. आम्ही जमलो की, दलित साहित्यावर चर्चा करायचो. एकमेकाचं ऐकायचो. एकमेकाला सांगायचो. सुचवायचो.

बाबा वर येतात.

आमची चर्चा थांबते.

'मी तुमच्या कविता ऐकल्या, तर चालतील का ?'

'दलित कविता आहेत...'

'कविता ही कविता असते. ती दलित कशी असू असते ?'

'दलितांचं साहित्य वेगळं आहे...'

'आम्ही कविता वाचत नाही. थोडं ऑफिशियल बोलतोय्...'

'भावनानं सांगितलं, आपल्याकडे कवी आलेत, म्हणून आलो मी. तुम्ही बोला...'

बाबा आल्या पावली परत जातात. मला वाईट वाटतं.

'सवर्ण संपादक आपलं साहित्य छापत नाहीत. आपण आपलं मासिक काढलं पाहिजे. आपली प्रकाशन-संस्था असली पाहिजे. तरच आपलं साहित्य प्रकाशित करता येईल.'

'आपण पांढरपेशी साहित्याच्या प्रभावाखाली न येता लिहिलं पाहिजे. प्रस्थापित मूल्यं झुगारून दिली पाहिजेत. आजवरच्या साहित्यात आपलं योग्य चित्रण झालं नाही. आपणच आता लिहिलं पाहिजे. दलित माणूस आपल्या

साहित्याचा नायक असेल. आपल्या साहित्यात जाती अंताचा विचार प्रकट झाला पाहिजे. गुलामाला गुलामीची जाणीव करून दिली पाहिजे...'

'ज्या भगवद्गीतेमध्ये चातुर्वण्याचं समर्थन आहे, ते महाभारत आम्हांला वंदनीय कसं वाटेल ? ज्या रामायणात शंबूकाचा वध आहे, ते रामायण आम्हांला पवित्र कसं वाटेल ?संस्कृत ही देववाणी मानली आहे. संस्कृत शिकण्याचा शूद्रांना अधिकार नाही. मंत्र ऐकला, तर कानांत शिशाचा तप्त रस ओता, अशा आज्ञा मनुस्मृतीमध्ये दिल्या आहेत. हिंदूंचे असे धर्मग्रंथ आम्ही पूजनीय कसे मानणार ? संतांनी सर्वांना देवादारी समान लेखलं. तरी चोखा मेळा पायरीजवळच आहे. आपल्याला नवं पुराण-साहित्य निर्माण करावं लागेल. नव्या मिथ्स निर्माण कराव्या लागतील.'

आम्ही व्यक्त होऊ इच्छीत होतो. आमचा गर्भातला काळ संपला होता. प्रसूतीच्या वेदना सुरू झाल्या होत्या. आभाळ भरून आलं होतं. वादळाला सुरुवात होणार होती. आम्ही जन्मण्यासाठी धडका घेत होतो. वाटा शोधत होतो.

आम्हांला शब्द गवसले होते. आम्ही शब्द शस्त्रासारखे परजत होतो. शब्दांनी घरं, दारं, देश पेटवण्याची स्वप्नं पाहात होतो. आम्हांला आमचा आवाज मिळाला होता. आम्हांला आमच्या अस्मितेची जाणीव झाली होती. फुले-आंबेडकर आमचे श्वास-उच्छ्वास झाले होते.

आजवर आमची नवी लेखणी तिरस्कृत मानली होती. आमची वस्ती बहिष्कृत ठरवली होती. आम्हांला वेगळा पाणवठा. वेगळी स्मशानभूमी. शाळेची वेगळी जागा. हॉटेलमध्ये वेगळी जागा. मंदिरात प्रवेश नाही. स्पर्श आणि सावलीही अस्पृश्य ठरवलेली.

बाबासाहेब नसते, तर आम्ही स्वाभिमानानं फुलून आलो नसतो. आम्हांला स्वातंत्र्याचा अर्थ कळला नसता. आम्ही सवर्णांची जनावरं वळली असती.

सरोजनं चहा आणून दिला. आम्ही चहा घेतला आणि चर्चा संपवली.

भावनाचे बाबा संध्या करत होते.

आमच्या लेखनामुळं दलित साहित्याला तोंड फुटलं होतं. दलित लेखकांची संख्या वाढत होती. प्रत्येकजण आपली वेदना प्रकट करत होता. हजारो वर्षांपासून दलितांना सत्ता, संपत्ती, प्रतिष्ठा आणि ज्ञानापासून वंचित ठेवलं होतं. दलितांना शिक्षणाचं, संघटनेचं आणि संघर्षाचं महत्त्व पटलं होतं. धर्मान्तरामुळं दलितांना नवं आत्मभान मिळालं होतं. हजारो वर्षांची साहित्य, संस्कृती आणि सत्तेची तटबंदी तोडण्यासाठी नव्या महापुराची गरज होती. ह्या ऐतिहासिक गरजेतूनच आम्ही लिहीत होतो.

दलित साहित्य म्हणजे तळागाळातल्या उद्गाराचं प्रतीक. दलित साहित्याच्या चळवळीमुळं दलित आंदोलनाला वेग आला होता. दलित साहित्याबरोबरच दलित

समाज आणि चळवळीचीही चर्चा होऊ लागली.

भावनाला दलित कविता कळत नाही, तरीही माझ्या कवितेचा पहिला श्रोता तीच. माझी कविता दाद न देता ऐकत राहणं आणि ऐकता-ऐकता माझ्या मांडीवर पहुडणं ही तिची एकमात्र सवय. मला कवितासंग्रहासाठी कवितांची निवड करायचीय्. काही कवितांवर संस्कार करायचेत.

'बाबांना खूप आनंद झाला्. ते आल्यापासून तुमची स्तुती करताहेत. तुम्ही चांगला संसार केलाय्....'
'पण तू कधी स्तुती करत नाहीस ?'
'बाबांना त्र्यंबकेश्वरला जायचं आहे. मी घेऊन जाऊ का ?'
'मी आलं, तर चालेल का ?'
'तुम्ही तर नास्तिक आहात...'
'तुमच्यासाठी येईन...'
'बाबांना कित्ती आनंद होईल.'
'एक अट आहे....'
'कसली ?'
'माझी कविता ऐकावी लागेल...'
'ती तर दहा वर्षांपासून ऐकतेय्...'
'एक विचारू का ?'
'विचारा...'
'खरं सांगशील ?'
'मी खोटं का बोलेन ?'
'मी अस्पृश्य आहे, ह्याचं तुला कधी वाईट वाटतं ?'
'मी तुमच्या जातीचा कधी विचार केलाच नाही !'
'एक ब्राह्मण म्हणून माझी कविता ऐकताना तुला काय वाटतं ?'
'मी आता ब्राह्मण कुठं आहे ?'
'मग कोण आहेस ?'
'तुमची पत्नी...'

एक प्रशांत अशांतता. अवाढव्य मध्यरात्रीचा प्रहर. भिंतीवरच्या घड्याळाची अथक टक् टक्. मी भावनाकडे पाहतो. कळी खुलल्यासारखा तिचा चेहरा खुलला आहे.

माझ्या रक्तातील असंतोषाचं शब्दरूप म्हणजे माझी कविता. कविता ही माझ्या त्वचेइतकी माझी आहे, तितकीच ती दडपलेल्या तळागाळातील उद्रेकाची आहे. सामाजिक न्याय-अन्यायाचा हा जाहीर पंचनामा आहे. ह्या देशावर दीडशे वर्षं

इंग्रजांची सत्ता होती; पण हजारो वर्षं आणि आजही सवर्णांची उन्मत्त सत्ता स्वैराचारानं आमच्यावर अतिक्रमण करते आहे.

माझी कविता ही माझ्या अस्वस्थ मनाची अभिव्यक्ती आहे. सामाजिक भीषण वास्तवानं मला कधीच सुखानं जगू दिलं नाही. प्रियेच्या ओठांजवळ असतानाही मला आरोळ्या ऐकू येतात. आक्रोश ऐकू येतो. माझी कविता म्हणजे अगणित नागांनी फूत्कारलेल्या फण्यांची रांग आहे.

मला सदैव सांस्कृतिक सूडाची स्वप्नं पडतात. मी अत्याचार करणाऱ्यांचा गळा दाबत असतो. स्त्रियांवर जुलूम करणाऱ्यांचा खून करत असतो. माणसाचं माणूसपण नाकारणाऱ्याचे डोळे फोडत असतो. अन्याय-अत्याचाराकडं दुर्लक्ष करणाऱ्या शासनाविरोधात मी चिडून उठतो. या देशावर लष्कराची जितकी निष्ठा आहे, या राष्ट्रावर संसदेची जितकी नजर आहे, या मातृभूमीवर देशभक्तांचं जितकं प्रेम आहे, त्याहीपेक्षा उदंड प्रेम मी ह्या देशावर करतो. माझ्या देशात घडणाऱ्या अप्रिय घटना मला अस्वस्थ करतात आणि मी लिहू लागतो.

भावना माझ्या मांडीवर पहुडलेली. अजिंठ्यामधील सुंदर लेण्यासारखी. माझ्या रोमारोमांत कविता भिनलेली.

क्रांती म्हणजे हजारो प्रेतांच्या ढिगाऱ्यावर उमललेलं फूल
क्रांती म्हणजे घनघोर रक्तपातानंतरची अहिंसा
क्रांती म्हणजे गुलामीविरुद्धचं
सशस्त्र यश
आणि असंख्य विधवांचा आक्रोश

बाबा आज गावी गेले. विवेक एकाकी पडला. घर सुनं सुनं वाटू लागलं. बाबांच्या जाण्यानं घरातून देवधर्मच निघून गेल्यासारखं वाटलं.

बाबांना निरोप देताना मन जड झालं होतं. जाताना बाबांनी भावनाला आशीर्वाद दिला. तिला अश्रू अनावर झाले होते. त्यांनी माझा हात हातात घेतला.

'माझ्या अंत्यसंस्काराला याल ना ?'

त्यांच्या प्रश्नानं मी व्यथित झालो होतो.

माझा कवितासंग्रह प्रकाशित झाला.

त्रिशरणचा कथासंग्रह प्रकाशित झाला. आमच्या पुस्तकांची चर्चा सुरू झाली.

दलित साहित्याची चळवळ मूळ धरू लागली. तसा त्याला विरोधही होऊ लागला. 'दलित साहित्याची वेगळी चूल कशाला ?' असा प्रश्न उपस्थित झाला. आम्ही जेव्हा लिहीत होतो, तेव्हा आमच्याकडं कुणाचंच लक्ष नव्हतं. जेव्हा आम्ही

स्वतंत्र वाटचाल सुरू केली, तेव्हा 'मुख्य प्रवाहात सामील व्हा' असा आग्रह सुरू झाला. त्यांचा मुख्य प्रवाह. राष्ट्रीय प्रवाह. आम्ही मात्र त्यावेगळे. अराष्ट्रीय.

राष्ट्र ही केवळ त्यांचीच मालमत्ता. परंपरा केवळ त्यांचीच. संस्कृतीही त्यांचीच. आम्ही ती केवळ स्वीकारायची. तीविरुद्ध बोलायचं नाही.

पण हे कसं शक्य होतं ?

आमच्या इतिहासात आंबेडकरी-युगाला आरंभ झाला होता. आम्ही इथलं हिंदू वास्तव का म्हणून स्वीकारावं ? चालत आलेली परंपरा स्वीकारण्यात इथल्या व्यवस्थेचं हित आहे. आमचं नाही. ह्या व्यवस्थेविरुद्ध लढण्यात आमचं खरं हित आहे. आम्हांला यजमान संस्कृतीची मालकी नको आहे.

आम्ही लिहू लागलो. बोलू लागलो. लोक आम्हांला ऐकायला येऊ लागले. भेटायला येऊ लागले.

संध्याकाळची वेळ होती. नाजूका मावशी आली. तिनं गाठोडं बाधूंन आणलं होतं. भावनानं गाठोडं उतरून घेतलं.

मावशी प्रवासामुळं थकली होती.

मी मावशीला पाणी दिलं. मावशीचे कपडे, तिची भाषा, तिचा चेहरा दलित होता.

'मावशी, कशी काय आलीस ?'

'येऊ नको, म्हनतो काय ?'

'तसं नाही. अचानक आलीस, म्हणून विचारलं...'

'तुला सांगूनसवरून आलं पायजे का ?'

'मावशीसाठी चहा करा...'

'मावशी, गाठोड्यात काय आणलंय् ?'

'सागुतीचं गाडगं बांधून आणलंय्...'

मी हसू लागतो. मावशी गाठोडं सोडते.

'बामनाची बायको केलीस. तुला सागुती खायला कुठून मिळणार ? ही बामनीन तुला काय करून घालील ? दोन दिवस राहीन. तुला खाऊ घालीन आन् जाईन. तू माझ्या स्वप्नात येऊन मटन मागत हुतास. म्हणून आले. ए भावना, एवढं गाडगं गरम कर...'

मी मावशीकडं पाहत राहिलो.

'मावशी, कशाला त्रास घेतेस ? आता मी मटण खायाचं सोडलंय्.'

मावशी चिडली,

'म्या एवढं कष्टानं आनलेलं का कुत्र्या-मांजराला घालू ? लहानपणी तू कित्ती आवडीनं खायाचास ! आता काय झालं ? बामनाची बायको केली, म्हणून

खाणंबी सोडून दिलं ?'

मावशी ऐकण्याच्या मन:स्थितीत नव्हती. मी समजावून सांगत होतो.

'आपण आता बौद्ध झालेले आहोत. त्यामुळं मटण खाणं बंद केलं पाहिजे...'

त्रिशरण आला. त्याला मावशीची ओळख होती. मावशीनं मटण आणल्याचं सांगितलं.

त्रिशरण, मावशी आणि सरोजनं मटण खाल्लं. मावशी शेवटपर्यन्त आग्रह करत होती,

'मन मारू नको. खा... ' म्हणत होती.

त्रिशरण मावशीच्या मटणाची स्तुती करत होता.

आम्ही जेवण आटोपलं.

मावशी प्रवासानं थकली होती. ती झोपी गेली.

मी आणि त्रिशरण दलित साहित्यावर चर्चा करत होतो, तोच प्रवीण कोकीळ आला. त्याचा चेहरा गंभीर होता. तो नेहमीप्रमाणं हसतही नव्हता. बोलतही नव्हता. त्याचं असं वागणं मला बोचत होतं.

'आज तुला काय झालंय् ? तू नीट बोलत नाहीस ?' मी प्रवीण कोकीळला खोदून विचारलं.

प्रवीण कोकीळ त्रिशरणच्या कथासंग्रहावर घसरला. त्याच्या कथा कशा डाव्या विचारसरणीच्या आहेत, हे तो पटवून देत होता. मी माझ्याजवळचा कथासंग्रह त्याच्याजवळ दिला. तो एकेक कथा उघडत होता आणि आपलं स्पष्टीकरण करत होता.

त्रिशरण मात्र गंभीर झाला होता. प्रवीण कोकीळनं त्रिशरणला कम्युनिस्ट ठरवलं होतं. 'बाबासाहेबांनी मार्क्सला विरोध करून बुद्धाला स्वीकारलं आहे. दलित चळवळीला वर्गलढ्याच्या दिशेनं नेणं चुकीचं आहे...' प्रवीण कोकीळ पेटून बोलत होता. 'आंबेडकरद्रोह्यांना क्षमा नाही. आम्ही त्याला विरोध करू.'

प्रवीण कोकीळ उद्धटपणे शिव्यांचा वर्षाव करत होता.

त्रिशरण प्रक्षुब्ध झाला होता. दोघांचा वाद विकोपाला गेला होता.

मी मध्यस्थी करत होतो. पण कुणीच ऐकण्याच्या मन:स्थितीत नव्हतं.

प्रवीण कोकीळनं त्रिशरणचा कथासंग्रह टराटरा फाडला आणि त्रिशरणच्या तोंडावर भिरकावला.

गोंधळामुळं मावशी जागी झाली. 'चोर आले का ?' म्हणून ओरडली.

तिला घरात चोर घुसल्याची भीती वाटली होती.

प्रवीण कोकीळ निघून गेला.

मावशी डोळे चोळत चौकशी करत होती.

'काय झालंय् रं बाबा, एवढा गोंधळ कसला ?'

मीच बोललो.

'काही नाही. झोप. चर्चा चाललीय्... '

मावशी पुन्हा झोपी गेली.

त्रिशरण दुखावला होता. तो भडभडून बोलत होता.

'भडव्यांना माझी प्रसिद्धी बघवत नाही. त्यांची चर्चा होत नाही. वर्तमानपत्रांत त्यांचं नाव कोणी छापत नाही. त्यांना कार्यक्रमाला कोणी बोलवत नाही. त्याला मी काय करू ? दलित केवळ अस्पृश्य नाहीत. गरीबही आहेत. आपल्याला संपूर्ण क्रांती हवी असेल, तर सामाजिक लढ्याबरोबर वर्गलढाही गतिमान करावा लागेल !' त्रिशरण मनापासून बोलत होता.

मी मात्र अस्वस्थ झालो होतो.

दलित साहित्याच्या सुरुवातीलाच वाद सुरू झाला होता. आमच्यांत दुफळी माजली होती. रिपब्लिकन पक्षासारखे आमच्यांतही गट पडले होते.

गतिमान चळवळीला गटबाजीनं का पोखरलं ? आम्हीच आमच्या विरुद्ध का उभे राहिलो ? आमचा विचार एक. चळवळ एक. जात एक. मग आम्ही शत्रू कसे ? कुठं तरी गंभीर चूक होतेय्.

मी रात्रभर झोपलो नाही. प्रत्येक प्रहर माझ्यावर प्रहार करत होता. मौन कफनासारखं शरीरभर पसरलेलं. आम्ही एकत्र बसून चर्चा केल्या. चळवळ रुजवली. ती वाढू लागली. चळवळ रोपाच्या अवस्थेत होती, तेव्हा आम्ही एकाच देठाभोवती होतो. तिचं वृक्षात रूपांतर झालं आणि फांद्या फुटू लागल्या. फांद्या कशा तोडणार ? वृक्षाचं वृक्षपणच नष्ट होईल ना ?

त्रिशरणला मार्क्सवादी ठरवण्यात आलं. मिलिंदनं बौद्धवादाची कास धरली. त्रिशरणला एकाकी पाडण्यात आलं. त्याच्या विरुद्ध प्रचार सुरू झाला. तो अधूनमधून माझ्याकडे यायचा. मन उसवून बोलायचा. आपली वेदना प्रकट करायचा.

'बाबासाहेबांचं नाव घेऊन कलावंतांच्या अभिव्यक्ति-स्वातंत्र्यावर गदा आणत आहेत. लेखकानं मार्क्सवादी होऊ नये, त्यानं बौद्धवादाची कास धरावी, असा आदेश म्हणजे विचार-स्वातंत्र्यावर घाला आहे. आम्हांला लिहू द्या. बोलू द्या...' त्रिशरण आपली व्यथा भळभळून प्रकट करत होता. 'आपण व्यापक सामाजिक-राजकीय भूमिका घेतली पाहिजे. आपण समविचारी मित्र जोडले पाहिजेत. आपला विचार आपल्या जातीपुरता मर्यादित करणं म्हणजे आपल्या चळवळीची हत्या आहे. सर्वप्रथम आंबेडकरवाद्यांनी आपली जात टाकली पाहिजे...' त्रिशरण आपली भूमिका अधिक स्पष्ट करत होता.

मला मिलिंदचंही पटत होतं आणि त्रिशरणचंही.

आमची चळवळ अजून बाल्यावस्थेत आहे. बाबासाहेबांच्या निधनानंतर चळवळीत शैथिल्य आलं होतं. अशा वेळी सर्वांना एकत्र बांधून ठेवणं, आपली ताकद अधिक

आक्रमक करणं आणि क्रांतीचा रथ आपणच पुढं ओढणं आवश्यक होतं. आपले समविचारी सहानुभूतिदार भूमिका तेजस्वीपणे निभावतील, असं नाही. कारण ते समविचारी असले, तरी सवर्ण आहेत. त्यांचं हित ह्या व्यवस्थेशी जखडलेलं आहे. ते शेवटपर्यंत सहानुभूतिदारच राहतील. क्रांतिकारक भूमिका घेणार नाहीत. क्रांती आपल्या अंगाखांद्यांवरून येणार आहे. कधी आपल्याला समूळ चिरडून, तर कधी आपल्या खांद्यावर लहान मुलासारखी बसून.

मावशी विवेकेला जवळ घेऊ पाहायची. तो दूर पळून जायचा. मावशीनं त्याला जवळ घेतलं, की तो आक्रोश करायचा. त्याला मावशी आवडायची नाही. पण मावशीची वेडी माया,

'माझा नातू हाय. माझ्याकडं आला पायजे. पर माझ्याकडं का येत न्हाय ? मी का त्याला मारतेव् ?'

मावशी विवेकजवळ जायची आणि विवेक आकाशपाताळ एक करायचा.

एक दिवस मावशीनं विवेकला जवळ घेतलं. विवेकनं आपल्या हातातल्या बॅटनं मावशीला मारलं. मावशीचं डोकं फुटलं. मावशी रडली.

'हे लेकरू, बापावर गेलं न्हाय. मायवर गेलंय्. घरात बामन जन्मलाय्. उद्या आमाला घर बंद करंल. आमी कुणाच्या दाराला जावावं ? ह्या वयात असा वागतूय् ?'

मी मावशीची समजूत काढली. तिनं आपलं गाठोडं बांधलं आणि घर सोडलं.

मावशी गेली. घर ओसाड वाटू लागलं.

आमच्या घराची ही शोकांतिकाच आहे. घरात आजी, ना आजोबा. केवळ फर्निचर. अवाढव्य पसरलेलं एकाकीपण. भावना किचनमध्ये. विवेक खेळण्यात गुंतलेला. मी मात्र वटवाघुळासारखा. मलाच टांगलेला.

मला संघाच्या कॉलेजमध्ये नोकरी मिळाली. ती काय मी ब्राह्मण विधवेशी विवाह केला, म्हणून ? मग ? माझ्याबरोबर दहाजण मुलाखतीला आले होते. त्यांच्याऐवजी मीच का योग्य वाटलो ? निवड समितीला राखीव उमेदवाराच्या गुणवत्तेपेक्षा त्याची लाचारी महत्त्वाची वाटते. चळवळीतला माणूस खड्यासारखा वेचून बाजूला ठेवतात.

मला प्रा. राहुल बनसोडे आठवतो. ह्या महाविद्यालयाचा पहिला दलित प्राध्यापक. मी दुसरा. त्याच्या जागेवर लागलेला.

प्रा. राहुल बनसोडेनं विद्यापीठ आणि शासनाच्या परिपत्रकाप्रमाणे महाविद्यालयाच्या प्राचार्यपदाची मागणी केली. प्रा राहुल बनसोडे पीएच्.डी झालेले. सीनिअर. त्यांना नियमांप्रमाणे प्राचार्यपद मिळायला हवं होतं. संस्था संघाची. संस्थेनं राजकारण सुरू केलं. प्रा. बनसोडेंना त्रास सुरू झाला. आतापर्यन्त त्यांना एकदाही मेमो मिळाला

नव्हता. त्यांना मेमो सुरू झाले. विद्यार्थी वर्गात गोंधळ घालू लागले. प्रा. बनसोडेंनी प्राचार्यांकडे तक्रारी केल्या. संस्थेकडे तक्रारी केल्या. काहीच फरक पडला नाही.

प्रा. बनसोडेंनी त्रासाला कंटाळून पोलिसांकडे तक्रार केली. पोलिसांनी दाद घेतली नाही. उलट, त्रास वाढला. विद्यार्थ्यांकडून तक्रारी लिहून घेतल्या गेल्या. प्रा. बनसोडेंच्या विरुद्ध लेखी पुरावे जमा केले. प्रा. बनसोडेंना शिकवता येत नाही, वर्गात विषय सोडून दुसरीच बडबड करतात, मुलींच्या मनांत लज्जा निर्माण होईल, असे शब्द वापरतात. ह्या कॉलेजच्या मुली नालायक आहेत, त्यांची शिकण्याची लायकी नाही, अशा तक्रारी विद्यार्थी-विद्यार्थिनींनी लिहून दिल्या होत्या. प्रा. बनसोडेंना सर्व बाजूंनी अडकवलं होतं. त्यांना विद्यापीठ परीक्षेची दिलेली कामं काढून घेण्यात आली. स्टाफरूममध्ये त्यांची कुचेष्टा सुरू झाली. प्रा. बनसोडे शिक्षणानं आणि अनुभवानं सर्वांत ज्येष्ठ होते. त्यांना संस्थेतून घालवणं हा एकच उपाय होता. नाही तर एक अस्पृश्य प्राचार्य झाला असता. प्रा. बनसोडेंना प्राचार्यांनी आपल्या केबिनमध्ये बोलावून घेतलं.

केबिन बंद केलं. केबिनमध्ये कोंडून गुंडांकडून त्यांना मारहाण करण्यात आली.

'कॉलेज सोडून जा, नाही तर आमच्याशी गाठ आहे...' प्राचार्यांनी प्रा. बनसोडेंना दम दिला.

प्रा. राहुल बनसोडे एकटे पडले होते. त्यांनी राजीनामा दिला आणि संस्थेची वाट मोकळी झाली. बनसोडेंच्या जागी मी. एकटा. ताकही फुंकून पीत होतो.

रविवार. सकाळची वेळ. वर्तमानपत्र चाळत होतो. खूप दिवसांतून प्रवीण कोकीळ आलेला. मला बरं वाटलं. भावना पाणी देते. तो पाणी घेण्याचं नाकारतो. त्याचा चेहरा ढगाळ. नजर गलोलीगत ताणलेली. त्यानंच बोलणं सुरू केलं आणि वादळापूर्वीची शांतता भंग पावली.

'तू संघाच्या व्यासपीठावर का गेलास ?'

'मी कुठल्या व्यासपीठावर जावं, ते मी ठरवीन. हे अधिकार तुला कोणी दिले ?'

'हिंदुत्ववादी तुला वापरून घेत आहेत !'

'मी संघाच्या व्यासपीठावर गेलो, तरी मी माझेच विचार मांडले आहेत. केवळ आपल्याच लोकांपुढं आंबेडकरी विचार मांडणं मला बरोबर वाटत नाही. तो दुसऱ्याच्या व्यासपीठावरही मांडला पाहिजे...'

'त्यानं काय फरक पडणार आहे ? ह्या व्यवस्थेनं बुद्ध आणि चार्वाक पचवला. ते फुले-आंबेडकरही पचवतील.'

'मला कळत नाही, हिंदुत्ववाद्यांनी आपल्याला बोलावलं नाही, तरी तक्रार करणार आणि त्यांनी बोलावलं, तरी तक्रार करणार. आपल्याला नेमकं काय

हवंय् ?'

'तुला व्यासपीठावर बोलावून तुझा सत्कार केला, म्हणजे जातिव्यवस्था संपली, असं गृहीत धरायचं का ? तुझ्या नावाभोवती वलय आहे. म्हणून तुला बोलावतात. दुसऱ्याला बोलवत नाहीत...'

'माझा विचार मांडण्यासाठी मी कुठल्याही व्यासपीठावर जाईन...'

'त्यामुळं चळवळ मागे जाईल. आम्हांला ह्याचा गंभीर विचार करावा लागेल...'

'हे बघ प्रवीण कोकीळ, मी विद्यार्थिदशेपासून चळवळीत आहे. मी लिहितोय्. वाचतोय्. बोलतोय्. माझ्या संपूर्ण आयुष्यातील बांधिलकी केवळ अर्धा तास हिंदुत्ववाद्यांच्या व्यासपीठावर गेल्यानं कशी नष्ट होते रे ?'

'तू संघाच्या व्यासपीठावर गेल्यामुळं समाजाची दिशाभूल होतेय्. संघ पुरोगामी आहे, अशी लोकांमध्ये भावना निर्माण होईल. संघ तसा नाही. संघाची ही ढोंगबाजी आहे...'

'तुझ्या मागदर्शनाबद्दल मी आभारी आहे,'

विरोधकांनी सभात्याग करावा, तसा प्रवीण कोकीळने माझ्या घराचा त्याग केला.

माझ्यावर हिंदुत्ववादी म्हणून टीका होऊ लागली. मला चळवळीपासून तोडण्यात आलं. कार्यक्रमांना बोलावणं बंद झालं. निमंत्रण नसलं, तरी मी कार्यक्रमाला जायचो. पण माझ्याशी कोणीच बोलायचं नाही. मी स्वत:हून बोललो, तर माझ्या बोलण्याकडं दुर्लक्ष होऊ लागलं. कोणी तरी तावातावानं यायचा.

'तुम्ही हिंदुत्ववादी आहात का ?' म्हणून प्रश्न विचारायचा.

मी स्पष्टीकरण देत राहायचो.

मला हे सर्व असह्य होऊ लागलं.

मी कार्यक्रमाच्या निमित्तानं जळगावला गेलेलो. तिथल्या महाविद्यालयात माझ्या हस्ते वाङ्मय मंडळाचं उदघाटन झालं. कार्यक्रम खूपच छान झाला. मी सुखावलो. माझ्याभोवती विद्यार्थ्यांची गर्दी. विद्यार्थिनी माझ्या सह्या घेत होत्या. तोच माझ्या मानेभोवती पाच-सहा जणांचे हात आवळले गेले. मला, काय घडतंय्, हे कळण्याच्या आत माझ्या तोंडाला काळं फासलं होतं. मुली पळून गेल्या होत्या. गर्दी पांगली. 'हिंदूत्ववाद्याचा निषेध असो' दलित विद्यार्थ्यांनी घोषणा दिल्या आणि निघून गेले. मी गोंधळलो.

महाविद्यालयाचे प्राचार्य, कर्मचारी माझ्याभोवती जमा झाले. मी प्राचार्यांच्या केबिनमध्ये गेलो. वॉशबेसिनपुढं उभा राहिलो. शिपाई जवळच उभा होता. त्याच्या हातातला साबण आणि टॉवेल घेतला. प्राचार्य भडकले होते.

'पाहुण्यांचा अपमान झाला आहे. त्यांना रस्टिकेट करावं लागेल. आपल्याच कॉलेजचे आहेत ना ? भडव्यांना माज चढलाय्. शासनाची सवलत घेतात. शिकण्याऐवजी गुंडगिरी करत फिरतात.'

मी मला आरशात पाहिलं.

बोर्डिंगमध्ये असताना आम्ही एकमेकांच्या तोंडाला काळं फासायचो आणि मनमुराद हसायचो. कारण रंगपंचमीच्या दिवशी रंग खेळायला पैसे नसायचे. मनातल्या मनात मला हसू आलं होतं. बालपण आठवून.

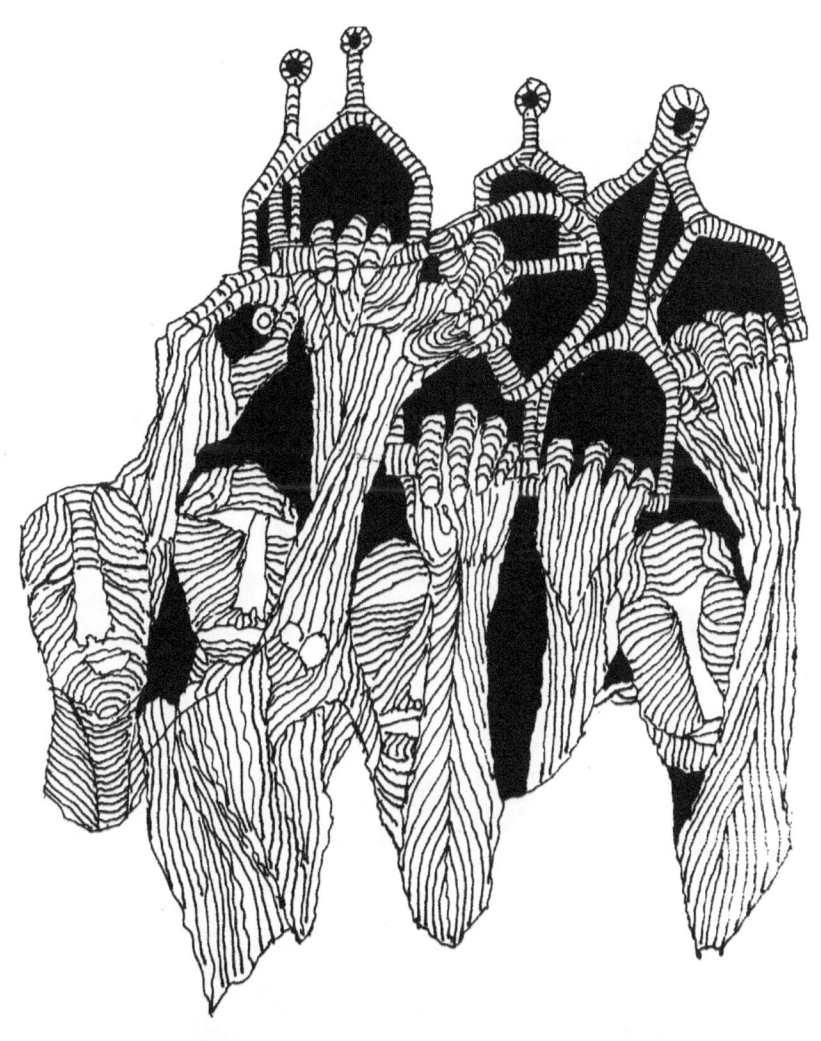

दि. १५ जून

दूरदर्शनच्या बातम्या ऐकत होतो. राज्य मंत्रिमंडळाच्या विस्ताराची बातमी आली. मंत्रिमंडळात रिपब्लिकन पक्षाला प्रतिनिधित्व मिळालं होतं.

माझे कान चौकस झाले. मन चौखूर उधळलं.

रोहिदासचा मंत्रिमंडळात समावेश झाला होता.

रोहिदास जवळचा मित्र. हाडाचा कार्यकर्ता. शरीर पतंगासारखं हवेत उडू लागलं.

मी ताडकन् उठलो. पळत सुटलो. हॉटेलात घुसलो. पेढे विकत घेतले आणि लोकांना वाटत सुटलो.

'आमचा नेता मिनिस्टर झाला !' मी आनंदानं वेडापिसा झालो होतो. जणू काय मीच मिनिस्टर झालोय्, असं वाटत होतं.

बाबासाहेब आंबेडकर म्हणाले होते,

'शासनकर्ती जमात व्हा. माऱ्याच्या आणि मोक्याच्या जागा बळकावा.'

काँग्रेसनं रिपब्लिकन पक्षाला सत्तेत सहभागी करून घेतलं होतं.

दि. १६ जून

बातम्यांकडे लक्ष लागलेलं. बातम्या लागल्या.

रिवाजाप्रमाणे रोहिदासला समाजकल्याण खात्याची कॅबिनेट मिनिस्ट्री मिळाली होती.

सवर्णांनी दलितांसाठी हॉटेलात वेगळी कपबशी ठेवावी, तसं दलित मंत्र्यासाठी समाज कल्याण खातं राखून ठेवलेलं.

मी चिडलो. चडफडलो.

रोहिदास शपथ घेताना दूरदर्शनवर सुटाबुटांत दिसला.

आपला कार्यकर्ता मंत्री झाल्यावर त्याच्या पेहरावात किती आमूलाग्र बदल झाला आहे. रोहिदास राज्यपालांबरोबर हस्तांदोलन करत असताना अचानक दूरदर्शनच्या पडद्यावर मोडकी झोपडी आणि त्यापाठोपाठ रोहिदासची फाटकी माय दिसली. तिला रडावं, की हसावं, कळत नव्हतं.

सामान्य माणूस विभागला होता. एक रोहिदासच्या आईच्या रूपात. दुसरा नामदार रोहिदासच्या रूपात. कार्यकर्ता मंत्री झाला आहे. त्याला लोकांच्या प्रश्नांची जाण आहे. तो चळवळीतून आला आहे. आजपर्यंतच्या नामधारी रिपब्लिकन मंत्र्यापेक्षा निश्चित काहीतरी चांगलं घडेल. सर्व कार्यकर्त्यांना आनंद झाला होता. दलित समाजालाही कौतुक वाटलं होतं.

दि. २० जून

मुंबईतल्या कार्यकर्त्यांनी रोहिदासची हत्तीवरून मिरवणूक काढली. रोहिदासची पेढे तुला केली. हत्तीवर बसलेल्या रोहिदासची छायाचित्रं वर्तमानपत्रांत झळकली.

रोहिदास आणि मी अनेक वेळा एका ताटात जेवलो. रोहिदासला मी अनेक वेळा कपडे घेतले. रोहिदास व मी एकत्र राहायचो. अनेक वेळा तो माझे कपडे वापरायचा, मी त्याचे. आज रोहिदास मंत्री झालाय् मला वाईट दिवस आलेत. आपण रोहिदासला जाऊन भेटलं पाहिजे. सदिच्छा दिल्या पाहिजेत.

माझी तडफड लक्ष्मीला जाणवत होती.

मी लक्ष्मीच्या गळ्यातलं मंगळसूत्र मोडलं आणि मुंबईला निघालो.

रोहिदासला कडकडून मिठी मारावी, त्याचं मन भरून कौतुक करावं, त्याचं ऑफिस डोळे भरून पाहावं, ह्या इच्छेनं मी मुंबई गाठली.

दि. २१ जून

सकाळी सकाळी बंगल्यावर गेलो. मला गेटवर अडवलं. माझी विचारपूस झाली. बंगल्याच्या आवारात रोहिदासला भेटण्यासाठी आलेली गर्दी. प्रत्येकजण हार, बुके, पेढे घेऊन आलेले. सरकारी अधिकाऱ्यांच्या एक-दोन कारही उभ्या. नऊ वाजता पन्नास-साठ लोकांची गर्दी. ह्या गर्दीत मी एकटाच. अनोळखी. टेलिफोन ऑपरेटर फोन घेत होता,

'साहेब झोपले आहेत. रात्री कार्यक्रम करून उशिरा आलेत. त्यांना फोन देता येणार नाही. तुम्ही दहानंतर फोन करा.'

फोनमागून फोन येत होते. भेटणाऱ्यांची गर्दी वाढत होती.

साडे नऊ वाजता सफारीतला एक माणूस डुलत आला. त्याच्या हातात ब्रीफकेस

होती. 'पी. ए. आले. पी. ए. आले' म्हणून गर्दीत सळसळ झाली.

चिन्मय देशमुख पी. ए. आणि कवडे बॉडीगार्ड शासकीय भाषेत बोलू लागले.

'आज साहेबांचा काय कार्यक्रम आहे ?' कवडे बॉडीगार्डनं पी. ए. ला विचारलं.

'आज साहेब मंत्रालयातच आहेत. संध्याकाळी ठाण्याला जायचं आहे. तिथं त्यांचा सत्कार ठेवला आहे.'

चिन्मय देशमुख पी. ए. नं ब्रीफकेसमधून कार्यक्रम-पत्रिका काढून एक प्रत बॉडीगार्डला दिली. एक प्रत टेलिफोन ऑपरेटरला दिली.

'लोकांचे फोन येताहेत. साहेबांचा कार्यक्रम विचारताहेत. तुम्ही कार्यक्रम-पत्रिका सकाळी देताय. मी लोकांना काय उत्तर देऊ ? कार्यक्रम-पत्रिका रात्रीच बंगल्यावर पाठवायला पाहिजे होती.' टेलिफोन ऑपरेटरचा आवाज चिडला होता.

'चिडू नको बाळा. मी कांबळेला कार्यक्रम-पत्रिका देऊन बंगल्यावर पाठवलं होतं. अरे, चहा सांगा... ' देशमुखनं टेलिफोन ऑपरेटरची समजूत काढली आणि चहाची ऑर्डर दिली.

'चिन्मय देशमुखसाहेब, नास्तापण मागवा... ' कवडे बॉडीगार्ड लाडांत आला होता.

'माझं लग्न आहे. रोज तुला नास्ता चारतो... ' देशमुखनं बॉडीगार्डला खवळलं.

बॉडीगार्डनं मला जवळ बोलावलं. माझी चौकशी केली.

'देशमुखसाहेब आलेत. चहा, नास्ता सांगा... ' म्हणून मला आदेशच दिला.

मी खिशातून पन्नासची नोट काढली. कवडे बॉडीगार्डनं नोट हिसकावूनच घेतली. कांबळे शिपाई कँटीनकडे पळत सुटला 'आठ वडे आणि आठ कप चहा. लवकर आण. साहेब उठतील' देशमुखनं शिपायाला सांगितलं.

'माझं पान घेऊन ये' टेलिफोन ऑपरेटर ओरडून आपली फर्माईश सांगत होता.

माझ्या पैशावर ते गिधाडासारखे तुटून पडले होते.

फोनची रिंग वाजली.

'साहेब लाईनवर आले... ' टेलिफोन ऑपरेटर ओरडला.

सर्वजण चिडीचिप झाले. लोकांत लहर पसरली. टेलिफोन ऑपरेटरनं फोन अटेंड केला. साहेब टेलिफोन ऑपरेटरशी बोलले. फोन ठेवला.

'न्हाव्याला बोलावून घ्या रे. कुठं गेला कांबळे शिपाई, पळ लवकर. नोकरी करायची आहे ना ?' टेलिफोन ऑपरेटरनं शिपायाला दम दिला.

कांबळे शिपाई हातातला चहा ठेवून न्हाव्याला बोलवायला गेला.

'मला विचारलं का रे !' देशमुखनं टेलिफोन ऑपरेटरला विचारलं.

'साहेब उठले का ?' म्हणून गर्दीतून विचारणा सुरू झाली.

'इथं गर्दी करू नका. चला आत. वेटिंगरूममध्ये बसा. साहेब खाली येणार आहेत.

रांगेत बसा. आपापल्या चिठ्ठ्या द्या...'

कांबळे शिपायानं सर्वांना आदेश देताच गर्दी बंगल्यातल्या वेटिंगरूममध्ये जागा पकडून बसली. कांबळे शिपायानं सर्वांना कोऱ्या कागदाचे तुकडे वाटले. प्रत्येकजण कोऱ्या कागदाच्या तुकड्यावर आपलं नाव, गाव लिहू लागला. कोणी कोणाकडून उसनं पेन मागून घेतला. कोणी कागदावर काय लिहायचं असतं, हे दुसऱ्याकडून जाणून घेतलं. निरक्षरांनी दुसऱ्यांकडून आपल्या चिठ्ठ्या लिहून घेतल्या. काहीजणांनी चिठ्ठ्यांऐवजी आपलं व्हिजिटिंग कार्ड शिपायाकडे दिले. शिपायांनी सर्वांच्या चिठ्ठ्या गोळ्या केल्या. एक दोघांनी आपल्या चिठ्ठ्या वर ठेवा, म्हणून कांबळे शिपायाला मैत्रीपूर्ण विनंती केली. काहीजण देशमुखशी सूत जुळवण्यात गुंतले होते.

देशमुख केबिनमध्ये घुसला आणि आपली डायरी चाळू लागला.

मीही माझ्या नावाची चिठ्ठी लिहून दिली. मिलिंद. अन् रांगेत बसून राहिलो.

अलिशान बंगला. गर्दीतली अदब आणि घाई. पोलिसांची धावपळ. कवडे बॉडीगार्डचा करडा वावर. शिपायाच्या सूचना. पी.ए. चा रुबाब. अधिकाऱ्यांची वर्दळ. सतत वाजणारा फोन. बंगल्यापुढं लागणारी डी.व्ही. कार. मंत्र्याच्या भेटीसाठी उत्सुक असलेला गर्दीचा चेहरा. लोकांना भेटणारा मंत्री.

पहिल्या रांगेत बसलेले व्हिआयपी अधिकारी. त्यानंतर काही प्रतिष्ठित पुढारी. सर्वत्र विखुरलेले राज्यभरातले कार्यकर्ते. नाजूक सुंदर अशा लक्ष वेधून घेणाऱ्या दोन तरुणी. मीही खुर्चीत अवघडून बसलेलो.

बेल वाजली.

कांबळे शिपायानं पाच पाच लोकांना आत सोडण्यास सुरुवात केली. लोक आत जात होते. बाहेर येत होते. कांबळे शिपाई नाव पुकारायचा आणि माणसं आत सोडायचा. कवडे बॉडीगार्ड आत गेलेली माणसं बाहेर हुसकून द्यायचा. साहेबांना दिलेली निवेदनं, हार, पुष्प गुच्छ, पेढे देशमुख जमा करत होता.

माझा नंबर आला.

मी आत गेलो. रोहिदासला मिठी मारण्याचा मोह झाला. पण बॉडीगार्डनं मला दूर उभं राहायला सांगितलं. रोहिदासनं माझा हार स्वीकारला. 'कधी आलास ?' म्हणून विचारलं. तोवर बॉडीगार्डनं मला बाहेर काढलं. रोहिदासनं मला परत बोलावून घेतलं. 'तू मंत्रालयात ये' म्हणून सांगितलं. मला बरं वाटलं. रोहिदासनं आपल्याला मंत्रालयात भेटायला बोलावलं, ह्याचा आनंद झाला.

भेटणाऱ्यांची गर्दी संपली. मोहिते ड्रायव्हरनं गाडी लावली. शिपाई निवेदनांची फाईल घेऊन बाहेर पडला. त्यामागून मिनिस्टर आले. सोबत बॉडीगार्ड होता. पी.ए. मागून धावत येत होता. रोहिदास कारमध्ये बसला. कारमध्ये काही कार्यकर्ते बसले. क्षणात कार बंगल्याच्या फाटकातून बाहेर पडली. पोलिसांची जिप्सी त्यापाठोपाठ धावू लागली. नंतर टेंपो, जीप, कार बाहेर पडल्या. उरलेली गर्दी बाहेर पडू लागली. मी

मंत्रालयाची बस पकडून मंत्रालयाजवळ उतरलो.

गेटवर पोलिसांनी अडवलं. मला पास मागितला. माझ्याकडे पास नव्हता. 'मी साहेबाचा मित्र आहे' म्हणून सांगितलं. पोलिसांनी माझ्याकडं खालपासून वरपर्यंत न्याहाळलं. 'तुम्ही कोणीही असा. दुपारी दोन नंतर या.' पोलिसाच्या रोखठोक उत्तरानं मी दुखावलो. दोनपर्यंत काय करायचं, हा प्रश्न पडला.

मी पब्लिक टेलिफोन बूथवर गेलो. मंत्रालयात फोन लावला. फोन सारखा एंगेज येत होता. खूप प्रयत्न केल्यावर फोनची रिंग वाजली. तिकडून आवाज आला, 'नमस्कार. मी ना. रोहिदास नागदिवे साहेबांचा पी.ए. माळवे बोलतोय्.'

मी आवाज चढवून बोललो,

'मी साहेबाचा मित्र आहे. त्यांनी मला भेटायला बोलवलंय्. पोलिस आत सोडत नाहीत. तुम्ही पास पाठवा.' मी एका दमात बोलून घेतले.

तसा माळवे पी.ए. खवळला. 'दोन नंतर या.' मी ही खवळलो, 'साहेबाला फोन द्या.' पी.ए. माझ्यावर ओरडलाच. 'साहेब मीटिंगमध्ये आहेत. त्यांना फोन देता येणार नाही. तुम्ही दोन नंतर या.' पी.ए. ने फोन आदळला. मी नर्व्हस झालो.

दोननंतर लाईनमध्ये उभा राहिलो. चारपाचशे लोकांची लांबलचक रांग. हळूहळू पुढं सरकणारी. पोलिसांनी माझी बॅग तपासली. बॅगेतले कपडे बाहेर काढायला सांगितले. चोराची झडती घ्यावी, तशी झडती घेतली. नंतर मेटल डिटेक्टरमधून बाहेर पडलो. एक रांग संपली होती. लिफ्टसाठी पुन्हा रांगेत उभं राहावं लागलं.

एकदाची लिफ्ट मिळाली. पाचव्या मजल्यावर आलो. ना. रोहिदास नागदिवेच्या कार्यालयापुढं प्रचंड गर्दी झालेली. पोलिसांनी सर्वांना रांगेत उभं केलेलं. पुन्हा एकदा मी रांगेत जाऊन उभा राहिलो. माझा सगळा उत्साह नष्ट झाला होता. रांगेत उभा राहून संयमाचा कडेलोट झाला होता.

इथंही चिठ्ठ्या घेऊन माणसं आत सोडली जात होती. सकाळी भेटलेले अनेक चेहरे गर्दीत पुन्हा उभे होते. मीही रांगेतून पुढं ढकलला जात होतो.

एकदाचा मी केबिनमध्ये गेलो. रोहिदास राजासारखा खुर्चीवर बसला होता. त्याच्यापुढं प्रशस्त टेबल होतं. भेटणारी माणसं खुर्च्यांमध्ये बसली होती.

'भेटणारे किती आहेत ?'

'खूप गर्दी आहे' शिपायानं नम्रपणे उत्तर दिलं. रोहिदासच्या चेहऱ्यावर आनंदाचं वादळ उठलं होतं.

'चला पटापट. बसून राहू नका. कामाचं बोला. बाहेर गर्दी आहे, चला...'

दोन मिनिटांत खुर्च्यांत बसलेले सर्वजण भेटून बाहेर पडले. तोच दारातून भेटणाऱ्यांची गर्दी आत आली.

'गावी कधी जाणार आहेस ?' रोहिदासनं माझी चौकशी केली.

'आज निघतो' मी हसत उत्तर दिलं.

'ठीक आहे. ये', रोहिदास माझ्याशी बोलत असतानाच भेटणाऱ्यांची गर्दी जवळ आली. त्यांनी रोहिदासला हार घातला. पेढे दिले.

कांबळे शिपायानं मला बाहेर काढलं.

दि. १० जुलै

माझी मुलगी प्रज्ञा आजारी पडलेली. घरात पैसा नव्हता. प्रज्ञा तापानं फणफणत होती. दोन दिवस झाला ताप उतरत नव्हता. प्रज्ञानं चहा मागितला. घरात साखर आणि चहापत्ती नव्हती. पाणी गरम करून त्यात थोडं मीठ टाकून तिला पिण्यास दिलं. मला गलबलून आलं. माझा एक मित्र राज्याचा कॅबिनेट मिनिस्टर आहे आणि माझ्या मुलीला औषधालाही पैसे मिळत नाहीत. एक दलित मंत्री झाला, म्हणून सर्वांचं दारिद्र्य नष्ट होतं असं नाही.

आम्ही आहोत, तिथंच आहोत.

रात्री मुलीला उलट्या सुरू झाल्या. मी घाबरलो. मला दरदरून घाम आला. मी घराबाहेर पडलो. अंगणात बसून ओक्साबोक्शी रडलो.

'देवा, माझ्या मुलीला बरं कर.'

मी घरातले देव उकिरड्यावर फेकले होते. मी उकिरड्यावर जाऊन देवाचा शोध घेतला. देव सापडले नाहीत.

मी आकाशाकडे पाहून हात जोडले.

दि. २१ जुलै

आज रोहिदासचा जिल्हा दौरा होता. मंत्री झाल्यानंतर तो प्रथमच जिल्ह्यात येत होता. सर्वत्र त्याच्या स्वागताची जय्यत तयारी चालली होती.

ठिकठिकाणी कमानी उभारल्या होत्या. दलित कार्यकर्त्यांबरोबर काँग्रेसचे कार्यकर्तेही राबत होते. त्यामुळं द्रव्यबळ व मनुष्यबळ कमी पडत नव्हतं. निळ्या झेंड्याबरोबर काँग्रेसचे झेंडेही फडकत होते. वर्तमानपत्राच्या पुरवणीत आर्.पी.आय्. कार्यकर्त्यांबरोबर काँग्रेसच्या पुढाऱ्यांची छायाचित्रं छापलेली होती. 'काँग्रेस रिपब्लिकन युती चिरायु होवो' अशी घोषवाक्यं ठिकठिकाणी रंगवलेली होती.

मला कळत नव्हतं. मी काय करावं ? ह्या युतीच्या जल्लोशात वाहत जावं, की नाही ? बाबासाहेब आंबेडकरांनी म्हटलं होतं 'काँग्रेस हे जळतं घर आहे' असं असेल, तर आपण ह्या लाक्षागृहात का प्रवेश करावा ? बाबासाहेबानंतरच दलित राजकारण काँग्रेसच्या आधारानंच वाढलं आहे. बाबासाहेब आंबेडकर म्हणाले होते, 'लोकशाहीत प्रबळ विरोधी पक्षाची गरज असते.' आम्ही बाबासाहेबांचे अनुयायी. सत्ताधारी पक्षाचे हात बळकट करत आहोत. रिपब्लिकन पक्ष हा विरोधी पक्ष नसून, तो युतीचा पक्ष झाला आहे. मला असह्य वेदना होऊ लागल्या.

बाबासाहेबांना राजकारण अधिक कळलं होतं, की आम्हांला ?

तरुण मुलं घराघरांत पत्रकं टाकत फिरत होती. लक्ष्मीनं एक पत्रक माझ्या हातात आणून दिलं. 'कॉंग्रेस रिपब्लिकन युती चिरायु होवो' चं पत्रक होतं. बाबासाहेब आंबेडकर आणि म. गांधीजींचा फोटो एकत्र छापलेला होता. बोल्ड टाईपमध्ये बाबासाहेबांचं विधान छापलेलं होतं 'दुसरे लोक आम्हांला मते देत नाहीत. व आपण लोक त्यांना मते देत नाही. ही एक प्रकारची तटबंदीच होय. दुर्दैवाने आपली लोकसंख्या कमी आहे. आपण केवळ अल्पसंख्याक आहोत. ह्यासाठी इतर समाजातील आमचे दु:ख जाणणारे कोण आहेत, हे पाहिले पाहिजे. अशा सर्वांना एकत्र करून त्यांच्यासह जाण्याची आपली सिद्धता पाहिजे.' बाबासाहेबांनी असं म्हणून ठेवलं असेल, तर आपण त्यांच्यासह जाण्याची सिद्धता केली पाहिजे. मी कपडे घातले. तयार झालो. रोहिदास येण्याची वेळ आली होती. रेल्वे स्टेशनकडे निघालो.

मला कळलं नव्हतं, आम्ही बाबासाहेबांच्या विचारांचा सोयीनं अर्थ लावत होतो, की एक नवा राजकीय प्रयोग करत होतो.

रेल्वे स्टेशनवर प्रचंड गर्दी जमा झाली होती. कालपर्यंत ज्यांना रोहिदास माहीत नव्हता, अशी ही गर्दी. मंत्री झाल्यानंतर त्याला आरती ओवाळायला आलेली. मला माझ्या मैत्रीची लाज वाटली. हे लोक उत्साहानं किती उधाणलेत आणि मी मात्र इतका थंड ?

प्रत्येकजण आपापल्या घाईत होता.

ट्रेन आली आणि गर्दीचा उत्साह उसळला.

साहेब, बॉडीगार्ड, पी. ए. आणि मुंबईचे कार्यकर्ते बाहेर पडले. रोहिदासच्या चालण्यात राजकीय वैभव ओसंडत होतं. चेहरा उजळला होता. गर्दीनं जयघोषाच्या घोषणा सुरू केल्या. साहेब दादरावरून बाहेर पडले आणि हजारो फटाक्यांची आतशबाजी सुरू झाली. एक हजार एक सुवासिनी आरती घेऊन रोहिदासाला ओवळण्यासाठी उभ्या होत्या.

घोषणांचा जोर वाढला. रोहिदासभोवती पोलिसांचं कडं पडलं. गर्दी आनंदाने बेभान झाली.

मी गर्दीपासून दूर फेकला गेलो. रोहिदासपर्यंत पोहोचणं केवळ मुश्किल होतं. इतक्या जल्लोशातून रोहिदासची नजरही माझ्यापर्यंत पोहोचणं अशक्य होती.

रोहिदास लाल दिव्याच्या गाडीतून रेस्ट हाऊसकडे निघाला. त्याच्यामागून गाड्यांचा ताफा चालला. गर्दी मिळेल त्या वाहनानं रेस्ट हाऊसकडे निघाली.

मीही सायकलीवर रेस्ट हाऊस गाठलं. साहेब तासभर स्नान करत होते. आणि गर्दी रेस्ट हाऊसच्या प्रांगणात विखुरली होती.

देशमुख फोन मागून फोन करत होता. देशमुखच्या आवाजात घाई आणि आवेश जाणवत होता.

'आता साहेबाचा काय कार्यक्रम आहे ?' काँग्रेसच्या पुढाऱ्यानं देशमुखजवळ चौकशी केली.

'पत्रकार परिषद होईल. त्यानंतर अधिकाऱ्याबरोबर बैठक. बैठकीनंतर पक्ष कार्यकर्त्यांबरोबर चर्चा. मग दुपारचं जेवण. त्यानंतर दोन ते चार हा वेळ राखीव. सायंकाळी चार वाजता नागरी सत्कार आणि रात्री मुंबईला प्रयाण...' देशमुखनं आकाशवाणीच्या वृत्तनिवेदकासारखं एका दमात कार्यक्रमपत्रिका सांगून टाकली.

'मुंबईला जाण्यापूर्वी साहेब माझ्या घरी येतील का ? माझ्या मुलाचा वाढदिवस आहे.' काँग्रेस पुढाऱ्यानं देशमुखकडं आदबीनं विचारणा केली.

'साहेबांना वेळ नाही. आजचं शेड्युल टाईट आहे.' देशमुख नेहमीच्या तोऱ्यात बोलत होता.

काँग्रेस पुढाऱ्यानं देशमुखला बाजूला घेऊन काही खासगीत सांगितलं.

देशमुखच्या तोंडावर हासू फुललं.

'मग तुम्हीच साहेबांना बोला. मी तुम्हांला आत सोडतो.'

काँग्रेस पुढाऱ्याचा चेहरा उजळला.

प्रमुख कार्यकर्त्यांची धावपळ चालू होती. लोक निवेदनं घेऊन जमले होते. पोलिस गप्पांत रंगले होते. एकेक पत्रकार येत होता. अधिकारी अगोदरच येऊन बसले होते. खानसामा घाईनं स्वयंपाक तयार करत होता. टेलिफोन ऑपरेटर फोन अटेंड करत होता.

'पत्रकार कोण आलेत ? चला, साहेब बोलावताहेत.' देशमुखनं पत्रकारांना पाचारण केलं. सात-आठ पत्रकार आणि दोघे फोटोग्राफर हॉलकडे सरसावले.

'पत्रकाराशिवाय दुसरं कोणी यायचं नाही. पत्रकार परिषद आहे.' देशमुख गर्दी करणाऱ्यांना सूचना देत होता.

पत्रकार आपापल्या जागेवर बसले.

'इतकेच पत्रकार ?' मिनिस्टरनं देशमुखला खडसावून विचारलं.

देशमुख ओशाळला.

'सर्वांना बोलावलं नाही का ?'

मिनिस्टर देशमुखची उलटतपासणी घेत होते.

'साहेब, पत्रकार परिषदा नेहमी सायंकाळी होतात. आपण त्यांना सकाळी बोलावलं आहे. शिवाय आज रविवार असल्यानं पत्रकार कमी आलेत. आपले जिल्हा माहिती अधिकारी आलेत. ते बातम्या छापून आणण्याची व्यवस्था करणार आहेत.' देशमुख आपली बाजू सावरून धरत होता.

'ठीक आहे. पत्रकारांना चहा बिस्किटं सांग.' मिनिस्टरनं देशमुखला हुकूम दिला. तसा देशमुख मिनिस्टरच्या कानाला लागला.

'जेवणाची वेळ आहे, पत्रकारांना जेवण द्यावं लागेल.' मिनिस्टर देशमुखची सूचना

फेटाळतात.

'पुढच्या वेळेला बघू. आता फक्त चहा सांग.'

देशमुख चहा सांगण्यासाठी निघून गेला. साहेब पत्रकारांपुढं येऊन बसतात. पत्रकार हास्यविनोदांत रंगतात. साहेब प्रत्येकाची ओळख करून घेतात.

पत्रकार परिषद सुरू होते.

संपते.

पत्रकार निघून जातात.

'अधिकारी कोण आलेत ? साहेबांनी बोलावलंय्. मीटिंग आहे. चला...' देशमुख उपस्थित अधिकाऱ्यांना मिनिस्टरचा हुकूम देतो. अधिकारी घाईनं निघतात.

'सर, क्लास वन आणि क्लास टू अधिकारी आहेत. आपल्या सगळ्या डिपार्टमेंटचे अधिकारी आहेत. मात्र विभागीय समाजकल्याण अधिकारी दिसत नाहीत.'

'त्याची बदली केली पाहिजे. त्याच्यावर नजर ठेव. दौऱ्यात येतो, की नाही, बघ.'

'येस्, सर.'

साहेब अधिकाऱ्यांपुढं येऊन बसतात. अधिकारी आपल्या फायली घेऊन आलेले. प्रत्येकजण आपली ओळख करून देतो. मिनिस्टर प्रत्येकाच्या कामाची माहिती करून घेतात. शंका विचारतात. अधिकारी तपशीलवार माहिती देतात. मीटिंग चालू होते.

बाहेर भेटण्यासाठी आलेले लोक उतावीळ झालेले आहेत.

'मीटिंग कधी संपेल ?' म्हणून जो तो चौकशी करतो आहे. कार्यकर्ते सर्वत्र विखुरलेले.

अधिकाऱ्यांची मीटिंग संपते. अधिकारी बाहेर पडतात. देशमुख अधिकाऱ्यांना गाठतो. रेस्ट हाऊसमधल्या जेवणाचं बिल देण्यास सांगतो. रात्रीच्या ट्रेनचं आपलं तिकीटही काढायला सांगतो. रात्री ट्रेनवर साहेबासाठी आणि पी.ए. व बॉडीगार्डसाठी जेवणाचे डबे पुरवण्याचे आदेश देतो.

अधिकारी होकार देऊन निघतात.

मिनिस्टरला भेटण्यासाठी कार्यकर्त्यांची गर्दी होते. मीही गर्दीत घुसतो. रोहिदासचं लक्ष वेधून घेतो. रोहिदास मला बसण्यास सांगतो. मी एका खुर्चीत बसून राहतो. रोहिदास मुंबईच्या कार्यकर्त्यांना माझी ओळख करून देतो.

'हे मिलिंद. आपले जुने कार्यकर्ते आहेत. तू शिक्षकच आहेस ना ?'

मी मानेनंच होकार देतो. नोकरी लागल्यानंतर चळवळ सोडली. नोकरी केली नसती तर आज चळवळीत असतो. रोहिदासच्या बरोबर राहिलो असतो. नोकरीमुळं दारिद्र्य संपलं नाही. केवळ दोन वेळच्या जेवणाची चिंता मिटली. महिनाअखेरला ओढाताण होतेच. कर्जाचा डोंगर. बहिणींची लग्नं. भावांच्या जबाबदाऱ्या आणि आई-वडिलांचा मोठा मुलगा म्हणून अंगावर पडलेली जबाबदारी ह्यात मी चिरडलो होतो. पत्नी कमी शिकलेली. घरकामातच तिचा दिवस जायचा. ती कमावणार कोठून ? मी एकटा

कमवतो आणि बाकीचे चरत असतात. आयुष्य म्हणजे एक सक्तमजुरीच वाटते.

आपणही मिनिस्टर झालं पाहिजे.

रोहिदास लोकांची निवेदनं स्वीकारू लागतो. निवेदनं स्वीकारून देशमुखला सूचना देऊ लागतो. देशमुख प्रत्येक गोष्टीला 'जी, जी' करत असतो. 'ह्यांना पत्र द्या, ह्यांचा फोन करा, हा अर्ज माझ्या डायरीत ठेवा, मुंबईला गेल्यावर आठवण करा, हे काम आपल्याला करायचं आहे, खास बाब म्हणून शेरा मारा.' मिनिस्टरच्या सांगण्याप्रमाणे देशमुख प्रत्येक निवेदनावर नोंदी करत असतो.

'साहेब, आपले कार्यकर्ते निकममामाची आई मरण पावलीय्. त्याला भेटलं पाहिजे. दोन दिवसांपूर्वीच मयत झाली.' एक कार्यकर्ता रोहिदासला सूचना करतो, तसा रोहिदास होकार देतो.

'गाडी लावायला सांगा. आपल्याला निकम मामाच्या कांबळेच्या घरी जायचं आहे.'

रोहिदासचा आदेश ऐकताच धावपळ सुरू होते.

रोहिदास गाडीत जाऊन बसतो. तोच त्याच्यापाठोपाठ कार्यकर्ते कारमध्ये घुसतात. कारमध्ये जागा नाही, तरी कारमध्ये गर्दी करतात. रोहिदास बॉडीगार्ड आणि देशमुखला पोलिस व्हॅनमध्ये बसायला सांगतो. कारमध्ये बसण्यासाठी स्पर्धा लागलेली. मला कुठल्या कुठं ढकललं जातं. मीही पोलिसाच्या जीपमध्ये घुसतो. पोलिस मला हाकलू लागतात. देशमुख मध्यस्थी करतो.

'त्यांना बसू द्या. साहेबांच्या ओळखीचे आहेत.'

रेस्ट हाऊसमधून गाड्यांचा ताफा बाहेर पडतो. सायरनचा आवाज. रस्त्यावर अडवलेली वाहनं. ट्रॅफिक पोलिसांच्या शिट्ट्या. भरधाव वाहणारी लाल दिव्याची गाडी. त्यामागे पोलिसांची जीप. व्हॅन आणि कार्यकर्त्यांच्या गाड्या. गाड्यांचा ताफा भीमनगरमध्ये पोहचतो.

पाच मिनिटांनंतर पुन्हा गाड्या सुरू होतात. एकामागून एक सर्व वाहनं भराभर भीमनगरच्या बाहेर पडतात. कार्यकर्ते चालाखीनं गाड्यांमध्ये जागा पकडतात. मला कुठंच जागा मिळत नाही. मी खालीच राहातो. सर्व गाड्या निघून जातात. मी निकममामांना कांबळेशी बोलून त्यांचा निरोप घेतो.

चौकात येतो. तोच ॲम्बॅसॅडर कार येते. पंडित कानडे खाली उतरतो. मला हाक मारतो, 'साहेबांनी तुम्हांला बोलावलंय्. रेस्ट हाऊसवर चला...' मी कारमध्ये जाऊन बसतो. रोहिदास एवढ्या गर्दीत मला विसरलेला नव्हता.

मला आनंदानं भरून येतं.

दि. २५ जुलै

आज लोडशेडिंग असल्यामुळे पिठाची गिरणी बंद होती. कालच पीठ संपलं होतं. लक्ष्मीनं शेजाऱ्याकडून उसनं पीठ मागून आणलं. लक्ष्मी माझ्या दु:खाची साल आहे.

तिच्यामुळंच हा फाटका संसार करू शकलो.

बाहेर कोणी तरी 'मिलिंद' म्हणून हाक मारत असल्याचा भास झाला. मी बाहेर डोकावलो. अंगणात कार उभी होती. दोन अनोळखी व्यक्ती आणि पंडित कानडे मला भेटायला आलेले. पंडित कानडे डोळा घालतो. मी बुचकळ्यात पडतो. घरात पीठ नाही. हे पाहुणे कोठून आले ? अनेक प्रश्नांच्या विळख्यात मी अडकलो.

'या, घरात बसू.'

'बाहेरच चला. कामाचं बोलायचंय्.'

मी गोंधळलो. ह्या लोकांचं माझ्याकडं काय काम असणार ? बाहेरच गेलं पाहिजे. चहासाठी घरात दूधही नाही.

मी कारमध्ये बसतो. रोहिदास जसा बसला होता, तसा. लक्ष्मीनं दारातून पाहिलं होतं. मला गुदगुल्या होऊ लागल्या. वाऱ्यानं माझी झुलपं उडू लागली.

आम्ही हॉटेलजवळ येतो. प्रीतम हॉटेल. मी, पंडित कानडे आणि ते दोघे अनोळखी. माणिकचंद आणि गोपीचंद त्यांची नावं.

माणिकचंद मेनू कार्ड वाचत होता. गोपीचंदनं वेटरला हाकारलं.

'एक क्वार्टर आर्.सी., एक सोडा. पंडित कानडे, तुला काय ?'

'एक खजूराहो.'

'मिलिंद, तुम्ही काय घेताय् ?'

'मी काही नाही.'

'पंक्तीला बसलं, की घ्यावं लागतं.'

'बिअर घ्या.'

'नको, नको.'

'बिअरला काय होतं ? बायका पितात.'

'तुम्ही घ्या. मी कंपनी देतो.'

'मिलिंदसाठी थम्स अप आण.'

'थम्स अप चालेल.'

'स्नॅक्समध्ये काय आहे ? असं कर, ग्रीन सॅलड, पापड घेऊन ये, त्यानंतर चिकन चिली आणि चिकन मांच्युरिअन आण. अरे, ऐक, नंतर जेवण करायचंय्. आताच चिकन हंडीची ऑर्डर देऊन ठेव. जादा तिखट नाही. मध्यम तिखट कर. रस्सा होना. ठीक आहे, जा.'

माणिकचंदनं पेग लावले. पंडित कानडेचा पेग गोपीचंदने भरला. वेटरनं माझ्यापुढं थम्स-अप ओपन करून ठेवलं. सर्वांनी चिअर्स केलं. मी तोंडाला स्ट्रॉ लावला.

गप्पा रंगल्या.

माणिकचंदनं नकळत माझ्या थम्स अपमध्ये दोन थेंब आर्.सी. ओतली. मी ओरडलो.

'दोन थेंब तर आहेत. आमच्या नव्या मैत्रीसाठी घ्या.'

मला त्यांचे दोन थेंब नाकारता आले नाहीत. मूळ विषयाला प्रारंभ झाला.

मी प्रथमच चिकन चिली चावत होतो.

गोपीचंदनं माझ्या थम्सअपमध्ये आणखी दोन थेंब आर्.सी. टाकली. रक्तात उत्साह उसळत होता. ताण मावळला होता. चिंता दूर झाली होती. एकेका पेगनं नशेचं वारूळ वाढत होतं. मन नागासारखं डोलत होतं. शरीर पिसासारखं हलकं होत होतं.

'तुमची आणि साहेबाची ओळख कशी ?'

'ओळख नाही. आमची मैत्री आहे.'

'तुम्ही त्यांच्याबरोबर काम करत होते ?'

'हाँ. पँथर आम्ही काढली. आम्ही एकत्र काम केलं. त्याच्यामध्ये नेतृत्वाचे गट्स आहेत.'

'साहेब घेतात ?'

'साहेबाची पर्सनॅलिटी मिनिस्टरला शोभणारी आहे. माणूस रुबाबदार वाटतो.'

माणिकचंदनं वेटरला बिल दिलं. पंडित कानडेनं वेटरला अडवलं. 'त्या बिलात एका बिर्याणीचं बिल ॲड कर. मला पार्सल न्यायचं आहे.'

'दोन पार्सल बिर्याणी कर.'

'एकत्र बांधू का ?'

'वेगळं वेगळं बांध.'

'दोन कुणाला ?'

'एक कानडे घेऊन जाईल. एक मिलिंद घेऊन जातील.'

मी मूग गिळून बसलो होतो.

रस्त्यात कानडेला सोडून आम्ही पुढं निघालो. कार घरापुढं उभी राहिली. माझ्या हातात बिर्याणीचं पाकीट होतं.

'साला, कानडे फार भिकारचोट आहे. त्याच्यापासून सावध राहा.' माणिकचंद मला समजावून सांगत होता.

मी त्यांना होकार देत होतो. 'हे राहू दे'

माणिकचंदनं माझ्या खिशात पाचशे रुपयांची नोट कोंबली. मी केवळ हसलो. कार निघून गेली. लक्ष्मीनं दार उघडलं.

'पिऊन आलाय् का ? ह्याच्यासाठी बाहेर गेले होते वाटतं ? भेटले दारू पाजणारे ? घरात खायला अन्न नाही आणि तुम्ही दारू पीत फिरताय् ?'

'मी माझ्या पैशानं प्यालो नाही.'

'पण का पिलात ?'

'मी रोज पीत नाही. मी काय दारुड्या नाही. आज एक दिवस प्यालो, म्हणून काय झालं ?'

'एक दिवस दारुड्या व्हाल. तुमचं काय सांगता येतंय् ?'
'मी तुझ्यासाठी बिर्याणी आणलीय्.'
'मला खायची नाही.'
'अग, चांगली आहे.'
'सांगितलं ना. मला खायची नाही.'

मी वैतागलो. माझी नशा उतरली. लक्ष्मी चिडली होती. प्रज्ञा झोपली होती. लक्ष्मीही झोपी गेली. बिर्याणीचं पाकीट तसंच पडलं. मीही आडवा झालो. लक्ष्मीच्या भांडणामुळं मी डिस्टर्ब झालो होतो. माझी झोप उडून गेली होती.

आपल्याला चाळीस वर्षं झाली. एक पैसा देखील शिल्लक नाही. उलट, कर्ज वाढत आहे. उद्या काय झालं, तर कुणाकडं पैसा मागावा ? घर बांधणं तर दूरच. पण साधी जागा देखील घेता येत नाही. मनासारखे कपडे वापरता येत नाहीत. माझं काय होईल ? हे दारिद्र्य कसं नष्ट होईल ?

दोन नंबरचा पैसा मिळाल्याशिवाय आपण श्रीमंत होऊ शकणार नाही.

मला झोप येत नाही. उठून बसतो. लक्ष्मीही जागीच आहे. भांडल्यामुळं तिलाही झोप येत नसेल.

आपण नोकरी करण्याची घाई केली. लग्नाची घाई केली. अजून शिकायला हवं होतं. चांगल्या नोकरीसाठी प्रयत्न करायला हवा होता. आपण खूप अडकलोय् बुडणं... केवळ बुडणंच हाती आहे.

कुत्र्यांनं बिर्याणीचं पॉकिट पळवलं.

दि. २६ जुलै

संध्याकाळची वेळ. पुन्हा कार आली. माणिकचंद सरळ घरात घुसला. लक्ष्मीला नमस्कार केला. आपली ओळख करून दिली. मी बसण्याचा आग्रह केला. गोपीचंद दारात हसत उभा होता. त्यांनी कानडेला आणलं नव्हतं. मी चहा घेण्याचा आग्रह केला. त्यांनी मला बाहेर काढलं. लक्ष्मीनं काहीच बोललं नाही. कदाचित् तिला माझ्या नव्या मित्रांना दुखवायचं नसावं.

आम्ही प्रीतम हॉटेलमध्ये आलो. कालच्याच टेबलवर बसलो.

'तुम्ही मला हॉटेलमध्ये आणताय्, पण माझ्याकडे पैसे नाहीत.'
'तुम्हांला कुठं बिल द्यायचंय् ? आम्ही आहोत ना ?'
'मलाही कधीतरी खर्च करावा लागेलच ना ?'
'तुम्ही एका कॅबिनेट मिनिस्टरचे मित्र आहात. आम्हांला लाजवता काय ?'
'खरंच चेष्टा करत नाही. मी गरीब आहे.'
'तुमची गरिबी दूर करू. फक्त तुम्ही आमचं ऐका.'
'मला काय करावं लागेल ?'

'लोकांची कामं करा. पैसे घ्या. तुमची गरिबी हटेल. साहेबांना बोलून घ्या. तुमचे मित्र आहेत. आम्ही कामं आणतो.'

मी कोड्यात पडलो. काय करावं ? हो म्हणावं, की नाही ? एकीकडे दारिद्र्य आणि दुसरीकडे सुखाचं आमिष.

वेटर आला. माणिकचंदनं त्याला न्याहाळलं.

'एक क्वार्टर आर्.सी. आण.'

'मला नको.'

'असं कसं होईल. तुम्हांला घ्यावंच लागेल. चहा पिऊन कुठं कामाच्या गोष्टी बोलायच्या असतात ? आता घेण्याची सवय करा. लोकांबरोबर बसायचं म्हटलं, की पिण्याची तयारी ठेवली पाहिजे, तरच डॉयलॉग होईल.'

'मला शक्य नाही.'

'थोडं घ्या. जीन घ्या. तोंडाचा वास येणार नाही. लेडीज ड्रिंक आहे.'

माझा नकार सैल होतो. माणिकचंद पेग तयार करतो. खायला चिकन तंदूरची ऑर्डर देतो. मी मनातल्या मनात सुखावतो. मी पहिल्यांदाच जीनची चव चाखली. चिकन तंदूर खाल्ली. मला लक्ष्मीची आठवण झाली. तिलाही असं चांगलं खायला मिळालं पाहिजे. मी तिला इतक्या चांगल्या हॉटेलात घेऊन जाईन ? एवढा पैसा आपल्याकडं येईल ? तिसरा पेग संपला होता. शरीर हवेत तरंगू लागलं होतं. माझ्या नसानसांतून तृष्णा थंडगार होत होती. पेगमध्ये वितळणारं बर्फ. माणिकचंदच्या ओठांत जळणारी सिगारेट. गोपीचंदचा नशेनं माखलेला चेहरा. प्लेटमध्ये संपत आलेले शेंगदाणे. अ‍ॅश ट्रेमध्ये जमा झालेली सिगारेटची थोटकं. अर्धी संपलेली बाटली. सर्वच टेबलं गिऱ्हाईकांनी भरलेले. चर्चेनं फुललेले. वेटरची धावपळ. काऊंटरवरून वेटरना मिळणाऱ्या मॅनेजरच्या सूचना. जागा नाही, म्हणून उभे असलेले कस्टमर. गोल फिरणारा फॅन. मंद धुवाधार प्रकाश. गोंधळात लोपलेली मुकेशचं गाणी आणि पाखरांच्या थव्यासारखी नजरेवर उतरणारी बेहोशी.

आजही लक्ष्मी भांडेल !

दि २७ जुलै

सकाळीच पंडित कानडे आला. त्याचा मूड खराब होता. मी त्याला बसवून घेतलं. लक्ष्मीनं चहा ठेवला.

'काल तुम्ही बसले होते, म्हणे.'

'हो.'

'पण मला सोडून ?'

'तुला कसं कळलं ?'

'मला वेटरनं सांगितलं. तो आमच्या गल्लीतच राहतो ना.'

'ह्यात माझा काय संबंध ? त्यांनी मला बोलावलं. मी गेलो.'

'इथंच चुकतं. मी तुझी ओळख करून दिली. तुम्ही मला बाजूला टाकताय्. ती माणसं चांगली नाहीत. तू त्यांच्याशी एकटा बोलू नकोस. ती पोचलेली आहेत.'

पंडित कानडे दुखावला होता. त्याला टाळून रात्री पार्टी केलेलं त्याला कळलं होतं. त्याचा अपेक्षाभंग झाला होता. त्याच्या बोलण्यातून दुःख आणि द्रोह उफाळत होता. लक्ष्मीच्या कानांवर पडत होतं. कानडेनं चहा घेतला. दोन सबूरीच्या गोष्टी सांगितल्या.'येतो.' म्हणून गेला.

'कसली पार्टी ! कोण माणसं ?'

'तुला कळत नाही. गप्प बस.'

'मला सगळं कळालं पाहिजे. ही कोण माणसं आपल्याकडं येतात ? का येतात ?'

'त्यांचं काम आहे. कामासाठी भेटतात. माझी रोहिदासची ओळख आहे, म्हणून खाऊ-पिऊ घालतात.'

'त्यांनी मंत्र्याला भेटावं. काम करून घ्यावं. तुम्ही कशाला मध्ये होता ?'

'माझी मंत्र्याची ओळख आहे, म्हणून. त्यांची ओळख असती, तर आपल्याकडे कशाला आले असते ? आपण काय फुकट काम करणार नाही. पैसे देणार आहेत.'

'मला वाईट पैसा नको आहे.'

एकूण चुलीपर्यंत विषय आला होता. घर धुमसत होतं.

दि. २९ जुलै

पंडित कानडे शाळेत आला. आज शनिवार असल्यानं दुपारची शाळा नव्हती. आम्ही दोघांनी खोक्यावर चहा घेतला. तिथं माझी उधारी होती.

'पंडित कानडे, तू लवकर चिडतोस. तुझा स्वभाव संशयी आहे. रागाला येऊ नकोस. मी मित्र म्हणून स्पष्ट बोलतो.'

'तुला जवळचा कोण ? मी, की माणिकचंद ? माणिकचंदबरोबर तू डायरेक्ट बोलू नकोस. मला मध्यस्थ म्हणून घे. तो तुला फसवेल. गोत्यात आणेल.'

'आमच्यांत काहीच ठरत नाही. आम्ही काहीच बोलत नाही.'

'आपण बोलू. टोकन म्हणून दहा हजार घेऊ. तू पाच घे. मी पाच घेतो. माझी सध्या अडचण आहे.'

'दहा ?'

'हो. जितके पैसे जास्त मागशील, तितकं वजन पडतं. दारू पाजून गोल करेल तुला. पैसे माग. साहेबाशी बोलून घेऊ.'

'काम झालं नाही, तर ?'

'कसं होत नाही ?'

'मला ह्यातलं काही कळत नाही.'
'मी आहे. काळजी करू नकोस. माणिकचंद आज भेटला, की सरळ व्यवहाराचं बोलून घे.'
'मला शक्य नाही.'
'तुझ्यावतीनं मी बोलू का ?'
'नको.'
'तुला पैसे हवेत, की नको, सांग. नाही तर मी निकम मामाला गाठतो आणि काम करून घेतो.'
'मी विचार करतो.'
'तू आयुष्यभर विचार करत बस. संधी तुझ्यासाठी थांबणार नाही. संधी आली आहे. फायदा घे.'
'आपण दोघे बोलू.'
'क्या बात है !'

दि. ३ ऑगस्ट

माणिकचंदनं मुंबईसाठी चौघांचं रिझर्व्हेशन काढून ठेवलं होतं. मी, पंडित कानडे, मणिकचंद आणि गोपीचंद रात्रीच्या मेलनं बसलो. मला रात्रभर झोप आली नाही. आपण मुंबईला जात आहोत, हे खरं. पण रोहिदासबरोबर पैशाचं कसं बोलायचं ?

'मी रोहिदासला एकटा भेटतो. बोलतो. तुम्ही सोबत यायचं नाही.'
'ठीक आहे. तू बोल. आम्ही बाहेर थांबतो. भिऊ नको. पैशाचं बोलून घे. काम झालं पाहिजे.'

प्रवासात आमच्या गप्पा चालल्या होत्या. पैसे कमावण्याच्या योजना मांडल्या जात होत्या.

दि. ४ ऑगस्ट

'बोल.'
'मला दोन मिनिटं खासगीत बोलायचंय्.'
'काय, ते इथंच बोल.'
'मला वेगळं सांगायचंय्.'

मिनिस्टर उठले. अँटी चेंबरमध्ये आले. मीही त्यांच्यामागून गेलो. माझे हात-पाय थरथरत होते. पैशाच्या व्यवहाराविषयी कसं बोलावं, ते कळत नव्हतं. चेहरा पांढरा पडला होता. नसा ताणल्या होत्या. नजरेत भीती दाटली होती. रोहिदासनं मला पोलिसाच्या ताब्यात दिलं, तर ? मिनिस्टरला लाच दाखवणं हा गुन्हा आहे.

'बोल. काय बोलायचं, लवकर बोल.'

'कामाचं.'

'हं बोल.'

'बिअरबारसाठी परमिशन हवीय्. पार्टी पैसे द्यायला तयार आहे.'

रोहिदासचं हासणं. हासण्यात आश्चर्य आणि कुत्सितपणाही. पण तो मला दुखावत नाही. माझ्यासारखा कार्यकर्ता मिनिस्टरकडं अन्यायाचं प्रकरण न आणता बिअर बारची परमिशन मागायला येतोय्, ह्याचं त्याला वैषम्य वाटलं असावं. क्षणभर रोहिदास विचार करतो. मी त्याच्या नजरेला नजर देऊ शकत नाही. मला अपराध्यागत वाटतं.

'अशी कामं घेऊ नका. चळवळ बदनाम होईल.'

'मित्राचं काम आहे'

'तू चळवळीत आहेस ना ?'

'हो साहेब.'

'तू उद्या सकाळी बंगल्यावर ये.'

'हो, उद्या येतो.'

मी मंत्री कार्यालयातून बाहेर पडतो. घामानं अंग डबडबलेलं. बाहेर कानडे, माणिकचंद आणि गोपीचंद माझी वाट पाहत असलेले. मला पाहून त्यांचे चेहरे झळाळतात.

'काय झालं रे पंडित' कानडे अधीरतेनं विचारतो, 'उद्या बोलावलंय्....' मी आनंदानं बोलतो. माणिकचंद हातावर हात मारतो.

'आज की शाम, मिलिंद के नाम' गोपीचंद खुशीत हस्तोंदालन करतो.

आम्ही मंत्रालयाच्या पायऱ्या उतरतो. मंत्रालयाच्या पोर्चमध्ये मरीन लाईनच्या किनाऱ्यावरून येणाऱ्या थंड हवेच्या झुळकी अंगावर घेत माणसं सैलावली होती.

मंत्रालयाच्या आवारात शासकीय गाड्या उभ्या होत्या. पोलिस आपलं काम चोख करत होते. नेता आणि त्याच्यामागे कार्यकर्त्यांचे थवे फिरताना दिसत होते. मंत्रालयातले कर्मचारी आपापल्या पार्टीबरोबर गप्पा मारत फिरताना दिसत होते.

मंत्रालय म्हणजे एक मायाबाजारच.

मी, पंडित कानडे, माणिकचंद आणि गोपीचंद मंत्रालयाच्या गेटबाहेर पडलो. महाराष्ट्राच्या कोनाकोपऱ्यांतून आलेली माणसं विखुरलेली दिसत होती. आम्ही एम्.एल्.ए. होस्टेलकडे सरकलो. रस्त्याच्या बाजूला अनेक गाड्या पार्क केल्या होत्या.

'ज्यूस घेऊ या का ?'

'नको. अर्धं पाणी अर्धा ज्यूस देतोय् भडवा.'

'आता एकदम बसूच.'

'कुठं जायचं ?'

'तुम्हीच ठरवा. मला मुंबईतलं काहीच माहीत नाही.'

'कुलाब्याला बसू.'

'टॅक्सीनंच जाऊ या'

आम्ही टॅक्सीत बसलो. टॅक्सी पळू लागली, तरी मला ज्यूसवाला आठवत होता. लोकांना वरून गळणारा फळांचा रस दिसायचा. पण तो खाली पातेल्यात पाणी भरून ठेवायचा. लोक प्यायचे. पैसे द्यायचे. सर्वत्र लबाडी भरलेली आहे. लबाडांबरोबर लबाडीनंच वागलं पाहिजे.

अजून सात वाजले नव्हते. त्यामुळं कुठलाही परमिट बार सुरू झाला नव्हता. सात वाजेपर्यंत आम्ही गेट वे ऑफ इंडियावर टाईम पास केला. तिथं समुद्र पाहात शेंगदाणे खाल्ले. बोटीत बसणारी गावाकडची हौशी माणसं पाहिली. गेटवे ऑफ इंडियाजवळ फोटो काढणारे परदेशी पाहिले. ताजमहाल हॉटेलमध्ये जाऊन कॉफी प्यालो. हॉटेलमध्ये चक्कर मारली. पुस्तकाच्या स्टॉलवर जाऊन पुस्तकं पाहिली. टॉयलेटमध्ये गेलो. ताजमहाल हॉटेलबाहेर पडलो.

'नाईट क्लबला जाऊ या.'

'चला....'

परस्त्रीच्या देहात आकंठ डुंबण्याची इतकी अनावर ओढ मला का फरफटत नेत आहे ? ह्या शरीराचं रहस्य काय ? ते इतकं अवीट का वाटावं ?

दि. १५ ऑगस्ट

देशाचा स्वातंत्र्यदिन. शाळकरी पोरं आणि शासकीय कार्यालयं सोडली, तर इथं स्वातंत्र्याचं कोणाला कौतुक आहे ?

देशाची फाळणी हे हिंदूंचं दु:ख आहे. हे दु:ख कमी होण्यापेक्षा वाढतं आहे. कडवट होतं आहे. त्याची प्रतिक्रिया भारतीय मुसलमानांवर होत आहे.

दलित स्वातंत्र्याचा काळा दिन साजरा करत आहेत. आज आमच्या भारतीयतेविषयीच शंका निर्माण होत आहे.

मी माणिकचंदच्या घरी पाणीदेखील पीत नाही. कारण ग्लास धुवावा लागतो. माणिकचंद माझ्यापेक्षा वयानं कमी असूनही मला त्याला नमस्कार करावा लागतो.

'आमच्याबरोबर जेवू शकतोस, पण आमच्या बायका तुझं खरकटं ताट धुणार नाहीत', अशी गोपीचंदची भूमिका आहे.

हे, साले, जातीयवादी आहेत. वेदना वेगळं राहण्याची नाही. बहिष्कृत राहण्याची आहे.

माझं गाव कुठं आहे ?

जिथं मला अस्पृश्य म्हणणार नाहीत.

जिथं माझा पाणवठा असेल. मंदिर असेल. सरपंच, पाटील मला काम देतील.

दि. १ सप्टेंबर

दहा-बारा दिवसांनंतर आम्ही भेटत होतो. माणिकचंद, मी, गोपीचंद आणि पंडित कानडे पुन्हा एकत्र जमलो होतो. गोपीचंदनं आर्.सी.चा एक खंबा घेतला. एक किलो भेळ घेतली आणि आमची कार शहराबाहेर धावू लागली.

'आज मी घेणार नाही. माझा उपवास आहे.'

'उपवास कसला ?'

'मी उपवास पाळतो.'

'रांजणगावला जाऊ. श्रींचं दर्शन घेऊ. पुढं तसंच गाणं ऐकायला जाऊ.'

'कोणाची पार्टी चांगली आहे ?'

'रत्ना परळीकरची पार्टी लावू. गोरी पोरगी चांगली नाचते.'

'तिला कुठं नाचता येतंय् ? ती उड्या मारते.'

'मग कोणाला सांगायचं ?'

'तिथं जाऊ. पोरी पाहू. चांगल्या पोरी ज्या पार्टीत असतील, त्यांना सांगू.'

'चालेल.'

मला गुदगुल्या होत होत्या. कार वेगानं पळत होती. माझे केस भुरभुरत होते. रांजणगावच्या अगोदर कोरेगाव लागलं. इथं कोरेगावचा स्तंभ आहे. महार सैनिकांनी इंग्रजांच्या बाजूनं लढून पेशवाईचा पराभव केला. अशा शूर महार सैनिकांच्या स्मरणार्थ कोरेगावला स्तंभ उभारला आहे. मी स्तंभ पाहिला. पेशवाईत अस्पृश्यांना रस्त्यावर थुंकण्याची बंदी होती. त्यांना थुंकण्यासाठी गळ्यात गाडगं बांधावं लागे. रस्त्यावर अस्पृश्याच्या पाउलखुणा उमटू नयेत, म्हणून त्याच्या कमरेला खराटा बांधलेला असायचा. अस्पृश्यांनी इंग्रजांच्या बाजूनं लढून आपल्याविरुद्ध होणाऱ्या अन्यायाविरुद्ध युद्ध जिंकलं होतं.

'निकममामा बरोबर बोलू का ?'

'मी करतो तुमचं काम. मी नाही म्हटलं, की मग बोला. मला वेळ तरी द्या.'

'काम लवकर झालं पाहिजे. नाही तर दुसऱ्या पार्टीला परमिट रूम मिळेल. तुम्ही जोर लावत नाही. मिनिस्टर मित्र आहे, म्हणता.'

'काम होईल, काळजी करू नका.'

'आज फोनवर बोलून घ्या.'

'रात्री फोन लावू.'

'निकममामा लोकांची कामं करतो. तुम्हीही कामं करा. संधी आहे. वाहत्या गंगेत हात धुऊन घ्या.'

माणिकचंदनं निकममामाचं नाव काढलं होतं. निकम मामा. त्याची लाकडाची वखार नामांतराच्या दंगलीत जळाली आणि एका रात्रीतून त्याचं नाव सर्वांना माहित झालं. पत्रकार, पुढारी आणि कार्यकर्त्यांनी निकम मामाची भेट घेऊन त्यांचे सांत्वन

केलं. निकम मामाला शासकीय मदत मिळाली. प्रसिद्धीच्या लाटेवर निकममामानी निवडणूक लढवली. लोकांची सहानुभूती मिळाली आणि तो निवडून ही आला. राखीव जागेतून महापौर झाला. आता माजी महापौर झाला. आता माजी महापौर म्हणून राजकारण करतोय. आज त्याचा बंगला आहे. ह्या जिल्ह्यातला तो साहेबाचा राईट-हँड आहे.

दि. १० सप्टेंबर

सकाळीच प्रा. राहुल बनसोडे घरी आले. ते बाबासाहेब आंबेडकराचा पुतळा उभारण्यासाठी निधी जमा करत होते. त्यांनी आम्हाला कॉलेजमध्ये शिकवलं होतं.

'बनसोडे, सर तुम्ही बाबासाहेबांच्या पुतळ्यासाठी निधी जमवत आहात. तुम्ही पुतळ्याऐवजी दलित मुलांसाठी वसतिगृह का काढत नाही ? आपली मुलं शिकतील.'

'मला माझ्या समाजाला साक्षर करायचं नाही. स्वाभिमानी करायचं आहे. शिक्षण देणाऱ्या संस्था अनेक आहेत. मला एक संस्था काढून, शासकीय अनुदानात गैरव्यवहार करत जगायचं नाही.'

'तुम्ही गैरव्यवहाराच्या विरोधी आहात, हे मला माहीत आहे. पण लोक काय म्हणतात ? नोकरी गेली. बाबासाहेबांचा पुतळा उभारतो, म्हणून तुम्ही पैसे जमवत आहात आणि खात आहात...'

'आपल्याला लोकांचं तोंड बंद करता येत नाही. आपण आपलं काम करत राहावं.'

'बनसोडे, सर तुम्ही असा निधी जमवण्यासाठी गावोगाव भटकत आहात. वहिनी घर चालवतात. मुलांचं काय ?'

'ते जगतील रे. आपलं काय झालं ? मी त्यांना मोठं होईपर्यंत अन्न-वस्त्र-निवारा आणि शिक्षण देणार. पुढं ते हात-पाय हालवतील. आपण एवढी काळजी करायची नाही.'

प्रा. राहुल बनसोडेचं सुखी जीवन माझ्यापुढं उद्ध्वस्त झालेलं मी पाहिलं होतं. मी त्यांना मदत केली. मीही फाटका.

एकदा त्यांची बायको मुलांना घेऊन माझ्या घरी आली होती. त्यांचे दिवसच वाईट होते. माझ्या बायकोनंही त्यांना नीट वागवलं नाही.

'आमचं महिन्याचं बिल वाढत आहे.' म्हणून भांडण झालं. प्रा. राहुल बनसोडेनं आपल्या बायको-मुलांसह रात्री घर सोडलं. मीही अडवलं नाही. त्यानंतर तो आज माझ्याकडे आला होता.

त्यानं माझ्या घरी फक्त चहा घेतला आणि घर सोडलं. मी पुतळ्यासाठी पन्नास रुपयांची पावती फाडली होती.

दि. २७ सप्टेंबर

आज मला खूप अस्वस्थ वाटत होतं. त्यात माझं आणि लक्ष्मीचं भांडण झालं. मी घराबाहेर पडलो. कानडेच्या घरी जायचं ठरवलं. कानडेच्या घरी फोन होता. फोन केला. पंडित कानडे फोनवर भेटला. मी त्याच्याकडं गेलो. बायकोशी भांडल्यामुळं मी खूप गढूळ झालो होतो.

कानडेच्या बायकोनं सरबत केलं.

'बरं झालं, तू आलास. मीच तुझ्याकडं येणार होतो. एक काम आलंय्.'

'कसलं काम आहे ?'

'बदलीचं. एस्.टी. ड्रायव्हर आहे सिताफळे नावाचा. ओळखीचाच आहे.'

'होईल का बदली ?'

'कुठलंही काम 'होत नाही' म्हणायचं नाही. न होणारं कामही 'करतोच' म्हणायचं. गेल्या आठवड्यात रोहिदासच्या डी.ओ.नं एका कंडक्टरची बदली झाली. आपण मुंबईला जाऊ.'

'काम नाही झालं, तर ?'

'आपण फक्त मिनिस्टरचं पत्र घेऊन द्यायचं. बदली होवो, न होवो. पार्टी खर्च करायला तयार आहे.'

'लोक खाऊ घालतात, पिऊ घालतात.... ?'

'घालू दे ना. आपण त्यांना मिनिस्टरची भेट घडवून देतो. मिनिस्टरची शिफारस मिळवून देतो.'

'मिनिस्टरची भेट घेतल्यानं, त्याचं पत्र घेतल्यानं कामं होत नाहीत.'

'आपण पार्टीला मुंबईला न्यायचं. पार्टी आपला खर्च करेल. मिनिस्टरला भेटू. निवेदन देऊ. त्याचं डी.ओ. लेटर घेऊ. स्वत: खर्च करून साहेबाला भेटणं आपल्याला शक्य आहे का ? पार्टीच्या खर्चानं साहेबाची भेट होतेय्. मुंबईत दोन दिवस मजेत राहता येतंय्. तू येणार नसशील, तर मी निकममामाला घेऊन मुंबई गाठतो.'

'आपण जाऊ या.'

'आपण सिताफळे ड्रायव्हरच्या घरी जाऊ. त्याला बाहेर काढू. त्याच्याकडून पार्टी घेऊ.'

दि. २९ सप्टेंबर

'पैसे भरपूर घेतलेत ना ?'

'तुम्ही पैशाची काळजी करू नका. माझं काम करा.'

'तुझं काम होईल, रे.'

'साहेब, माझं काम झालं, तर तुमच्याकडे काम घेऊन येणाऱ्यांची रांग लागेल.

एकदा लोकांना कळलं, की तुमच्याकडून काम होतंय्, म्हणून, लोक पैसे घेऊन तुमच्याकडं येतील. माझं काम करा म्हणतील. माझं काम झालं पाहिजे. ही टेस्ट केस समजा. आताच चार-पाच ड्रायव्हर-कंडक्टरनी माझ्याकडं बोलून ठेवलंय्. मी तुमच्याकडं माणसं घेऊन येईन.'

'आपण काम करायला तर बसलोय्. मिनिस्टर मित्र आहे. कुठल्याही डिपार्टमेंटचं काम करता येईल.'

पंडित कानडे आणि ड्रायव्हर सिताफळे ह्यांच्यांत चर्चा चालली होती. मी झोपेचं सोंग घेतलं होतं. रेल्वेच्या धावण्याचा ताल. बर्थवर पेंगुळलेली माणसं. नीरव अंधारात सुसाट घुसणारा वेग. अपघात झाला, तर ह्या कल्पनेनं दचकलेलं मन.

सकाळी मुंबईत पोहोचू. एम्.एल्.ए. होस्टेलवर जाऊन फ्रेश होऊ. नंतर साहेबाच्या बंगल्यावर जाऊ. रात्री मुंबईतील मजा चाखता येईल. आज बुधवार. साहेब मुंबईत असणार. आज कॅबिनेट असतं.

सकाळी आम्ही बंगल्यावर गेलो. मी माळवे पी.ए. ला नमस्कार केला, 'ओळखलं का ?' म्हणून विचारलं. त्यानं ओळख दिली नाही.

'रोज इतकी माणसं येतात. कुणा कुणाची ओळख ठेवायची ?'

मी दुखावलो.

'साहेब माझे मित्र आहेत.' मी आवाज चढवला.

माळवे खवळला.

'खूपजण येतात. मी साहेबाचा मित्र आहे. मी साहेबाचा काका आहे. मी साहेबाचा भाऊ आहे. एवढ्या लोकांच्या ओळखी कुठं ठेवायच्या ? जो तो उठतो, मी साहेबाचा लंगोटीयार आहे, म्हणतो.'

माळवे माझा पाणउतारा करत होता. माझा अपमान झाला होता. पार्टीच्या पुढं असा अपमान होणं भयंकर असतं. मी माझं मलाच शांत केलं. निकममामाही आपल्या कार्यकर्त्यांसह आलेला होता.

'साहेब खाली येणार आहेत. चला आत... ' माळवेनं आदेश सोडला.

भेटणारी गर्दी हॉलमध्ये गेली. मी बाहेर रेंगाळत होतो. बॉडीगार्डनं मला हॉलमध्ये बसण्यास सांगितलं. शिपायानं आम्हांला, 'आपापली नावं लिहून द्या', म्हणून फर्मावलं.

गाडीचा आवाज झाला. साहेब मागच्या दारानं गाडीत जाऊन बसले. गाडी वेगानं बंगल्याबाहेर पडली. 'साहेब कॅबिनेटला गेले' म्हणून शिपायानं घोषणा केली. भेटणारी गर्दी निराशेनं हॉलबाहेर पडली आणि मंत्रालयाकडं निघाली.

'चला, आपणही मंत्रालयात जाऊ.'

मंत्रालयाच्या गेटवर अडवलं. आमच्याकडं पास नव्हता. दोनपर्यंत बाहेर थांबावं लागणार होतं.

'मिनिस्टर कॅबिनेटला गेलेत. आत जाऊन तरी काय उपयोग ?'

'तोपर्यंत जेवण करून घेऊ या.'

आम्ही एम्.एल्.ए होस्टेलच्या कँटीनमध्ये घुसलो. आमदारांसांठी काही टेबलं राखीव होती. आम्ही तीन चिकन राईस प्लेटची ऑर्डर दिली. मला लक्ष्मीची आठवण आली. मी टेबलावर ठेवलेला पाण्याचा ग्लास रिकामा केला.

'काम झालं, की आज निघू.'

'मंत्रालयातलं काम कधी एका दिवसात होत नाही.'

'आज मुंबईत फिरू.'

टेबलावर चिकन राईस प्लेट आल्या. आम्ही तुटून पडलो. मला भूक लागली होती. प्रत्येक टेबलावर नजर गेली. प्रत्येक टेबलावर कोणी तरी एकटा बिल देणारा होता. बाकीचे सर्व फुकटे होते.

बिल देणारा हा काम करून घेणारा. खाणारे हे मंत्रालयातील कर्मचाऱ्यांची, साहेबांची, मिनिस्टरची ओळख सांगणारे.

मी वॉश बेसिनमध्ये हात धुतले. वॉश बेसिनलाही रांग होती. सिताफळे ड्रायव्हरनं बिल दिलं. मी बडीशेप चघळत बाहेर पडलो. पंडित कानडे आणि सिताफळे ड्रायव्हर पान खाण्यासाठी पान टपरीवर रेंगाळले. मी एम्.एल्.ए. होस्टेलच्या परिसरात फिरणाऱ्या बायकांपोरीवर नजर रोवीत होतो.

दीड वाजल्यापासूनच मंत्रालयाच्या प्रत्येक गेटवर गर्दीची रांग लागत होती. आम्हीही रांगेत उभे राहिलो. पोलिसांनी आमच्या बॅगा तपासल्या. आम्ही मंत्रालयाच्या दरवाजात सरपटणाऱ्या भल्या मोठ्या रांगेत जाऊन उभे राहिलो. मंत्रालयाचे कर्मचारी रांगेतून आत घुसत होते. त्यांचा तो रुबाबच होता.

मेटल डिटेक्टरमधून बाहेर पडलो.

पुन्हा लिफ्टची रांग.

पाचव्या मजल्यावर आलो.

साहेबाच्या कार्यालयापुढं प्रचंड गर्दी झालेली. मी साहेबाच्या कार्यालयात डोकावलो. पी.ए. खुर्चीवर बसले होते. त्यांच्यापुढं गर्दी उभी होती. गर्दीत प्रा. राहुल बनसोडे होता.

'मी पँथरचा कार्यकर्ता आहे. साहेब मला ओळखतात. आजपर्यंत मी काहीच मागितलं नाही. मी पहिल्यांदाच मंत्रालयात आलोय्. माझ्यावर अन्याय झालाय्. मला दलित म्हणून संस्थेनं काढून टाकलंय्. तुम्ही फोन करा.'

प्रा. राहुल बनसोडेचा आवाज ऐकून मी गळाठलो. प्रा. राहुल बनसोडे पी.ए.ला विनंती करत होता. पी.ए. राहुल बनसोडेचं म्हणणं उडवून लावत होता.

'तुमचं काम होणार नाही. तुम्ही कोर्टात जा' पी.ए.नं प्रा.राहुल बनसोडेला सर्वांदेखत सल्ला दिला.

'साहेब, कोर्टात लवकर निकाल लागणार नाही. माझी बायको-पोरं उघड्यावर पडलीत. तुम्ही फोन करा. तुमच्या एका फोनमुळं फरक पडू शकतो.' प्रा. राहुल

बनसोडेच्या पआवाजात वेदना होती. लाचारी होती.

मला ऐकवलं नाही. मी तिथून पाय काढता घेतला. मंत्र्याच्या केबिनपुढं उभ्या असलेल्या रांगेत उभा राहिलो. माझ्यामागे पंडित कानडे आणि सिताफळे ड्रायव्हर उभे होते.

अर्धा तास झाला, आत कोणालाच सोडलं जात नव्हतं. गर्दी वैतागली होती. गर्दीत गोंधळ सुरू झाला. पोलिसांनी गर्दीला शांत केलं.

'साहेब सर्वांना भेटतील. शांत व्हा. आत पत्रकार परिषद चालू आहे.'

गर्दी शांत झाली. आपला नंबर कधी येतोय्, ह्या प्रतीक्षेत आम्ही उभे होतो.

निकममामा दारातून आत घुसला. प्यूननं त्याला अडवलं नाही. गर्दीनंही तक्रार केली नाही. मी दारातून घुसण्याचा प्रयत्न केला. पोलिसांनी मला ढकलून दिलं. मी पुन्हा रांगेत उभा राहिलो. थोड्या वेळानं पी.ए. आत गेला. त्याच्या पाठोपाठ चंद्रकांत अंभोरे आत गेले. हे आर्.पी.आय्. चे पुढारी होते. नेहमी साहेबांबरोबर असायचे.

आत गेलेली माणसं बाहेर येत नव्हती. बाहेर उभी असलेली माणसं आत जात नव्हती. माझं मन गलोलीसारखं ताणलं होतं.

सायंकाळी सहा वाजता सर्व मंत्रालय खाली झालं होतं. मंत्रालयातील शिपाई सर्व कार्यालयाला कुलुपं लावत होते. मात्र रोहिदास नागदिवेचं कार्यालय गर्दीनं ओसंडत होतं. लोक निवेदनं देत होते. मंत्री निवेदनांवर सह्या करत होते. ही गल्लीबोळातली गर्दी प्रथमच मंत्रालयात येत होती. रोहिदास नागदिवेमुळं झोपडपट्टीतला माणूस मंत्रालयात निवेदनं घेऊन येण्याचं धाडस करत होता. ह्या फाटक्या माणसाला पहिल्यांदा मंत्री आणि मंत्रालय पाहायला मिळालं होतं.

लोक इतकी गर्दी का करतात ?

गुंड त्रास करतात. बिल्डरनं झोपड्या पाडल्या. नोकरी नाही. नोकरीसाठी चिठ्ठी द्या. रेल्वेचं आरक्षण करण्यासाठी पत्र द्या. रेस्ट हाऊसमध्ये खोली मिळण्यासाठी फोन करा. बदली करा. सेवा योजना कार्यालयातून मुलाखतीचं पत्र मिळत नाही. शाळा-प्रवेशासाठी फोन करा. पाण्याची सोय नाही. आमच्या कार्यक्रमाला या. असे प्रश्न. अशी गर्दी.

लोकांच्या सर्व सामान्य प्रश्नांसाठी एक स्वतंत्र मंत्रालयच असावं. ह्या मंत्र्यानं केवळ लोकांची निवेदनं घ्यावीत आणि त्यांवर कारवाई करावी.

आम्ही मंत्र्यापुढं रांगेत उभे. आमच्यापुढं चार-पाचजण. मंत्रिमहोदय न थकता निवेदनं घेत आहेत. मीही निवेदन देतो.

'बदली आहे. हे आपले कार्यकर्ते आहेत. पक्षाच्या कार्यक्रमांसाठी मदत करतात.' मी अडखळत बोलतो.

'हा कुठला कार्यकर्ता ? मी या कार्यकर्त्यांना ओळखत नाही ? ड्रायव्हरची बदली करायची आहे, म्हणून सांग. खोटं कशाला बोलतो ?'

ना. रोहिदास नागदिवेचं बोलणं ऐकून मी ओशाळलो. मंत्र्यांनी त्यावर 'फोन' असा शेरा मारला. आता कुणी तरी पी.ए.डी.सी.ला फोन करेल.

'बंगल्यावर ये.' ना. रोहिदास नागदिवेनं मला ऐकवलं.

मी नम्रपणे हसत होकार दिला. हात जोडून मंत्री- कार्यालयाबाहेर पडलो.

'माझी बदली होईल ?'

'उद्या साहेबांचा पी.ए.डी.सी.ला फोन करेल. साहेबाच्या पी.ए.चा फोन आला म्हटल्यावर डी.सी. ला बदली करावीच लागेल.'

'मंत्र्याचा फोन आला, म्हणून मला मेमो तर देणार नाहीत ? ऑफिसची परवानगी न काढता आलो आहे !'

'आम्ही आहोत, काळजी करू नकोस. डी.सी. ची बदली करू. मिनिस्टर म्हणजे काय ताकद असते, हे तुला माहीत नाही. तू अंड्यातलं पिल्लू आहेस. चल.'

'फोन कधी होणार ?'

'उद्या. आपण मंत्रालयात येऊ. उद्या पी.ए. फोन लावेल. साहेबांनी बंगल्यावर बोलावलंय्. आपण बंगल्यावर जाऊ.'

'आता काय तरी पोटात टाकू या.'

सिताफळे ड्रायव्हर खर्च करताना हात आखडत होता. पंडित कानडे त्याला खर्च करायला लावत होता.

आम्ही बंगल्यावर पोहाचलो.

साहेब खाली आले नव्हते. साहेबांना भेटण्यासाठी माणसं थव्याथव्यांनी येत होती. ट्रॅक्स आली. त्यातून निकममामा आणि चंद्रकांत अंभोरे उतरले. बंगल्यात गेले. निकममामानं आम्हांला पाहून, न पाहिल्यासारखं केलं. निकममामा भोवती साधे चार कार्यकर्ते नव्हते, पण तो नेता झाला होता. चांगले कपडे घालून मिरवायचा. साहेबावर फ्लॅश मारायचा. साहेबाभोवती राहायचा. साहेबही आपल्या खुशमस्कऱ्यांना जवळ घेत होते. सफारी घालणाऱ्यांना गाडीत घेत होते. साहेबांभोवती इंप्रेशन मारणाऱ्यांची गर्दी जमत होती. ही गर्दी बंगल्यात असायची. गाडीत असायची. कार्यालयात असायची. दौऱ्यात असायची. साहेब आणि चार लोकांचं टोळकं मिळून मंत्रालय चालवायचे. चळवळ चालवायचे. निकममामा पी.ए.च्या खुर्चीत बसून लोकांचे फोन करायचा. फोनवर अधिकाऱ्यांना दम द्यायचा.

साहेब खाली आले. बेल वाजली. पी.ए., बॉडीगार्ड आणि शिपायांची धावपळ सुरू झाली. भेटणारी गर्दी आपापल्या जागी स्थिर झाली. मंत्रालयातही भेटणारी तीच माणसं होती. बंगल्यावरही भेटणारी तीच माणसं आहेत. ह्या माणसांना निवेदनं देण्यापलीकडं दुसरं काम नसावं का ?

साहेबांची आमची भेट झाली. साहेबांनी मला बसायला सांगितलं. सिताफळे

ड्रायव्हर आणि पंडित कानडे बाहेर गेले. साहेब लोकांची निवेदनं स्वीकारत माझी विचारपूस करत होते. मी सुखावलो होतो.

'आपले कार्यकर्ते बदल्यांची कामं आणतात. अशानं आपल्या समाजाचे प्रश्न सुटणार नाहीत. कार्यकर्ताही उभा राहणार नाही. कार्यकर्त्याला चार पैसे मिळावेत, त्याचा उदरनिर्वाहाचा प्रश्न सुटावा, म्हणून मी कार्यकर्त्याच्या शिफारशीनं निवेदनं आणायला सांगतो. त्यामुळं निवेदन देणारा कार्यकर्त्याकडं जातो. कार्यकर्त्याच्या अनेक लोकांशी ओळखी होतात. आपला पक्ष वाढवायला मदत होऊ शकते. पण कार्यकर्त्यांनी वैयक्तिक कामं आणण्यापेक्षा सामाजिक कामं आणली पाहिजेत. लोकांच्या बदल्या केल्यानं समाज बदलणार नाही. शासकीय योजना लोकांना समजावून सांगितल्या पाहिजे. ह्या योजनांचा फायदा करून घेतला पाहिजे. आपल्या कार्यकर्त्यांनी सहकार क्षेत्रात घुसलं पाहिजे. रचनात्मक कार्य केलं पाहिजे. मी आज मंत्री आहे. उद्या नाही. मंत्रिपद कायमचं नसतं. जोपर्यंत हातांत सत्ता आहे, तोपर्यंत फायदे करून घेतले पाहिजेत. आपल्या कार्यकर्त्यांना हे कळलं पाहिजे.'

ना. रोहिदास नागदिवेचं बोलणं मला पटत होतं. मी भारावून ऐकत होतो.

दि. १४ ऑक्टोबर

चौदा ऑक्टोबर. धम्मचक्रप्रवर्तन दिन. ह्या दिवशी एक सांस्कृतिक क्रांती झाली. हिंदू धर्मातील विषम जातिव्यवस्थेला नाकारून बाबासाहेब आंबेडकरांनी आपल्या हजारो अनुयायांसह बौद्ध धर्माचा स्वीकार केला. भारतीय इतिहासात इतक्या मोठ्या संख्येनं कधी धर्मांतर झालं नव्हतं.

धर्मांतरामुळं दलितांना नवं आत्मभान आलं. दलितांनी हिंदू देवदेवता नाकारल्या. सवर्ण हिंदूंची हीन कामं नाकारली. मृत मांस खाणं सोडून दिलं. मेलेली जनावरं ओढणं सोडून दिलं. आम्हीही माणसं आहोत, असं ते निर्भयपणे सांगू लागले. त्यामुळं गावोगावी पेच निर्माण झाला. आता शूद्रांची कामं कोण करणार ? हिंदूंनी दलितांवर सामाजिक बहिष्कार टाकला. दलितांचा छळ केला, पण धर्मांतराची लाट थांबली नाही.

ना. रोहिदास नागदिवे दीक्षाभूमीवर झालेल्या कार्यक्रमात भाषण करताना दूरदर्शनच्या बातम्यांत दिसले. शासकीय प्रसार माध्यमांना दलितांवर कार्यक्रम प्रसारित करण्याचं चांगलं निमित्त मिळालं होतं.

दि. २० ऑक्टोबर

आज दिवसभर मी अस्वस्थ होतो. मला माझ्या दारिद्र्याची प्रचंड चीड आली. माझ्या अशिक्षित पत्नीची चीड आली. मला माझ्या पगाराची चीड आली. ह्या प्रचंड दारिद्र्यातून आपण वर कसे येणार ? श्रीमंत होण्याचे शॉर्टकट्स काय ? आपण ह्या पगारात घर बांधू शकणार नाही. मुलीचं थाटात लग्न करू शकणार नाही. मागे आपण

काय मिळवून ठेवणार ? म्हातारपणात कसं जगणार ? एखादा गंभीर आजार झाला, तरी औषधाला पैसे नाहीत. केवळ दोन वेळचं जेवण आणि महिनाअखेरची चिंता म्हणजे माझी नोकरी.

मी लॉटरी काढली. लॉटरी लागली नाही. आपल्याला काही करून पैसे मिळाले पाहिजेत. मला पुढं दिसतेय् एक भयाण असुरक्षितता. मी रोज जगतोय् प्रचंड विवंचनेत. माणसं कमावताहेत. चैन करताहेत. आपल्या घरात साधा कलर टी.व्ही. नाही. मला माझी प्रचंड चीड येते. मी नपुंसक आहे. माझ्यात पैसे कमावण्याची हिंमत नाही. निकममामा गाडीतून फिरू शकतो. आपण मात्र काहीच करू शकत नाही.

दि. २८ ऑक्टोबर

काळ्या पैशाची गरज आहे. दोन नंबरच्या पैशाशिवाय काहीच करता येणार नाही. ही एक समांतर अर्थव्यवस्था आहे. ती नष्ट करता येणार नाही.

दि. ३० ऑक्टोबर

वर्तमानपत्रात निकममामा ची मोठी बातमी चौकट करून छापली होती. जेल रोडचे पोलीस अधिकारी भ्रष्ट आहेत, म्हणून त्यांच्या चौकशीची मागणी केली होती. निकममामा डेअरिंगबाज आहे. तो पोलिसांविरुद्ध ही बातमी देतो. आपल्यांत हे धाडस नाही. आडात नाही, तर पोहऱ्यात कोठून येणार ?

दि. १ नोव्हेंबर

सायंकाळी पंडित कानडे आला. त्याच्याबरोबर दोन माणसं होती. कानडेनं त्यांची ओळख करून दिली. ते सिव्हिल ड्रेसमधले पोलीस होते. मी चमकलो. पोलिसांनी बातमी तयार करून आणली होती. जेल रोडचे पोलीस अधिकारी कर्तव्यदक्ष आहेत, म्हणून माझ्या नावानं पत्रक प्रसिद्धीस द्यावयाचं होतं. पंडित कानडे मला समजावून सांगत होता.

पोलिसांनी मॅनेज केलं आणि वर्तमानपत्रात बातमी दिली.

दि. २ नोव्हेंबर

वर्तमानपत्रात बातमी आली. बातमीत माझं नाव होतं. निकममामा लोकांकडून हजार- दीड हजार रुपयांचे हफ्ते वसूल करतोय्. ह्या गोष्टीला पोलिसांचा विरोध होता, म्हणून निकममामानं पोलिसांना बदनाम करण्यासाठी त्यांच्यावर भ्रष्ट आरोप केले आहेत. पोलीस अधिकारी कर्तव्यदक्ष आहेत, अशा आशयाची ती बातमी होती. माझ्या परस्पर निकममामाचं नाव बातमीत छापलं होतं.

निकममामा आणि चंद्रकांत अंभोरे माझ्या घरी येऊन टपकले. त्यांचा पारा भडकला होता.

'बातमी मी दिली नाही. पत्रकावर माझी सही नाही. प्रेसमध्ये जाऊन पत्रक पाहा. माझं नाव मला न विचारता छापलं आहे.'

मी पुनः पुन्हा खुलासा करत होतो. पण निकममामा ऐकायला तयार नव्हता.

'मी तुझ्यावर बदनामीची केस करीन.' म्हणून दमबाजी करत होता.

मी खूप समजावण्याचा प्रयत्न केला.

'तुला पत्रक काढण्याचा अधिकार काय ?' चंद्रकांत अंभोरेनं मला शिवराळ भाषेत विचारलं.

मीही भडकलो,

'तुला जाब विचारण्याचा अधिकार कुणी दिला ?'

तसा निकममामा खवळला.

'तू पोलिसांचा चमचा आहेस का ? पत्रक काढायला किती पैसे घेतले ?'

मी पुन्हा समजावणीच्या सुरात आलो,

'मी पोलिसांना भेटलो नाही... '

तसा चंद्रकांत अंभोरे उसळला.

'तू अध्यक्षाला सोबत न घेता पोलिसांना कसा भेटलास ?'

मी वैतागलो होतो.

'आमच्या वाटेला येशील, तर याद राख !' निकममामा आणि चंद्रकांत अंभोरे तावातावानं निघून गेले.

मी मनातून घाबरलो होतो. लक्ष्मीला तर रडूच कोसळलं होतं.

दि. १० नोव्हेंबर

निकममामाचा काही दिवस त्रास होणार, म्हणून मी लक्ष्मीला माहेरी सोडण्याचं ठरवलं. माणिकचंदची मोटार सायकल मागून घेतली आणि लक्ष्मीला तिच्या घरी पोहोचवलं. लक्ष्मीला सोडून घरी परत येत असताना रात्री निकममामाच्या लोकांनी मला खामगाव फाटा दरम्यान अडवण्याचा प्रयत्न केला. मी गुंडांना चकवून मोटार सायकल पुढं दामटली. त्यामुळं ते चिडले. त्यांनी गाडीतून माझा पाठलाग सुरू केला. थोड्याच अंतरावर मला धडक देऊन चिरडण्याचा प्रयत्न केला. गाडीच्या धक्क्यानं मी मोटार सायकलवरून रस्त्याच्या कडेला खोलगट भागात पडलो. अप्पा लोंढे नावाच्या गुंड कार्यकर्त्यानं माझ्या दिशेनं गोळी झाडली. गोळीचा नेम चुकल्यानं अप्पा लोंढेनं पुन्हा रिव्हॉल्व्हरचा चाप ओढला पण तांत्रिक दोषांमुळं दुसरी गोळी उडाली नाही. मी बचावलो.

मी कोणत्या स्थितीत आहे, हे न पाहता गुंडांची टोळी निघून गेली. मी जखमी अवस्थेत कसाबसा घरी पोहोचलो. शेजाऱ्याच्या मदतीनं एका खासगी दवाखान्यात गेलो. तिथं प्राथमिक उपचार घेतल्यावर मी पोलीस ठाण्यात गेलो. माझ्यावर गुदरलेल्या

प्रसंगाची माहिती दिली. पोलिसांनी लगेच शोधमोहीम हाती घेतली. रात्री तीनच्या सुमारास हे गुंड शस्त्रांसह गाडीतून मोकाट हिंडत असताना त्यांना पकडण्यात आलं.

मी खुनी हल्ल्यातून बचावलो होतो. माझ्यावर प्रचंड मानसिक दडपण आलं होतं.

दि. २० नोव्हेंबर

ना. रोहिदास नागदिवेंनी मुंबईला बोलावल्याचा निरोप एका कार्यकर्त्यानं दिला.

दि. २७ नोव्हेंबर

मी, निकममामा आणि अंभोरे बारमध्ये बसलो होतो. निकममामा पार्टी देत होता. रोहिदासच्या सांगण्यामुळं मी पोलीस केस काढून घेतली होती. माझ्यात आणि निकममामा मध्ये दिलजमाई झाली होती. निकममामा मला समजावून सांगत होते.

अंभोरे व्हिस्की घेत नव्हता. त्यामुळं आम्ही सर्वांनी रम घेतली होती. मला किक बसली होती. अंभोरे पेग भरून देत होता. आर्.पी.आय्.च्या पुढाऱ्यांबरोबर बसून रम पीत आहोत, ह्याचं मला अप्रूप वाटलं.

'साहेबाचं बोलणं आता खूप औपचारिक झालंय्. पूर्वीचा ओलावा नाही...' निकममामा आपली खंत व्यक्त करत होता.

'साहेबांना शासनाचा अनुभव नाही. अधिकारी त्यांचं ऐकत नाहीत. कार्यकर्त्यांची कामं होत नाहीत. साहेबांना गर्दी काम करू देत नाही....' चंद्रकांत अंभोरेनं आपलं मत मांडलं.

'सी.एम्.नी आपल्या साहेबाचं पत्र आलं की, काम करू नका, म्हणून अधिकाऱ्यांना आदेशच दिले आहेत. साहेबांनी कितीही पत्रं देऊन उपयोग काय ? साहेबांनी कोणालाही पत्रं देणं बंद केलं पाहिजे. जे काम होण्यासारखं आहे, त्यालाच पत्र दिलं पाहिजे.' निकममामानं आपली बाजू मांडली.

मी ही काही तरी बोलावं, म्हणून बोललो,

'लोक मोठ्या अपेक्षेनं येतात. त्यांना नाराज करता येत नाही. पूर्वी मंत्र्याचं पत्र कोणालाही मिळत नव्हतं. आपल्या साहेबामुळं मंत्र्याचं पत्र सर्वांना मिळू लागलं. डी.ओ. लेटर सामान्य माणसालाही मिळतं. हे साहेबामुळं घडलं...' माझ्या बोलण्यातून साहेबांविषयी भक्ती व्यक्त होत होती. अंभोरेनं लगेच विषय बदलला.

'काँग्रेसनं कुठलीही दलित संघटना वाढू दिली नाही. आपली खेळणी केली.'

'काँग्रेसला वाटतं, एखादा पक्ष पैशानं संपवता येतो. गरीब माणसांना विकत घेता येते. हवा तो माणूस निवडून आणता येतो. हे काँग्रेसचं गणित चुकवलं पाहिजे.'

'काँग्रेसमुळं आपण शासनात आलो. नाही तर आपण निवडून येऊ शकत नाही.'

मी पुन्हा काँग्रेसची बाजू घेत होतो. तिघांपेक्षा माझा सूर वेगळा होता.

अंभोरेनं मला पाय मारला आणि गप्प राहायला सुचवलं.

मी माझा पेग संपवला. पुन्हा पेग भरला. आता बऱ्यापैकी किक बसली होती. तंदूरनंतर शेंगदाणे खाणं म्हणजे कसं तरी वाटत होतं. वेटरनं जेवण लावलं.

जेवण घेता-घेता शेवटचा पेग संपवायचा होता.

'पिणारे-खाणारे प्रत्येक पक्षात असतात. केवळ आपणच खातो-पितो, असं नाही.'

'आपल्या पक्षातच गटबाजी आहे, असं नाही. सर्व राजकीय पक्षांत गटबाजी असते.'

'आपल्याला राजकारण करता येत नाही.'

आमचं जेवण संपलं. वेटरनं बिल दिलं. निकममामानं पाचशेच्या दोन नोटा वेटरला दिल्या. आम्ही बाहेर पडलो.

'साहेबाकडून दहा टक्क्यांचं घर मिळवलं पाहिजे. आपण जगाची कामं करतो. आपलीच होत नाहीत.'

अंभोरेनं मला टाळी दिली. मी आणि निकममामा एम्. एल्. ए. होस्टेलवर आलो.

दि. २९ नोव्हेंबर

दु:खाला एक चेहरा नसतो. दु:खाला अनेक चेहरे असतात.

दि. २ डिसेंबर

ना. रोहिदास नागदिवे ह्यांच्या हस्ते साहित्य संमेलनाचं उद्घाटन होतं. संघ परिवारानं हे साहित्य संमेलन भरवलं होतं. एका दलिताच्या हस्ते ह्या साहित्य संमेलनाचं उद्घाटन करण्याचं संघ परिवारानं औचित्य साधलं होतं. भाजपाचे आमदार शिरोळे ह्या संमेलनात राबत होते.

मला वाटलं होतं, रोहिदास नागदिवे मंत्री आहेत म्हणून संमेलनाला बोलावलं असेल ! पण त्यांनी नागदिवे दलित आहेत, म्हणून संमेलनाला बोलावलं होतं. हा त्यांचा पुरोगामीपणा होता.

थोड्या वेळानं भाजपाचे आमदार शिरोळे आले. त्यांनी नामदाराला आपल्या घरी चहासाठी निमंत्रित केलं. पुन्हा एकदा एका दलिताला घरी चहाला नेलं, हे उदाहरण तयार झालं होतं.

लाल दिव्याची गाडी श्री. शिरोळे ह्यांच्या घरी गेली. गाडीत जागा नसल्यानं मी गेलो नाही.

मी संमेलनाच्या मंडपात बसण्यापेक्षा अतिथींची सोय केलेल्या लॉजवर आलो. मी मंत्र्यांचा मित्र म्हणून लेखक मंडळी माझ्याशी अदबीनं वागत होती.

'आम्हांला दहा टक्क्यांतून घर मिळण्यासाठी साहेबांची शिफारस मिळेल का ?'

'तुमच्या साहेबांना दारू चालते का ?'

'तुमच्या साहेबांना बाईचा नाद आहे का ?'

'साहेब पैसे घेऊन काम करतात का ?'

असे अनेक प्रश्न श्री. करंदीकर आणि श्री. पाटणकर हे दोन लेखक विचारत होते. त्यांच्या प्रत्येक प्रश्नांचं उत्तर मी नकारात देत होतो.

समीक्षक श्री. जोशी आणि श्री. वळसंगकर आले. ते नुकतेच प्रवासातून आले होते. आमच्या गप्पा चालू होत्या. श्री. जोशी आणि श्री. वळसंगकर ह्यांनी स्नान उरकलं. श्री. करंदीकरांनी त्यांना माझी ओळख करून दिली. श्री. जोशींनी धुंडामहाराज देगलूरकर ह्यांची प्रतिमा सूटकेसवर ठेवली. श्री. करंदीकर आणि श्री. पाटणकरांना बोलावलं. त्या चौघांनी प्रार्थना केली. मला बोलावलं नाही.

चहा आला. आम्ही चहा घेतला.

श्री. वळसंगकर चहा घेता-घेता नव्या साहित्याविषयी तक्रार करत होते,

'अलीकडची मंडळी वाचत नाहीत. त्यांच्याकडे तपश्चर्या नाही. आज काल तर कोणीही उठतो आणि लिहितो. साधं शुद्ध लिहिता येत नाही. तरीही पुस्तकं काढत आहेत. सरस्वतीच्या दरबारात अशी घाण यायला नको...'

श्री. जोशींचीही हीच भूमिका होती.

'आजच्या परिसंवादात मी हेच ठामपणे सांगणार आहे.' श्री. वळसंगकर आपला मुद्दा ठासून सांगत होते.

मी बघ्याची भूमिका घेतली होती.

दि. ६ डिसेंबर

आज महापरिनिर्वाण दिन. बाबासाहेब आंबेडकरांचं आज महानिर्वाण झालं.

बाबासाहेब आंबेडकर म्हणजे हजारो वर्षांच्या रौरव काळोखात झालेला सूर्योदय होय. हा सूर्य कधीच मावळणार नाही.

ना. रोहिदास नागदिवे सोबत आम्ही चैत्यभूमीवर गेलो होतो. चैत्यभूमीवर जनसागर उसळला होता. काही दलित तरुणांनी हुल्लडबाजी केली. ना. नागदिवेंना चैत्यभूमीवर येण्यास मज्जाव केला. 'सत्तेसाठी समाजाला काँग्रेसच्या दावणीला बांधलं', म्हणून ना. नागदिवेंच्या विरोधात मुर्दाबादच्या घोषणा दिल्या.

पोलिसांनी हस्तक्षेप केला. वातावरण चिघळलं होतं. आम्ही लगेच परतलो.

चैत्यभूमी कोणाच्या मालकीची ?

बाबासाहेब कोणाच्या मालकीचे ?

सूर्यावर अंधारानं अधिकार सांगायचा, की सूर्यानंच आकाशावर अधिकार गाजवायचा ?

बाबासाहेब, तुम्ही चैत्यभूमीत बंदिस्त होऊ नका, बोला, काही तरी बोला.

ना. नागदिवेंना 'जय भीम' करणारे हुजऱ्यांचे थवे दिसतात, तसे ना. नागदिवेचा धिक्कार करणारे 'जय भीम' चे नारेही दिसतात.

दि. १७ डिसेंबर

निकममामाच्या घरी गेलो. निकममामाची मुलाखत घ्यायला प्रवीण कोकीळ आला होता. कोकीळ मुलाखत घेऊन गेला.

निकममामा म्हणाला,

'पूर्वी पत्रकारांना राईस प्लेट देऊन मुलाखत द्यायचो. आता बिअर पाजून मुलाखत देतो.'

दि. ३१ डिसेंबर

आज इअरएंड.

कालच इअर एंडची तयारी केली होती. गोपीचंदच्या फ्लॅटमध्ये जमलो होतो. गोपीचंदच्या घरी कोणीच नव्हतं. मी, पंडित कानडे, माणिकचंद आणि गोपीचंद एकत्र जमलो होतो. सिताफळे ड्रायव्हरही पार्टीला येणार होता. गोपीचंदनं आपल्या मोलकरणीकडून स्वयंपाक करून ठेवला होता. गावठी चिकन केली होती. माणिकचंदनं रम आणि फरसाण आणलं होतं. सिताफळे ड्यूटी संपवून इकडे येणार होता. येताना तो पोरगी आणणार होता. मी निरोध आणले होते.

गोपीचंदनं त्याच्या खालच्या फ्लॅटमधील मनोजला हाक मारली. मनोजचे वडील दिलीप देसाई बँकेत अधिकारी होते. मनोज कॉलेजला होता. मनोज आम्हांला वेटरसारखी मदत करत होता. पाणी देत होता. मनोजही आमच्याबरोबर पीत होता. आमचे दोन दोन पेग झाले होते. गप्पा रंगत होत्या. मनोजही गप्पांत भाग घेत होता. दारावरची बेल वाजली. आम्हांला वाटलं, सिताफळे आला. पण दारात मनोजचे वडील दिलीप देसाई दिसले. ते सरळ आत घुसले. मनोज किचनमध्ये लपला होता.

'मनोज आलाय् का ?'

'नाही.'

'गोपीचंद, खोटं बोलू नका. तो इथंच आला असणार. तुम्ही त्याला बिघडवताय्.'

'तो काही लहान नाही.'

'मनोज कुठं आहे ?'

'इथं नाही.'

'घरातच असणार.'

'शोधा.'

दिलीप देसाईनी मनोजला किचनमधून ओढून बाहेर आणलं. पायातल्या जोड्यानं मारलं. मनोज निघून गेला.

'मनोज दारू प्यालाय् ?'

'आज इअर एंड आहे.'

'तुम्ही त्याला बोलावलं.'

'तो स्वत: आला. मी त्याला हाकलू तर शकत नाही.'

'तुम्ही खोटं बोलताय्.'

पंडित कानडे चिडला.

'आमचा मूड खराब करू नका. तुमच्या मुलाला बांधून घाला. चला, बाहेर व्हा. इथं आवाज करायचा नाही.'

पंडित कानडेचा चढलेला आवाज ऐकून दिलीप देसाईंनी शांतपणे घर सोडलं. कानडेनं दार लावलं,

'साला रास्कल, मुलगा म्हणजे काय पाळलेलं कुत्रा समजतोय् ?'

गोपीचंदवर कसलाच परिणाम झाला नव्हता. साडे अकरा वाजता सिताफळे आला. त्याच्या बरोबर पोरगी होती. जीन पँट आणि टी शर्टमध्ये ती मॉड वाटत होती. पोरगी पाहून सर्वांचे चेहरे उजळले होते. नजरा ताज्यातवान्या झाल्या होत्या.

'काय नाव ?' माणिकचंदनं तिला विचारलं,

'रश्मी...' तिनं लाजत उत्तर दिलं.

तिनं सर्वांना हात हातात घालून हस्तांदोलन केलं. गोपीचंदनं तिच्या हाताचा किस घेतला. सिताफळे माझ्या बाजूला बसला. रश्मी गोपीचंदच्या मांडीवर बसली.

'प्रत्येकाच्या मांडीवर पाच पाच मिनिटं बस. नाहीतर एकट्याच्याच मांडीवर बसशील.'

आम्ही माणिकचंदचं मत उचलून धरलं.

'नाईटचे किती ?' मी सिताफळेला विचारलं.

सिताफळेनं मला गप्प बसवलं.

'पैशाची कशाला काळजी ? गोपीचंद भरेल...'

तसा गोपीचंद ताडकन् बोलला,

'झोपायचे पैसे प्रत्येकानं द्यायचे...'

मी आणि पंडित कानडे एकमेकांच्या तोंडाकडं पाहत होतो.

रश्मी माझ्या मांडीवर येऊन बसली. मी 'नको नको' म्हणालो. पण सर्वांनी तिला माझ्या मांडीवर बसण्याची सक्ती केली. मी तिच्या पाठीवरून हात फिरवला.

बारा वाजले. सर्वांनी हॅपी न्यू इअर केलं. आम्ही सर्वजण नाचलो.

'पहिला चान्स मिलिंदनं घेतला पाहिजे....' सर्वांनी मला घोड्यावर चढवलं.

'मी शेवटी बसेन.' मी आढेवेढे घेऊ लागलो.

पण माझं कोणीच ऐकलं नाही. मी आतल्या रूममध्ये गेलो. रश्मीही आली. पाठोपाठ माणिकचंद आला.

'घाई करू नको. निवांत बस. रात्र आपली आहे. वाटलं, तर सेकंड राऊंड घे. रश्मी साहेबाला खूश कर. साहेब खूश झाले पाहिजेत.' रश्मीनं दार लावून घेतलं. मला माझी मुलगी आठवली.

तिनं तंग जीन पँट काढली. टी शर्ट काढला. मीही कपडे काढले होते. ती जवळ आली. मी म्हणालो,

'सर्व कपडे काढ.'

तिनं कपडे काढले. तिच्या डाव्या स्तनावर चाकूनं वार केल्याची खूण होती. माझ्या भावना गोठल्या होत्या. तिनं विचारलं,

'फ्रेंच करू ?'

मध्यरात्रीचा प्रहर. एक वर्ष संपून दुसरं वर्ष सुरू होत होतं. फटाक्यांची आतशबाजी सुरू होती. गोपीचंदनं टी.व्ही. चा आवाज वाढवला होता. माणिकचंद घोड्यासारखा खिंकाळत होता. सिताफळे गाणं गुणगुणत होता. मी नव्या वर्षाचा संकल्प करत होतो

'हे वर्ष व्यभिचार आणि भ्रष्टाचारासाठी आहे.

मला अनेक उत्तमोत्तम स्त्रिया मिळोत. मी श्रीमंत होवो.

मला दोन नंबरचा पैसा मिळो.

हे देवांनो, जे काही अशुभ असेल ते सर्व आमच्या कानांवर पडू द्या !

जे काही भयानक असेल, ते सर्व आमच्या डोळ्यांना दिसू द्या.'

दि. ९ जानेवारी

आज निकममामाचा वाढदिवस. त्याच्या घरी अनेक राजकीय कार्यकर्त्यांची गर्दी झालेली. मी आणि पंडित कानडेही सदिच्छा देण्यासाठी गेलेलो. निकममामाच्या मुलानं आम्ही बुके देताना फोटो काढला.

आम्हीही गप्पांत सामील झालो.

गर्दी ओसरली.

निकममामानं मला अडवून ठेवलं होतं.

'मीटिंगचं पत्र मिळालं का ?'

'नाही.'

'साहेबांनी पक्ष-कार्यकर्त्यांची मीटिंग बोलावली आहे.'

'पी.ए. मला पत्रच पाठवत नाही.'

'गेल्या महिन्यातच मीटिंग झाली. प्रत्येक महिन्याला मीटिंग लावली, तर कार्यकर्ता प्रवासखर्च कोठून करणार ?'

'निवडणुका जवळ येत असल्यानं मीटिंग घेत असतील.'

'मीटिंग घेऊन काय निवडणूक जिंकता येते ? आपण साडेचार वर्षं काम करतो आणि निवडणुकीच्या सहा महिन्यांत झोपा काढतो, म्हणून पडतो. ते निवडणुकीच्या सहा महिन्यांतच काम करतात आणि साडेचार वर्षं झोपा काढतात, म्हणून ते निवडून येतात.'

'साहेबांची टर्म संपत आली. पण आपली काही कामं झाली नाहीत. साधी

ड्रायव्हरची बदली होत नाही.'

'चार लोकांची कामं झाली, तर ते संघटनेला जोडतात. लोकांची कामं होणं महत्त्वाचं आहे. भूलथापा दिल्यानं लोक नाराज होतात. लोकांत बदनामी होते.'

'काम घेऊन येणारा पक्षाचा सदस्य नसतो. काम व्हावं, म्हणून आपल्या साहेबाकडे येतो. आपल्याही माहीत असतं, त्याचं काम होत नाही. काम होत नसलं, तरी आपण लोकांना घेऊन जातो. साहेबाची भेट होईल, हा आपला उद्देश असतो. कार्यकर्त्याची कामं झाली, तरच कार्यकर्ता टिकेल...'

'साहेबच पक्ष आणि शासन सांभाळतात. पदाधिकारी मुंबई सोडण्यास तयार नाहीत. पक्ष कसा चालेल ?'

'हे खरं आहे. साहेबाभोवती मुंबईतलेच कार्यकर्ते नेहमी गर्दी करतात. ते साहेबाला कधीही भेटू शकतात. जे हजारो मैलांवरून येतात, त्यांना आधी संधी मिळाली पाहिजे. बंगला, केबिन, गाडीत मुंबईचीच मंडळी असतात.

'साहेबांचे पी.ए. देखील मुंबईच्या कार्यकर्त्यांकडंच लक्ष देतात. सामान्य कार्यकर्त्याकडं लक्ष देत नाहीत. संघटना त्यांच्यावर अवलंबून असते.'

'सत्ता मिळूनही अनेक कार्यकर्ते कार्यच करत आहेत. त्यांना काहीच मिळालं नाही. काही लोकांना काम न करताही मिळालं.'

'कार्यकर्त्यांचे आर्थिक प्रश्न सुटले पाहिजेत.'

निकममामाला सदिच्छा देण्यासाठी नगरसेविका रमा बाबर आल्या. रमा बाबर, आणि निकममामाची मैत्री होती. मी आणि पंडित कानडे बाहेर पडलो. नगरसेविका रमा बाबर एकांत मिळाला, म्हणून खळाळून हसत होती. माझ्या मनात निकममामा विषयी असूया निर्माण झाली.

दि. २६ जानेवारी

सव्वीस जानेवारी. लोकसत्ताक दिन. लोकांनी, लोकांसाठी, लोकांकडून चालवलेलं राज्य, म्हणजे लोकशाही.

कोणत्या लोकांनी, कोणत्या लोकांसाठी, कोणत्या लोकांकडून चालवलेलं, कोणतं राज्य, म्हणजे कोणती लोकशाही ?

दि. २९ जानेवारी

मी, निकममामा आणि पंडित कानडे मंत्रालयात गेलो. साहेब ठाण्याला कार्यक्रमासाठी गेले होते. साहेबाच्या पी.ए. कडे गेलो. पी.ए. भोवती गर्दी होती. निकममामानं साहेबांची चौकशी करण्यासाठी ठाण्याला फोन लावला. पी.ए.नं निकममामाच्या हातातला फोन हिसकावून घेतला.

'फोनला हात लावायचा नाही. बिल वाढतं.' पी.ए. संतापला होता.

'हे साहेबाचं कार्यालय आहे. हा साहेबाचा फोन आहे. मी साहेबाचा कार्यकर्ता आहे. मला साहेबाला फोन लावायचा आहे.' निकममामानं त्याला समजावण्याचा प्रयत्न केला.

'प्रत्येकजण येतो. फोन करत राहतो. त्यामुळं फोन सतत एंगेज्ड राहतो. बाहेरून फोन कसे येणार ? मी फोन देणार नाही.' पी.ए. चिडला होता.

सर्वांपुढं पी.ए. नं निकममामाला चार गोष्टी सुनावल्या होत्या. त्यामुळं निकममामा चिडला होता. निकममामानं सरळ पी.ए. ची गच्ची पकडली आणि त्याला दम भरला.

'मी पश्चिम महाराष्ट्र प्रदेशचा अध्यक्ष आहे. जीभ सांभाळून बोल. चोवीस तासांच्या आत तुझी खुर्ची खाली करेन. स्वत:ला मंत्री समजून वागू नको...' निकममामा प्रक्षुब्ध झाला होता.

पोलीस धावत आले. पोलिसांनी मला, निकममामा आणि कानडेला बाहेर घेतलं. समजावून सांगितलं. आम्ही त्यांना ताक पाजलं.

मी, निकममामा आणि पंडित कानडे निकममामाच्या बहिणीकडे गेलो. निकममामाची मोठी बहीण मुंबईत असते. तिचा नवरा पोलीस इन्स्पेक्टर आहे. आम्ही त्यांच्या घरी गेलो. त्या घरातलं वैभव पाहून मला समाधान वाटण्यापेक्षा मी अस्वस्थ झालो. असं वैभव आपल्या घरात येऊ शकेल ? इतक्या सुखात माझी पत्नी राहू शकेल ? माझ्या मुलीचे मला असे लाड करता येतील ? मी विचारचक्रात गुरफटलो.

मी मुलांसाठी काय कमवून ठेवलंय् ? उद्या मला मुलं ह्याचा जाब विचारतील. त्यांना मी काय उत्तर देऊ ? उद्याच्या जगात त्यांचं काय होणार आहे ? माझी मुलं पुन्हा एकदा अस्पृश्यांची कामं करू लागतील. त्यांच्या शिक्षणाचा खर्च मी करू शकणार आहे ? त्यांना नोकरी लावू शकणार आहे ? त्यांचा विवाह करू शकणार आहे ? मग काय ? मी केवळ त्यांना जन्म दिला, हेच माझ्या पितृत्वाचं भांडवल ?

मी छिन्नविछिन्न होतो.

निकममामाच्या बहिणीकडं चांगलं जेवण मिळालं.

मला माझी बहीण आठवते.

माझी बहीण सुरेखा. तिचं लग्न झालं. तिला मूल झालं. नंतर तिला नवऱ्यानं सोडून दिलं. ती माझ्याकडं आली. माझ्या बायकोचं तिचं पटलं नाही. ती गावी गेली. काही दिवस गावात राहिली.

मी माझ्या बहिणीसाठी काहीच करू शकलो नाही. कधी गावी गेलो, तर तिच्या मुलीच्या हातावर खाऊसाठी पाच-दहा रुपये ठेवायचो.

मी शिकलो. राखीव जागेतून नोकरी लागली. मी समाजासाठी काहीच करू शकलो नाही. बहीण-भावासाठी काही करू शकलो नाही. बायको-मुलांसाठी काही करू शकलो नाही. प्रत्येक पगार पहिल्या पंधरवड्यात संपून जातो. अर्धा महिना कर्ज, उसनवारी आणि विवंचनेत जातो.

बहीण जगण्यासाठी मुंबईला गेली. कोण्या तरी बिहारी माणसानं तिला नेल्याचं कळलं. मला अजूनही वाटतंय्, ह्या माणसानं तिला कुंटणखान्याला विकलं असेल.

मी जेव्हा जेव्हा वेश्या वस्तीत जातो, तेव्हा मला माझी बहिण आठवते. सुरेखा इथेच कुठे तरी असेल ! ती शृंगार करून गिऱ्हाइकाची प्रतिक्षा करत असेल ! आपण तिच्याच दारात गिऱ्हाईक म्हणून गेलो तर ? तिला काय वाटेल ? मी काय उत्तर देईन ? मी अस्वस्थ होतो. अवती-भवती पाहातो. सांगू, तुझाच शोध घेण्यासाठी आलोय. गिऱ्हाईक म्हणून !

'तु सुखी आहेस ना ? मी तुझ्यासाठी काहीच करू शकलो नाही. स्वत:ची काळजी घे. एड्स फैलावतोय.' असलं काहीतरी पुटपुटतो. डोळे भरून येतात.

आम्ही बंगल्यावर साहेबाची वाट पाहिली. 'साहेब उशिरा येणार आहेत.' असं टेलिफोन ऑपरेटरनं सांगितलं. निकममामा बहिणीच्या घरी गेला.

आम्ही एम्.एल्.ए. होस्टेलकडे निघालो. टॅक्सीवाल्याला हात केला.

'क्लब जाना है !' पंडित कानडे हिंदी चांगलं बोलायचा.

आम्ही टॅक्सीत बसलो.

'नया गिऱ्हाईक घूमता है. उसे सही जगह नहीं मिलती. पैसा भी जादा लेते हैं.' टॅक्सी ड्रायव्हर माहितगार मिळाला होता.

'चलो, कुलाबा चलते. वहाँ लडकियाँ है. तीन सौ रुपये लेंगी...'

टॅक्सी ड्रायव्हर आम्हांला निरनिराळ्या जागा सांगत होता.

'ग्रँटरोडपर भी एक जगह है. वहाँ मिनिस्टरके पी.ए., बडे अफसर जाते हैं. आठ सौ रुपये लेंगी. आप कहेंगे उधर चलूंगाँ... '

'आठ सौ बहोत जादा होते हैं...'

'पचास रुपये की भी औरत मिलेगी. कामाठीपुरा जाना पडेगा.'

'नही. हमें स्टेशन छोडो.'

ग्रँट रोडवर आलो. फ्लॅटफॉर्मवर कॉलगर्ल भटकत होती.

दि. २ फेब्रुवारी

मला गुप्तरोग झाला होता. बायकोलाही. लक्ष्मी चिडली होती.

'तुम्ही मुंबईला जाता. वेश्यांकडं जात असाल. कुणाचा रोग आणला, कुणास ठाऊक ? तुम्ही प्रामाणिक नाही. मी तर तुमच्याशी काय म्हणून प्रामाणिक राहू ?'

मी निमूटपणे तिचं आतून तुटणं ऐकत होतो.

दि. १८ फेब्रुवारी

ईश्वर इंगळेच्या बायकोनं आम्रपालीनं उपोषण सुरू केलं होतं. वर्तमानपत्रात

उलटसुलट बातम्या प्रसिद्ध होत होत्या. लोकांना चर्चेसाठी विषय मिळाला होता.

'ईश्वर इंगळेचा पुतळा उभारला पाहिजे' म्हणून आम्रपाली आमरण उपोषणाला बसली होती. 'ईश्वरचा अर्धा पुतळा नको. पूर्णाकृती पुतळा हवा. तो दलित वस्तीत नाही, तर तो भर चौकात हवा. माझ्या नवऱ्याच्या बलिदानामुळं मंत्रिपद मिळालं आहे. पुतळा उभारा, नाही तर राजीनामा द्या' असं पत्रकही छापलं होतं.

निकममामा रात्री फोन करून साहेबांना रिपोर्ट करत होता.

आम्रपालीला चंद्रकांत अंभोरे मदत करत होता.

दि. २२ फेब्रुवारी

मी, निकममामा आणि चंद्रकांत अंभोरे साहेबाच्या बंगल्यावर आलो होतो. रविवार असल्यानं भेटणाऱ्याची गर्दी कमी होती. 'भेटणाऱ्यांनी चिठ्ठ्या द्या. हॉलमध्ये बसून घ्या. चपला काढा' कांबळे शिपाई भेटणाऱ्या लोकांना सूचना देत होता.

निकममामा चंद्रकांत अंभोरेला सूचना देत होता.

'साहेबाला सांगू. ईश्वर इंगळेची बायको काँग्रेसच्या लोकांचं ऐकून उपोषणाला बसली होती.'

चंद्रकांत अंभोरे निकममामाच्या प्रत्येक शब्दाला होकार देत होता.

भेटणारी गर्दी संपली.

मी, निकममामा आणि चंद्रकांत अंभोरे मिनिस्टरपुढं गेलो.

'मादरचोद, मस्ती आली का ? माझ्याविरुद्ध पत्रक काढतो ? सगळ्यांना ट्रकमध्ये भरून आणीन आणि गोळ्या घालीन. समजलं ? तुझी लायकी काय ? भेनचोद, तुझा मर्डर करून बेवारस प्रेत म्हणून जाळून टाकीन. याद राख.'

मी प्रथमच रोहिदासला ह्या अवतारात पाहत होतो. मिनिस्टरनं बेल दाबली. बॉडीगार्ड, शिपाई, पी. ए. धावत आले.

'ह्या मादरचोदला बाहेर हाकलून काढा. माझ्या विरुद्ध पत्रक काढतो...'

बॉडीगार्डनं चंद्रकांत अंभोरेला फरफटतच बाहेर नेलं.

आम्ही सुन्न झालो होतो.

दि. २६ फेब्रुवारी

'खाण्याची वस्तू आहे, म्हटलं की, लोक उकिरड्यावर येतील, नसेल, तर मंदिरातही येणार नाहीत.'

'पैसे घ्या, पण काम झालं पाहिजे.'

'न होणाऱ्या कामाचे पैसे घेऊ नका...'

'काम झालं नाही, तर पैसे परत करा...'

'माझं काम करा, म्हणून त्यानं लोटांगण घातलं...'

'माणूस डेंजरस असेल, तर पैसे घेऊ नका...'

'ह्या कामात कुणाला दुखावू नये... म्हणजे झालं. नाही, तर माणूस ट्रॅप होतो...'

'पार्टी पैसे देणार, म्हणून कोणत्या वस्तू घ्यावयाच्या, ह्याची यादी केली, पण पार्टी आलीच नाही...'

'लोकांना तात्काळ काम हवं आहे...'

'लोक उगाच पैसे देतात. तेच भ्रष्टाचाराचे मूळ आहेत...'

'एखाद्याला मिळत असेल, तर खाऊ द्या. तुमचं काय जळतं ?'

'खाणारे खातात. मरणारे उपाशी मरतात...'

'सत्तेच्या स्वार्थासाठी आलेले लोक साहेबाभोवती कडं करून आहेत...'

'धनदांडग्यांचे प्रश्न सुटतात. त्यांच्याकडून पैसे काढतात. गरिबाच्या कामाला हात लावत नाहीत. त्यांचं ऐकत नाहीत...'

'मी साधं काम घेत नाही. मोठं काम घेतो. इंजिनीअरच्या बदल्या करतो. एक-दोन बदल्या झाल्या, की बस...'

'पापाचा पैसा संपत नाही. घेणाऱ्याचे हात मात्र भाजतात...'

'कोणतंही सरकार आले, तरी भ्रष्टाचार नष्ट होणार नाही... एखाद्या मंत्र्यानं नियमबाह्य आदेश दिल्यास, कायद्याच्या चौकटीत अशी कृती करता येणार नाही, हे त्यांना सांगण्याचा खंबीरपणा अधिकाऱ्यांनी दाखवायला पाहिजे. संबंधित नियमात किंवा कायद्यात सुधारणा न करता मंत्र्याचा बेकायदा आदेश मुकाटपणे पाळणे हा त्या अधिकाऱ्यांचा बौद्धिक अप्रामाणिकपणाच ठरतो. भ्रष्टाचार करणं हा अप्रमाणिकपणाचा दुसरा प्रकार आहे. सर्वच क्षेत्रांत गैरकायदा बोकाळला आहे, असं म्हणून सनदी अधिकाऱ्याच्या भ्रष्टाचाराकडे दुर्लक्ष करता येणार नाही. दोषी अधिकाऱ्यांना एखाद्या भ्रष्ट कारकुनापेक्षाही जास्त कडक शिक्षा दिली पाहिजे.'

दि. ४ मार्च

रिपब्लिकन पक्ष सोडून पदासाठी अनेकांनी काँग्रेसमध्ये प्रवेश केला. काँग्रेसनं त्या मोबदल्यात कोणाला सभापती केलं, कोणाला अध्यक्ष केलं, कोणाला मंत्री केलं, कोणाला राज्यपाल केलं. काँग्रेसमध्ये असलेले दलित, रिपब्लिकन-काँग्रेस युतीमुळं नाराज होऊ लागले. काँग्रेसमधील दलितांना भाव मिळण्यापेक्षा रिपब्लिकन पक्षामधील दलितांना भाव मिळू लागला. काँग्रेस रिपब्लिकन पक्षाला निरनिराळ्या स्तरांवर सत्तेत सहभागी करून घेऊ लागली, तेव्हा काँग्रेसमधले दलित खवळले. त्यांनी रिपब्लिकन काँग्रेस युतीविरुद्ध पत्रक काढलं. 'काँग्रेसनं रिपब्लिकन पक्षाशी युती करू नये. दलित समाज हा रिपब्लिकन पुढाऱ्यांच्या मागे नाही. काँग्रेसनं रिपब्लिकन पुढाऱ्यांना सत्तास्थानं न देता काँग्रेसमधील दलितांना द्यावीत. काँग्रेसमधील दलित काँग्रेसबरोबर निष्ठावंत

आहेत. युतीचा काँग्रेसला काहीच फायदा नाही.'

पत्रक वाचून माझं पित्त खवळलं. रिपब्लिकन पक्षाला विरोध करणाऱ्या दलित काँग्रेसवाल्यांना धडा शिकवला पाहिजे. वेळ पडली, तर हुल्लडबाजी केली पाहिजे.

आपलीच माणसं आपल्याला पाडण्याचं राजकारण करतात. ही प्रवृत्ती थांबली पाहिजे.

दि. ५ मार्च

लोकांच्या नावानं चळवळी होत असल्या, तरी त्या सत्तेसाठी होतात.

सामान्य माणसाचा शासनातील सहभाग हा मताचा सौदा करण्यापुरताच आहे.

चळवळीचं नेतृत्व मध्यमवर्गीय मानसिकता असलेल्या नेत्याकडे आहे, त्यामुळं संपूर्ण क्रांती होत नाही.

इमारतीचा पाया आमचा आहे. हा इमला उद्‌ध्वस्त केला पाहिजे.

सत्ता कधीच निष्कलंक नसते. ती व्यभिचार, भ्रष्टाचार आणि गुन्हेगारीच्या पावलांनी चालत असते. समर्थन मात्र करत असते राष्ट्र आणि लोकांचं.

दि. ९ मार्च

साहेबांनी आमच्या जिल्ह्याची बैठक मुंबईला बोलावली होती. जिल्हा कार्यकारिणी, तालुका अध्यक्ष व सेक्रेटरी ह्यांना बोलावलं होतं. मीटिंगसाठी मी, निकममामा आणि पंडित कानडे गेलो होतो. निकममामा नी महात्मा फुले मागासवर्ग विकास महामंडळाकडून लोन प्रपोजल करून गाडी घेतली होती. सिताफळेला ड्रायव्हर म्हणून सोबत घेतलं होतं.

युतीविरुद्ध बातमी दिली म्हणून साहेबांनी आपला पी.ए. चिन्मय देशमुखला कामावरून काढून टाकलं होतं. नवीन पी.ए. म्हणून गौतम गांगुर्डेला घेतलं होतं. गौतम परिचयाचा होता; तो पक्षाचा कार्यकर्ता होता. साहेबांनी त्याच्यावर पक्षाची कामं सोपवली होती. गौतममुळं चार कामं होण्याची आशा वाढली होती.

कामं व्हावी म्हणून कार्यकर्ते पी. ए. ला खाऊ घालतात. पी. ए. खात असतो. पी. ए. च्या हौसेखातर कार्यकर्ता चिरडला जातो. कार्यकर्ता उपाशी राहून पी.ए.ला खाऊ घालतो.

साहेबाकडे येणाऱ्यांची खूप गर्दी असायची. पी. ए. ह्या गर्दीला वैतागले होते. ते लोकांशी नीट वागत नसत. प्रश्न सुटला नाही, तरी चालेल; पण प्रेम आणि सहानुभूतीनं वागलं पाहिजे. लोक दुरून येतात. नाही तर त्यांचा भ्रमनिरास होईल. पी. ए. नं जिल्ह्यातील प्रमुख कार्यकर्त्यांशी संपर्क ठेवावा. त्यांची कामं करावीत. पण पी. ए. मंत्री सांगतात, तीच कामं करतात. त्यामुळं कार्यकर्त्यांची साधी साधी कामं होत नाहीत. पी. ए. ला बाहेरगावी मान आहे. साहेबाचा पी. ए. म्हणून लोक मान देतात.

पण पी. ए. कार्यकर्त्याला सहकार्य करत नाही. कामाचा पाठपुरावा होत नाही. अधिकाऱ्यांवर प्रेशर आणलं पाहिजे. पत्राचा पाठपुरावा केल्यास चांगले रिझल्ट्स मिळू शकतात. पी. ए. महत्त्वाची कागदपत्रं दडवून ठेवतो. मग फाईलला लावतो.

गौतम गांगुर्डेची बंगल्यावर ड्यूटी नव्हती. आम्ही बंगल्यावर गेलो.

मी दारात उभा होतो. तसा पी. ए. खवळला.

'साहेब बोलावतील. साहेबांना चिठ्ठी दिली आहे. दारात उभे राहू नका. साहेब चिडतात...'

आपण पैसे खर्च करून मुंबईला येतो. काम होत नाही. मुक्काम करायला जागा नाही. इथं राहून काम करून घेणं अवघड. परत जावं आणि यावं- परवडत नाही. वेळेचं बंधन ठेवलं पाहिजे. नेमक्या दिवशी आलं पाहिजे. कामं करून घेतली पाहिजेत. कार्यालयाशी संबंध ठेवून शासकीय कामं करून घेतली पाहिजेत.

मला आठवतात माझे मंत्रालयातील सुरुवातीचे दिवस.

विनया प्रधान. फ्री लान्स जर्नालिस्ट. कॉलेजची ओळख. तिनं एक-दोनदा साहेबांच्या मुलाखती छापल्या होत्या. साहेबाकडे तिचं येणं-जाणं होतं. मला मिनिस्टर आणि पी. ए. शी कसं बोलावं माहीत नव्हतं, म्हणून मी विनया प्रधानला सोबत घेतलं. तिनं मला खाऊ-पिऊ घातलं. टॅक्सीत फिरवलं. दारू पितो का, म्हणून विचारलं. माझ्या प्रस्तावाची माहिती घेतली. मी प्रत्येक गोष्टीची माहिती दिली.

विनया प्रधाननं माझा प्रस्ताव आपला प्रस्ताव म्हणून मंजूर करून घेतला. पैसे उचलले. तिनं मला फसवलं. मी तिच्या स्लीव्हलेस् बगलांमध्ये फसलो होतो.

बैठक सुरू झाली होती. साहेबाचा पी. ए. माळवे आणि कवडे बॉडीगार्ड साहेबाच्या उद्याच्या कार्यक्रमाविषयी चर्चा करत होते. इतर मंत्र्याचे पी. ए. पॉश राहतात. आपल्या साहेबाचे पी. ए. पॉश राहत नाहीत. माळवे मात्र त्यांतल्या त्यांत चांगला राहत होता. गौतम गांगुर्डे आला. त्यानं साहेबाच्या कानात काही तरी सांगितलं. गौतम गांगुर्डे बैठकीला आलेल्या कार्यकर्त्यांसाठी बिर्याणीची पाकिटं घेऊन आला होता. बैठक संपत नव्हती. निकममामा काँग्रेसवर कडाडून टीका करत होता.

{ आम्हांला काँग्रेसमध्ये मिक्स अप होता येत नाही. त्यांच्यापुढं लोटांगण घालणं शक्य नाही. लोक काँग्रेसमध्ये गेले, म्हणून टीका करतात. आपण आक्रमकच राहिलं पाहिजे. युती असली, म्हणून काय झालं ? आपण शासनाविरुद्ध मोर्चे काढले पाहिजेत. काँग्रेस आम्हांला आमचा प्रामाणिक हिस्सा देत नाही. काँग्रेसमध्ये दोन प्रकारचे ग्रूप्स आहेत. एक सहकार्य करतो, तर दुसरा करत नाही. काँग्रेसनं सहकार्य केलं नाही, तर आपण शक्ती दाखवली पाहिजे.

ज्यांनी आमच्यावर दगड, अंडे, टोमॅटो मारले, त्यांच्याबरोबर आम्हांला काम करावं लागत आहे. सत्तेत कार्यकर्त्याला वाटा मिळाला नाही. कार्यकर्त्यांचे वैयक्तिक प्रश्न सुटले नाहीत. संस्था मिळाली नाही. कमिटी मिळाली नाही.

प्राथमिक शाळा, हायस्कूल, आश्रमशाळा, ज्यूनिअर कॉलेज मिळालं नाही. गंभीरपणे प्रश्नांकडे लक्ष दिलं नाही. सामान्य माणसाच्या कामाला किंमत राहिली नाही. काँग्रेसवाले किंमत देत नाहीत. या, बसा, म्हणत नाहीत. आपल्याला उमेदवार दिले, पण तिथं बंडखोर विजयी झाले. त्यांचा उमेदवार पडला, तरी त्याला कमिटीवर, महामंडळावर घेतात. काँग्रेस जिंकणाऱ्या जागा घेणार. त्यांची यादी झाली, की पडायच्या जागा आम्हांला देणार. मग आम्ही पडणार, हे चालता कामा नये. सन्माननीय युती झाली पाहिजे. युती झाल्यावर कार्यकर्त्यांना विविध कमिट्यांवर प्रतिनिधित्व देऊन, सत्तेत सामावून घ्यायला हवं होतं. तसं झालं नाही. आपल्या पक्षाला पाच एम्. एल्. सी., पाच केंद्रीय सदस्य आणि वीस महामंडळांचं सदस्यत्व मिळायला हवं होतं.

लोक मोठ्या आशेनं मुंबईला येतात. निदान त्यांचं समाधान तरी झालं पाहिजे. सत्तेत गेल्यापासून मेळावा नाही. निषेध नाही. आमदारांकडून सहकार्य मिळत नाही. ते काम करत नाहीत. स्वत:च शाळा, महाविद्यालयं आणि सरकारी पैसा लाटतात. लोकांचं बंधन नाही. साहेबांनी कार्यकर्त्यांचं म्हणणं ऐकलं पाहिजे. कार्यकर्त्यांत असमाधान वाढलं, की कार्यकर्ता पक्ष सोडतो. कार्यकर्ता जगला पाहिजे. कार्यकर्ता जगला, तरच चळवळ जगेल. त्याच्या जगण्याचा प्रश्न सुटला पाहिजे. कार्यकर्ता तयार झाला, की शहराकडे वळणार नाही. आपले प्रश्न गावपातळीवरच सोडवील.

पँथर चळवळीतील कार्यकर्ते मागे राहिले आहेत. त्यांना मुंबईपर्यंत यायला तिकिटाचे पैसे नाहीत. मोजकेच कार्यकर्ते येतात. फ्लॅश मारतात. फाटका कार्यकर्ता दूरच राहिला आहे. नेते प्रश्न सोडवत नाहीत. पुढली पिढी चोरी करील, कारण खळं मागणं सोडून दिलं आहे. कार्यकर्ते आयुष्यातून उठलेत.

त्यांनी कुठं जावं ? |

निकममामाचं भाषण खूपच परखड झालं. सर्वत्र अस्वस्थता दाटली. निकममामाचं भाषण ऐकून साहेबाचा चेहरा बदलला होता. त्यांना निकममामाची टीका अनाठायी वाटत होती. सर्वच कार्यकर्त्यांनी काँग्रेसला धारेवर धरलं होतं.

मी उठलो. मी युतीच्या बाजूनं बोलायचं ठरवलं होतं.

{ आपण सत्तेत असलो, तरी सत्ता सर्वांना मिळत नाही. ज्यांची कामं होतात, ते खूश होतात. ज्यांची होत नाहीत, ते नाराज होतात. आता कार्यकर्ते मिळवण्यासाठी धावधाव करावी लागते. पुढं गेले, ते मागच्याला विसरले आहेत. कार्यकर्ते काम करत आहेत; पण त्यांच्यांत पूर्वीची सचोटी राहिली नाही. पूर्वी कार्यकर्ते एकमेकांवर प्रेम करत होते. आता एकमेकांविषयी तक्रारी करतात. सत्तेमुळं कार्यकर्त्यांमध्ये सुस्ती आली आहे.

साहेबांकडे आपले वैयक्तिक प्रश्न मांडण्यापेक्षा सामाजिक प्रश्न मांडले पाहिजेत. अगोदर पक्षाचं काम सांगायचं, नंतर वैयक्तिक काम करून घ्यायचं, हा प्रकार थांबला पाहिजे. चार लोकांची कामं करणं, मुंबईत येणं ही कामं नव्हेत. रचनात्मक कामांकडे आपलं दुर्लक्ष होत आहे. लोकांचं कर्ज माफ झालं पाहिजे, अतिक्रमण मालकी हक्काचं झालं पाहिजे. लोकांना पडीक जमिनी मिळाल्या पाहिजेत. निराधार कुटुंबांचं कल्याण झालं पाहिजे. कार्यकर्ता लोकांच्या घरापर्यंत गेला नाही. प्रत्येकजण ऊठसूट मंत्रालय गाठतो. तालुक्यात काय चाललंय्, हे कार्यकर्त्याला माहीत नाही. पक्षबांधणीसाठी काय करावं, हे माहीत नाही. मंत्र्यापुढं बढाया मारण्याचं काम आपण करत आहोत.

काँग्रेसबरोबर युती केल्यानं आपला संघर्ष बोथट झाला नाही. आपण शासनात असल्यामुळं आपल्याकडे बघण्याचा लोकांचा दृष्टिकोन बदलला आहे. 'बच्चे हैं. ये क्या करेंगे ?' ही अधिकाऱ्यांची भावना बदलली आहे. सरकारी कार्यालयांत कार्यकर्त्यांना सन्मानानं वागवलं जात आहे. मंत्रालयातील कामांचा आपल्याला अनुभव नव्हता. तो आपणांस मिळत आहे. आपली सर्वच कामं होत नसली, तरी दहा टक्के कामं होत आहेत. मंत्री असले म्हणून, हात आभाळाला टेकत नाहीत हेही आपण लक्षात घेतलं पाहिजे. आपण सत्तेत आहोत, त्याचा जास्तीत जास्त कसा फायदा करून घेता येईल ह्याचा विचार केला पाहिजे. |

बैठक संपली.

प्रत्येकानं बिर्याणीचं पाकीट घेतलं.

निकममामा आपल्या बहिणीच्या घरी गेला. रात्री मी, कानडे आणि गौतम गांगुर्डे टॅक्सीनं कुलाब्याला आलो. माझ्या डोक्यात विचारांचं चक्र चालू होतं. गौतम गांगुर्डेमुळं आपली काही कामं होतील. सिताफळेची बदली करता येईल. माणिकचंद आणि गोपीचंदला बिअर बार मिळवून देता येईल. दहा टक्क्यांतून घर काढता येईल.

आम्ही वृंदावन बारमध्ये घुसलो.

'बिअर पीत बसलोय्. आपले कार्यकर्ते इथं प्यायला येतील. आपली बदनामी करतील.'

'ड्यूटी संपल्यावर खाजगी जीवन नाही का ? ते पीत नाहीत का ?'

'बदनामी करून, आपल्याला साहेबाच्या नजरेतून उतरवतील...'

'साहेबांनी तुम्हांला मुद्दाम बोलावून घेतलंय्...'

'हे खरे कार्यकर्ते कुठले ? सत्तेसाठी साहेबाजवळ आलेले आहेत...'

आम्ही बोलत असतानाच माळवे आले. माळवे सीनिअर पी. ए. होते. त्यांनी आतापर्यंत सात मिनिस्टरकडे काम केलं होते. गौतम गांगुर्डेनं त्याला बोलावलं होतं. माळवे माझ्याजवळ बसला.

'तुमचे कार्यकर्ते चोदूभगत आहेत...'

'काय झालं ?'

'प्रत्येकजण फोन करतो. मी तालुक्याचा अध्यक्ष आहे. साहेबांना फोन द्या. मंत्री म्हणजे त्यांना भाजीपाला वाटतो.'

'साहेब आमचे आहेत...'

माळवे चिडले होते. गौतम गांगुर्डेनं त्यांना पेग भरून दिला.

'शेंगदाणे खात बसलाय्. चिकन चिली मागवा.'

'ऑर्डर दिलीय्.'

'तुमचे कार्यकर्ते दिवसभर कार्यालयात बसून राहतात. पी. ए. च्या खुर्चीत बसून पेपर वाचत बसतात. आम्ही कामं कशी करणार ? डी. व्ही. कार मिनिस्टरसाठी असते. त्या गाडीत किती जणांनी बसावं ? डी. व्ही. कार टॅक्सीसारखी भरते. सात सातजण गाडीत बसतात. पी. ए. ला जागा नाही. बॉडीगार्डला जागा नाही. ड्रायव्हरनं गाडी कशी चालवावी ? कार्यकर्त्यांना शिस्त नाही. रेस्ट हाऊसमध्ये पाच जणांचं जेवण सांगितलेलं, तर पंचवीस जण आत घुसतात. मी साहेबांना बोलणार आहे. ते रागावले, तरी हरकत नाही...'

'उद्या दौऱ्यावर कोण येणार आहे ?'

'मी...'

'गांगुर्डे तुम्ही दौऱ्यावर निघालेत पण सगळ्यांना फोन केलाय् का ? आपल्या अधिकाऱ्यांना ? जिल्हा माहिती अधिकाऱ्यांना ? आर्. डी. सी. ला ? मी दौरा सांगितलाय्. तुमचा पहिला दौरा आहे. पाटणकर दौऱ्यावर गेला, की साहेबाचे कान भरतो. ऑफिसमधल्या भानगडी सांगतो. साहेब दौऱ्यावरून आल्यावर बिघडतात. मी दौऱ्यात ऑफिसविषयी बोलत नाही. राजकारणाविषयी बोलतो. लावालावी करत नाही.'

'मी काही सांगणार नाही...'

'हा दौरा पाटणकरचा होता. त्यानं तुम्हांला लावला आहे. तो विमानाचा दौरा करतो आणि तुम्हांला रोडचा दौरा करायला सांगतो. लक्षात घ्या त्याचा डाव. उद्या त्याची पार्टी येणार आहे, म्हणून त्यानं हा दौरा टाळला आहे...'

'मला दौरा करायचा होता. आमच्या जिल्ह्यात साहेब चाललेत, म्हणून मीही तयार झालो...'

'माझा नाशिकचा दौरा तुम्ही कराल का ? आमच्याकडे सत्यनारायणाची पूजा आहे.'

गौतम गांगुर्डेनं माझी आणि पंडित कानडेची माळवेशी ओळख करून दिली, तेव्हा माळवे अजिजीनं म्हणाला

'ह्यांना कोण ओळखत नाही ?'

मीही अदबीनं हसलो 'ओळख ठेवा' म्हणून हात जोडले. तसा माळवे अधिक खुलला.

'ओळख आहेच रे. पण ही पार्टी कशाला ? मी तुमच्याकडून मित्र म्हणून पार्टी घेतोय्. उद्या तुम्ही मंत्रालयात येऊन काम सांगाल, तर करणार नाही. मैत्री वेगळी. व्यवहार वेगळा,' माळवे मुरब्बी, मुरलेला माणूस होता. गौतम गांगुर्डे नवखा होता.

'माळवेसाहेब, मी व्ही. आय्. पी. माणसं आणली होती. तुम्ही ओळख दिली नाही. माझा इन्सल्ट झाला.'

'मंत्रालयात येणारे सर्वजण व्ही. आय्. पी.च असतात.'

'तसं नाही. आम्ही पार्टीला मंत्र्याची ओळख आहे, म्हणून आणतो. मंत्री कामाच्या घाईत असतात, म्हणून तुमच्याकडे येतो. तुम्ही ओळख आहे, म्हणता. तुमचं काही वजन नाही. साधा पी. ए. तुमच्याशी नीट बोलत नाही...'

'हे बघा पगारे, मंत्री नावाचा असतो. सर्व पी.ए.च करत असतो. तेव्हा तुम्ही नीट बोलायला शिका...'

'मी तक्रार करत नाही. आपण एकत्र बसलोय्, म्हणून बोलत आहे.'

'बोलून घे. आजची रात्र तुझी...'

'आम्ही पैसे खर्च करून फोन करतो. साहेबांना साधा फोनही जोडून देत नाही. फोन केला, की ठरावीक उत्तरं मिळतात. साहेब बैठकीत आहेत. दुसऱ्या फोनवर बोलताहेत, पत्रकारांशी बोलताहेत. फोन आत देता येणार नाही, आत रिंग जात नाही, नंतर फोन करा...'

'हे बघ पगारे, साहेब सर्वांचे फोन घेत बसले, तर काम कसं करणार ?'

'लोकांना मानलं पाहिजे. कार्यकर्त्यांना मानलं नाही, तरी चालतं. बाबासाहेबांसाठी लोक येतात. त्यांचे हाल करू नका...'

'तू बोल. पण खायला काही तरी सांग...'

'तुम्हीच सांगा...'

'मला चिकन तंदूर पाहिजे...'

'कानडे, ऑर्डर सांग...'

'गावाकडून किती चंदी आणलीय् ? खिसा भरून आणलाय्, वाटतं !'

'तुम्हांला कमी पडू देणार नाही. तुम्ही कामं करा...'

'आम्ही कामं करण्यासाठी तर बसलोय्...'

'आपल्या साहेबाकडे खूप गर्दी आहे. लोक समजून घेईपर्यंत शिव्या देतात. एकदा समजून घेतलं, की तक्रार करत नाहीत...'

'साहेब सत्तेत आल्यामुळं खूप फरक पडलाय्. पूर्वी आपल्या कामासाठी मोर्चा काढावा लागे. आता ते एका फोननं होतं...'

आम्ही हॉटेलच्या बाहेर पडलो. सतारीच्या तारा छेडल्यागत नशा शरीराला छेडीत

होती. आकाशात संथपणे विहरणाऱ्या पक्ष्यासारखं मन अलगदपणे बागडत होतं.

मी आणि कानडेनं पान घेतलं. गांगुर्डेनं सिगारेट पाकीट घेतलं. माळवेंनी चार मसाला पान बांधून घेतली. त्यांनी दोन बिर्याणी आणि पाच आईस्क्रीम पार्सलं बांधून घेतली होती. कानडेनं टॅक्सीला हाक मारली. माळवेला टॅक्सीत बसवलं. टॅक्सीवाल्याला शंभरची नोट दिली. 'साहबको ब्रांदा लेके जाना. गव्हर्मेंट कॉलनी में. ईस्टमे. ओ. के.'

टॅक्सी गेली. आमच्या खिसा अर्धा रिकामा झाला होता. पैसे खर्च झाल्याचं वाईट वाटलं नाही. उलट समाधानच वाटलं. माळवे आणि गांगुर्डेबरोबर बसता आलं होतं. त्यांची चांगली ओळख झाली होती.

दि. १० मार्च

निकममामा, सिताफळे आणि पंडित कानडे निकममामाच्या गाडीनं गेले होते. मी, गांगुर्डे आणि रोहिदास संध्याकाळी ट्रेननं निघणार होतो. साहेबांसाठी फस्ट क्लास वन कुपे बूक केला होता. मी रेल्वे स्टेशनवर थांबणार होतो. साहेब कार्यक्रम करून रेल्वे स्टेशनला येणार होते.

मी रेल्वे स्टेशनवर आलो. तिथं अंभोरे आणि कानडे येऊन बसले होते. मला पाहून त्यांच्या कपाळावर आठ्या पडल्या. मी त्यांच्यांत जाऊन मिसळलो.

'दोन दिवसांत काय केलंस ?'

'काही नाही...'

'काही तरी काम आणलं असणारच !'

'मी बैठकीसाठी आलो होतो...'

'आम्हांला माहीत आहे. कोण काय करतं, ते कळतं...'

'तुम्ही नेते आहात...'

'मी सीनिअर, साहेब ज्यूनिअर, केवळ लक फॅक्टर म्हणून ते मंत्री आहेत... '

'साहेबाची योग्यता मोठी आहे...'

'पी. ए. कोण येणार आहे दौऱ्यावर ?'

'गौतम गांगुर्डे.'

'बरं झालं. गौतमला चळवळीची माहिती आहे. कार्यकर्त्यांची ओळख आहे. हे बाकीचे पी. ए. लोकांना लुबाडत आहेत. माळवे कधी खुर्चीत नसतो. गिऱ्हाईक मिळालं, की हॉटेलमध्ये घेऊन बसतो. पाटणकरही त्यांतलाच आहे. त्याला काढलं पाहिजे. '

लाल दिव्याची गाडी येते. पोलिसांची धावपळ होते. साहेब गाडीतून उतरतात. गौतम गांगुर्डे लगबगीनं उतरतो. बॉडीगार्ड कवडे साहेबांच्या मागे चालू लागतो. ड्रायव्हर मोहिते गाडी लावून माझ्याजवळ येऊन उभा राहतो.

'गाडी वेळेवर आणलीस...'

'माझा स्टीअरिंगवर हात आहे, हे साहेबाला माहीत आहे. साहेब सांगणार. 'हा कार्यक्रम करून मला गाडी पकडायचीय् !' बस्स. मी गाडी बरोबर काढतो. बॉडीगार्ड कवडे चांगला आहे. लेफ्ट टर्न घेतला, की बॉडीगॉर्डनं लगेच हात दाखवला पाहिजे. बॉडीगार्ड हुशार पाहिजे...' ड्रायव्हर मोहिते आपली खासियत सांगत होता.

साहेबांच्या आगेमागे पोलीसांचा ताफा चालत होता. फ्लॅटफार्मवरची गर्दी दुतर्फा बाजूला होत होती. आम्ही साहेबाच्या मागून घाईनं जात होतो. लोकांच्या नजरा आमच्याकडेच वळत होत्या. मला वाटलं होतं, साहेबांच्या बरोबर प्रवासात घनिष्ठ संबंध प्रस्थापित करता येतील. पण अंभोरे आणि कानडे अचानक दौऱ्यात आल्यामुळं मी बाजूला पडलो होतो.

'पैसे खर्च करून कार्यक्रम करतो. पण एकाही वर्तमानपत्रातून बातमी येत नाही...' साहेब वैतागून मन मोकळं करत होते.

'पैसे खर्च करायचे. कार्यक्रम घ्यायचा. बातम्या येत नाहीत. उगीच खर्च होतो...' साहेब पेपरवाल्यांवर चिडले होते.

'दूरदर्शनवाल्यांना बातमीची कॅसेट करून द्यावी लागते. कॅसेटबरोबर बंद पाकिटात पाचशे रुपयांची नोट ठेवावी लागते. तरच बातमी दाखवतात...' गौतम गांगुर्डे आपली माहिती सर्वांना सांगत होता.

'पेपरवालेही करप्ट आहेत. फोन करतात. पैशाची मागणी करतात. नाही तर तुमच्याविरुद्ध बातमी छापतो, म्हणतात. पत्रकारांना खाऊ-पिऊ घालावं लागतं. काँग्रेसवाले पेपरवाल्यांना जाहिराती देऊन विकत घेतात. पत्रकारांना नाराज करता येत नाही. त्यांना मागेल, ते द्यावं लागतं.' अंभोरेनं पत्रकारांविषयी आपली मतं मांडली.

अंभोरे बोलला, म्हणून कानडेही बोलू लागला. प्रत्येकजण बोलण्याची संधी घेऊन आपली चमक दाखवत होता.

'अनुशेष भरून काढण्याच्या जाहिरातीचा पैसा आम्हांला दिला असता, तर आमचं कल्याण झालं असतं. पेपरवाल्यांची गरिबी दूर केली. बाकी काय ?'

साहेब पत्रकारावरून पी. ए. वर घसरले. एकही पी. ए. चांगला नाही. एकालाही डिपार्टमेंटची संपूर्ण माहिती नाही. कामं कशी करून घ्यावीत, हे माहिती नाही. पुढचा विचार करून कोणीच काम करत नाही. लोकांच्या पत्रांना उत्तरं जात नाहीत. दौरा कळवत नाहीत. फोनवर नीट उत्तरं देत नाहीत. मी दौऱ्यावर असलो, की ऑफिसला येत नाहीत. ड्यूटीलाही वेळेवर येत नाहीत. पी. एस्. चं ऐकत नाहीत.'

साहेबांचा मूड ठीक नव्हता. त्यांच्या आवाजात कडवटपणा होता. मला बॉडीगार्डनं बाहेर बोलावून घेतलं. मला वाटलं, बॉडीगार्ड काही तरी महत्त्वाचं सांगेल.

तो म्हणाला,

'बाहेर थांबा. आमच्याशी गप्पा मारा. साहेबांना विश्रांती घेऊ द्या.'

मी गप्प झालो. थोड्या वेळानं गागुर्डेही बाहेर आला. फक्त मंत्र्याचं तिकीट होतं.

आम्ही सर्व विदाऊट तिकीट होतो.

बॉडीगार्डनं संडासच्या बाजूला लुंगी टाकून झोपण्याची तयारी केली होती. मी आणि गांगुर्डे डब्याच्या दारात उभे राहून बोलत होतो.

'जिल्हा, तालुका पातळीवर कार्यक्रम घेतला, की गर्दी आपोआप होते. नेता होणं अवघड नाही. कारण अर्धी गर्दी ही मंत्र्यांना निवेदन देण्यासाठी जमा होते.'

'ग्रामीण भागात दौरे होत नाहीत. तालुक्यापर्यंत होतात.'

'दौऱ्यामुळं प्रशासनातल्या अधिकाऱ्यांशी ओळख होते. छोटी-मोठी कामं होतात, म्हणून कार्यकर्ता मंत्र्याचे दौरे आयोजित करतो.'

'अधिकाऱ्यांवर इम्प्रेशन मारण्यासाठी कार्यकर्ता मंत्र्याचे दौरे घेतो.'

'साहेबाचं ओझं माझ्या खांद्यावर. जांगे, बनियन मी सांभाळली. पण अजून काही मागितलं नाही. मला काही मिळालं नाही...'

'साहेबांशी बोलून घेतलं पाहिजे...'

'कुठल्या तरी कमिटीवर घेतलं पाहिजे. पद मिळाल्यावर पक्षात वेगळं स्थान निर्माण होते. निदान कार्यकारिणीवर तरी मला घ्यावं. मी साहेबांशी एकनिष्ठ आहे.'

'कार्यकर्ता आपल्या पदाचा गैरवापर करत असतो...'

टी. सी. आला. त्यानं तिकिटांची चौकशी केली. आमच्याकडे तिकीट नव्हतं. टी. सी. खवळला.

'कल्याणला उतरा. दुसऱ्या डब्यात जा. हा फर्स्ट क्लासचा डबा आहे. ह्या डब्यातून तुम्हांला प्रवास करता येणार नाही. तिकीट काढावं लागेल.'

गौतम गांगुर्डे टी. सी. ला पटवत होता

'मी पी. ए. आहे. हे मिनिस्टरचे मित्र आहेत...'

पण टी. सी. ऐकत नव्हता.

ट्रेन सुसाट वेगानं काळोख कापीत धावत होती.

रेल्वेचा शोध अजब मेंदूचा आविष्कार आहे. घड्याळाचा शोध, रेडिओचा शोध, दूरदर्शनचा शोध, विमानाचा शोध हे सगळे शोध परदेशांत लागले. आपल्या देशात रोज एका दगडाला शेंदूर फासून नवीन देवाचा शोध लावला जातो.

जातिव्यवस्था असाच एक अजब डोक्याचा आविष्कार. कोण्या विकृत बुद्धीनं ह्या जातीयतेचं बीज रोवलं असावं ?

आगगाडीचा वेग वाढला होता. मी सुन्न नजरेनं आगगाडीच्या आवाजात विलीन होत होतो.

बाहेर काळोख होता. थंड वारे वाहत होते. प्रवासी निद्रेच्या अधीन झाले होते. गांगुर्डे बॉडीगार्ड शेजारी लवंडला होता. कुपेचा दरवाजा किलकिला झाला आणि अंभोरेचं हसणं माझ्या मनावर आदळलं. माझे कान टवकारले.

'अरे, पुढल्या यादीत तुझा विचार करता येईल. ह्या वेळी दलित मित्र पुरस्कार निकममामाला देऊ...'

माझी मन:स्थिती सैरभैर झाली. मी ऐकून न ऐकल्यासारखं केलं आणि बाहेर दूर काळोखात संगिनीसारखी नजर रोखली.

दि. ११ मार्च

रेल्वे-स्टेशनवर गर्दी उसळली होती. कार्यकर्ते साहेबाच्या स्वागतासाठी मोठ्या संख्येनं जमले होते.

साहेबांना हार घालण्यात आले. साहेबांच्या नावानं घोषणा देण्यात आल्या. साहेबापाठोपाठ अंभोरे, निकममामा, पी. ए. आणि बॉडीगार्ड कारमध्ये बसले. गाडी भुर्रकन निघून गेली. मी मागेच राहिलो. गर्दी लाल दिव्याच्या गाडी मागे निघून गेली. मी एकटा पडलो. रडवेला झालो. रिक्षा केली. रिक्षानं रेस्ट हाऊस गाठलं.

मी पी. ए. च्या रूममध्ये गेलो. पी. ए. फ्रेश होत होता. नंतर बॉडीगार्ड फ्रेश होणार होता. त्यानंतर माझा नंबर होता. बॉडीगार्डनं शिपायाकरवी अंडा आमलेट, ब्रेड आणि चहाची ऑर्डर देऊन टाकली.

आम्ही फ्रेश झालो. नाश्ता आला. खानसामा आला. निकममामानं त्याला पन्नास लोकांच्या नॉनव्हेज जेवणाची ऑर्डर दिली होती. खानसामा वैतागला होता.

'अगोदरचं बिल दिल्याशिवाय मी जेवण देणार नाही. अगोदरचे तीन हजार रुपये बिल आहे. ऑर्डर देतात. खाऊन जातात. बिल कोणीच देत नाही. मी केवळ मंत्र्यासाठी जेवण तयार करीन.' खानसामा तक्रार करत होता.

'तुम्हांला पन्नास ताटांची ऑर्डर कोणी दिली ?'

'निकममामानी...'

'मग देईल ना बिल...'

'मागचं बिल अजून कोणीच देत नाही. कार्यकर्ते देत नाहीत. अधिकारीही देत नाहीत. अधिकारी म्हणतात 'आम्ही मंत्र्याचं बिल देऊ' सर्वांचं नाही...'

'मी अधिकाऱ्यांशी बोलून सांगतो...'

'बिल द्या आणि जेवणाची ऑर्डर लवकर द्या...'

'तुम्ही विभागीय समाज कल्याण अधिकाऱ्याला इकडे पाठवा. मी बोलावलंय, म्हणून सांगा...'

निकममामानं जेवणाची ऑर्डर दिली होती आणि खानसामा खवळला होता. निकममामा आपली स्वत:ची गाडी घरातच ठेवून आला होता आणि लाल दिव्याच्या गाडीत बसण्याची हौस भागवून घेत होता.

समाजकल्याण खात्याचा अधिकारी आला.

गांगुर्डेनं त्याला जेवणाच्या बिलाविषयी विचारलं. अधिकारी वैतागला होता.

'मी पन्नास लोकांना जेवण देणार नाही. मी मंत्र्यांसाठी राईस प्लेट मागवून घेईन. जास्त झालं, तर ड्रायव्हर, बॉडीगार्ड आणि पी. ए. साठीही राईस प्लेट मागवेन. पण नॉनव्हेज जेवण देणं शक्य नाही. हा खर्च पगारातून करतोय्. मला वरचे पैसे मिळत नाहीत. जास्त झालं, तर माझी बदली होईल. बदली करा, पण मी बिल भरणार नाही...'

समाज कल्याण अधिकाऱ्याचं बोलणं ऐकून माझं मस्तक भडकलं.

'समाजकल्याण अधिकारी मढ्याच्या टाळूवरचं लोणी लुटणारे आहेत. त्यापेक्षा दाऊद परवडला...' माझा संताप अनावर झाला होता.

'हे मिस्टर कोण ?' अधिकाऱ्यानं खोचकपणे विचारलं होतं.

'मी साहेबाचा कार्यकर्ता आहे... ' मीही भडकून बोललो. तसा अधिकारी शांत झाला. अत्यंत गंभीरपणे त्यानं सुरुवात केली.

'प्रत्येकजण येतो, मी साहेबाचा माणूस आहे म्हणतो. हा कार्यकर्ता आहे का ? ह्यानं एकदा मला मी साहेबाचा पी. ए. आहे म्हणून दम दिला होता. साहेब मंत्री झाल्यापासून सर्व कार्यकर्ते मंत्री झालेत. कार्यकर्ते साहेबाचं नाव सांगून कार्यक्रमासाठी निधी मागतात. नाही दिले, की साहेबाकडे अधिकाऱ्यांविरुद्ध खोट्या तक्रारी करतात. रेस्ट हाऊसचं बिल संस्था देते. मग त्या संस्थेच्या चुकांकडे काणाडोळा करावा लागतो. ह्यात अधिकाऱ्याची कोंडी होते. नीट काम करता येत नाही. साहेबाचा खर्च एकदा करणं ठीक आहे. साहेब दहा वेळा दौऱ्यात येणार. प्रत्येक वेळी खर्च कोण करणार ? दोन वेळा विमानाचं तिकीट काढावं लागलं. त्याचे पैसे मिळत नाहीत. साहेबाच्या मिसेस्नं आपल्या पंचवीस नातेवाइकांना नॉनव्हेज जेवण दिलं. त्याचं बिल बाकी आहे. ते कोण देणार ?'

समाज कल्याण अधिकाऱ्याच्या बोलण्यानं सर्वचजण निरुत्तर झाले होते.

'तुम्ही मिनिस्टर आणि मिनिस्टरच्या स्टाफसाठी जेवण द्या...' गौतम गांगुर्डेनं प्रस्ताव मांडला.

तो अधिकाऱ्यानं मान्य केला.

मंत्री म्हणजे सर्वोच्च शक्ती नव्हे. मंत्र्याच्या अधिकारालाही मर्यादा आहेत. एखादा अधिकारी मंत्र्याचा आदेश धुडकावून शकतो.

कानडे धावत आला : 'साहेब पी. ए. ला बोलावताहेत...'

पी. ए., बॉडीगार्ड आणि मी, कानडे पाठोपाठ धावलो. साहेब कार्यक्रमाला जाण्यासाठी तयार झाले होते. गाडी लावली होती. साहेब गाडीत बसले. त्यांच्या पाठोपाठ निकममामा, अंभोरे, पी. ए. आणि बॉडीगार्ड गाडीत बसले. निकममामानं शिताफीनं गाडीत जागा पटकावली होती. तो नेहमीच लाल दिव्याच्या गाडीत बसण्यासाठी उतावीळ असायचा. दुसऱ्या कार्यकर्त्यांना गाडीत बसू द्यायचा नाही. मी व कानडे कार्यक्रमाच्या ठिकाणी रिक्षानं पोहोचलो.

कार्यक्रम झाला.

साहेब गाडीत बसले. मी आणि पंडित कानडे गाडीत बसलो. आम्ही गाडीत जागा पटकावल्यामुळं निकममामाला जागा मिळाली नाही. निकममामा खालीच राहिला. मी आणि पंडित कानडे गाडीतून उतरलो नाही.

साहेब मुंबईला गेले. आम्ही त्यांना निरोप देऊन रेल्वे-स्टेशनबाहेर पडलो. निकममामानं पंडित कानडेच्या कॉलरला धरून ओढलं

'मादरचोद, तू का गाडीत बसलास ? तू का नेता आहेस ? कार्यक्रम आम्ही घ्यायचे. पैसे आम्ही जमवायचे आणि तुमची आयती मिजास !'

निकममामा भयंकर चिडला होता.

मी मध्यस्थी करण्यासाठी जवळ गेलो, तसा निकममामा आणखी चिडला. त्यानं माझीही कॉलर पकडली

'तू साहेबाला चिकटतोयूस का ? अरे, तू का कार्यकर्ता आहेस ? तुझा पक्षाचा काय संबंध ? तुम्ही दोघे भुरटे आहात ? लोकांचं काम असताना कुठं असता ? लोकांची कामं आम्ही करायची आणि साहेबांबरोबर तुम्ही फिरायचं ?'

निकममामाचा आवाज चढला होता. बघ्यांची गर्दी वाढली होती. बाकीच्या कार्यकर्त्यांनी हस्तक्षेप केला

दि. २३ मार्च

'साहेब येणार आहेत...'

'साहेब आज आहेत का ?'

'साहेबांना जोडून द्या...'

'साहेबांचा काय कार्यक्रम आहे ?'

'कॅबिनेटला कोण पी. ए. आहे ?'

'दौऱ्यावर कोण पी. ए. येणार आहे ?'

'तुम्हीच दौऱ्यावर या...'

'साहेब आले...'

'तुमच्या हातून होण्यासारखी काही कामं आहेत. करणार का ?'

'आज रात्रीचा काय कार्यक्रम आहे ?'

'बाहेर भेटणार का ?'

'काही सुधारणा, काही जणांना सरकारी नोकरी, शिक्षणातील काही सोयी म्हणजे सर्व काही नव्हे...'

'साहेब निघाले...'

'बंगल्यावर ड्यूटी कोणाची आहे ? फाईली घेऊन जा...'

दि. २६ मार्च

'साहेबांनी पत्र दिलंय्...'

'मंत्री काय, जाईल त्याला पत्र देतात. रेल्वे रिझर्व्हेशन असो, रेस्ट हाऊस बुक करणं असो, नवीन टेलिफोन कनेक्शन असो, गॅसचा नंबर असो, शाळा प्रवेश असो, मुलाखतीचं पत्र असो. सगळ्या गोष्टींना पत्र देतात. त्यांना लोकांना दुखवायचं नसतं. कळालं ? मंत्र्याचं पत्र आणलं, म्हणून बदली होत नाही...'

'मंत्र्यांचं पत्र आहे...'

'होय. मी तेच म्हणतोय्. मंत्र्यांच्या पत्रानं का काम होतं ? अशी खूप पत्रं येतात. साहेबांचं डी. ओ. लेटर मिळवून देण्यासाठी कार्यकर्ते लोकांकडून पैसे उकळत आहेत. काही पत्रांवर साहेबांची डुप्लिकेट सही होत आहे. आता आम्हांला साहेबांची सही तपासावी लागेल...'

'आम्ही शासनात आहोत. आमचं काम कसं करत नाही ?'

'तुम्ही शासनात आहात, तर आमच्याकडे का येता ? तुम्हीच काम करा. तुमच्या हातांत सत्ता आहे ना !'

'साहेब आमचे असूनही आमची कामं होत नाहीत...'

'नियमांत बसतील, तेवढीच कामं होतील...'

'मी काय बेकायदेशीर कामं करायला सांगतोय् ?'

'तुम्ही मला मंत्र्याचं पत्र दिलं आहे. तुमचं काम झालं. मी मंत्र्यांना त्यांच्या पत्राचं उत्तर देईन. तुम्ही माझ्याशी हुज्जत घालण्याचं कारण नाही...'

मी संतापानं कार्यलयाबाहेर पडलो. मी वैतागलो होतो. माझ्या डोक्यात विचारांनी थैमान घातलं होतं. ह्या थैमानात मी पालापाचोळ्यासारखा उडत होतो. शासकीय कार्यालयाच्या कुत्सित नजरा माझ्याकडे टवकारल्या होत्या. मी दुखावलो होतो. अधिकाऱ्याच्या खाबूगिरीमुळं बेचैन झालो होतो. आज रात्री अधिकाऱ्याच्या घरी जाऊन राडा केला पाहिजे. त्याला चाकू दाखवला पाहिजे.

दि. २८ मार्च

गोपीचंद आणि माणिकचंद सकाळीच उगवले. त्यांच्या चेहऱ्यांवर धास्ती होती. दोघेही घरात आले. लक्ष्मीचा चेहरा काळजीत पडला. मीही चक्रावलो. काय घडलं असणार ?

'डिपार्टमेंटच्या लोकांनी ढाब्यावर रेड टाकली. माल पकडलाय्. गोपीचंदच्या पोराला आणि ढाब्यावर काम करणाऱ्यांना पकडून नेलंय्. तुम्ही चौकीवर चला...'

'एवढंच ना ?'

मी अंगात कपडे घातले आणि त्यांच्याबरोबर बाहेर पडलो. त्यांनी गाडी आणली

होती.

माणिकचंद आणि गोपीचंद ह्यांना पार्टनरशिपमध्ये बीअर बारचं दुकान टाकायचं होतं. गेलं वर्षभर मंत्रालयाचे दरवाजे झिजवूनही प्रकरण मंजूर होत नव्हतं. गोपीचंदनं विनापरवाना ढाब्यावर दारू विकणं सुरू केलं होतं. पोलिसांनी छापा टाकून मुद्दे-मालासह अटक केली होती.

आम्ही पोलीस चौकीवर गेलो.

मराठे हवालदार ओळखीचाच होता. त्यानं बसायला खुर्ची दिली. माझ्याबरोबर आलेले गोपीचंद आणि माणिकचंद ह्यांना पाहून त्यांनी प्रकरण ओळखलं होतं.

'आमच्या लोकांना सोडा...'

'ही दलित मंडळी नाहीत...'

'माझ्या मित्राचा ढाबा आहे...'

'आम्ही सोडतो. तुम्ही काळजी करू नका. तुम्ही साधा फोन केला असता, तरी सोडून दिलं असतं. तुमच्या मित्राचा ढाबा आहे, हे आम्हांला माहीत नव्हतं...'

'पुन्हा असं होणार नाही, ह्याची खबरदारी मी घेतो. तुम्ही सोडून द्या...'

'पंधरा मिनिटांत मी ह्यांना सोडून देतो. तुम्ही अर्ध्या तासानं फोन करून चौकशी करा. तुमचे सर्व लोक सुटलेले असतील.'

मराठे हवालदार अत्यंत समजुतदारपणे बोलत होता. त्याच्या बोलण्यानं मी आनंदित झालो होतो. पोलीस चौकीत आपल्या शब्दाला किंमत आहे, ह्याचा मला सार्थ अभिमान वाटला होता.

मी पोलीस चौकीबाहेर पडलो. गोपीचंद धावतच माझ्या मागे आला.

'हवालदारनं सर्वांना सोडून देतो, म्हणून सांगितलं आहे. तुम्ही थांबा. सोडल्यानंतर घरी या. मी घरीच थांबतो.'

'तुम्हांला घरापर्यंत सोडतो.'

'मी जातो रिक्षानं. तुम्ही काम करून घ्या...'

गोपीचंदनं रिक्षा थांबवली. मला रिक्षात बसवून हात जोडले. मी हसलो.

मी घरी येऊन कपडे काढत होतो तोच, दारात गाडी येऊन थांबली. माणिकचंद आणि गोपीचंद गाडीतून उतरले. पोलिसांनी सर्वांना सोडून दिलं असणार.

'सोडलं का ?'

'सोडलं... पण पैसे घेतले...'

'किती ?'

'दहा हजार...'

'दहा हजार घेतले ?'

'होय. तुम्ही सांगितल्यानंतरही त्यानं ऐकलं नाही. पैशाची मागणी केली. आम्ही पैसे दिले आणि बाहेर आलो. पोलीस पैसे घेऊनच आम्हांला सोडणार असतील,

तर तुमचा उपयोग काय ? तुमच्या शब्दाला किंमत आहे, की नाही ? त्या हवालदाराची बदली करा. आपण पैसे मोजू.'

'तुम्ही चला. मी फौजदाराला बोलतो...'

आम्ही चौकात आलो. पी. सी. ओ. तून फोन केला. फौजदार घरीच होता. फोनवर त्यांच्याशी बोललो. माझा आवाजाला धार आली होती. मी संतापलो होतो.

'मी सांगितल्यानंतरही तुमच्या हवालदारानं दहा हजार घेतले... '

फौजदार शांतपणे बोलत होता

'तुम्ही घरी या आणि माझ्याकडून दहा हजार घेऊन जा... '

मला काय बोलावं, हे सुचत नव्हतं. मी सुन्न झालो होतो.

पोलिसांच्या कामात मी ढवळाढवळ करायला हवी होती का ? माझ्यासारखे आणखी कितीजण पोलिसांच्या कामात हस्तक्षेप करत असतील ? अशानं पोलीस यंत्रणा कुचकामी होईल. पण पोलिसांनी पैसे घेऊन गुन्हेगारांना सोडून द्यावं का ? पोलिसांचं काय चुकलं ? पोलिसांनी पैसे घेतले नाही, तर वकील पैसे घेतो आणि गुन्हेगारांना सोडवून आणतो. पोलीस शिताफीनं गुन्हेगाराला पकडतात आणि कोर्ट गुन्हेगारांना सोडून देतं. मग पोलिसानी कसं काम करायचं ?

गुन्हेगारांची पैसे देऊन सुटका होत असेल, तर त्यांनी पोलिसांनाच का पैसे देऊ नयेत ?

मी अभद्र विचार करतोय्.

अरे, वाईट विचारच कसे सुचतात ? आपली सगळी यंत्रणा किडली, तर कसं होणार ?

मी भांबावतो. मला माझ्यात खूप पडझड झालेली जाणवते. मी स्वत:ला न्याहाळतो. मीही किडत चाललोय्. खूप किडलोय्. मला ही कीड कधी लागली ? कशी लागली ? मी इतका कसा किडलो ? मी हतबल होतो.

'काही होवो, त्याची बदली केली पाहिजे...' गोपीचंद तावातावानं बोलत होता.

'तुम्ही मिनिस्टरचे मित्र. साधा हवालदार तुमचं ऐकत नाही. मी गाडी काढतो. आपण मुंबईला जाऊ. साहेबांकडून त्याच्या बदलीचे आदेश काढू. म्हातारी मेल्याचं दु:ख नाही. काळ सोकावतो...' गोपीचंद भडकला होता.

सगळी साखळीच सडलेली आहे. एक माणूस बदलून काय फरक पडणार ?

आम्ही मुंबईला जायचं ठरवलं. मी, गोपीचंद आणि माणिकचंद मुंबईला निघणार होतो. मला निकममामानं रेल्वे-स्टेशनवर भांडलेलं साहेबांच्या कानांवर घालायचं होतं. फुकट मुंबईची वारी होत होती.

'मिलिंद, ह्या वेळी बीअर बारच्या परमिटचंही बोलून घ्या. परमिट रूमची परवानगी मिळाली ना, एक टेबल तुमच्या नावाचं ठेवू...'

आम्ही सर्वजण हसलो.

दि. २९ मार्च

गौतम गांगुर्डेला बाहेर काढलं. आमदारनिवासापुढं माणिकचंद अणि गोपीचंद गाडी घेऊन उभे होते. आम्ही गाडीत बसलो. गाडी कुलाब्याकडं निघाली. माणिकचंद आणि गोपीचंद पहिल्यांदाच गौतम गांगुर्डेबरोबर बसत होते.

पूर्वी दोन पेग घ्यायचो. नंतर दोनाचे तीन, तिनाचे चार झाले. माझा कोटा वाढला होता. पहिल्या पेगचा चिअर्स करून घेतलेला पहिला घोट संपूर्ण शरीरात उत्साहाची कारंजी फुलवतो. शरीर थरारून उठतं. व्याप, वैताग, विवंचना, फ्रस्ट्रेशन, थकवा कुठल्या कुठं पळून जातो. शरीर पिसासारखं हलकं होतं.

एकेक पेग शरीरात सामावू लागलो आणि शरीर उत्तेजित होऊ लागलं.

चौथा पेग चालू होता. माणिकचंद आणि गौतम गांगुर्डेची पहिल्याच भेटीत तार जुळली होती. गप्पा रंगल्या होत्या. आणि माणिकचंद गौतम गांगुर्डेला चार शब्द सांगत होता. गौतम गांगुर्डे धंद्यात नवा होता.

'हत्तीएवढे पैसे खा; पण मुंगीएवढं कुणालाही कळू देऊ नका...'

'पैसे कोण देतं ?'

'लोकांची कामं करा. लोक घरी पैसे आणून देतात. रांग लागेल, रांग. बदल्या आहेत. प्रमोशन आहे. तुझं प्रमोशन आहे. ते होणार नाही. पाहिजे असेल, तर मी सांगेल ते कर, असं एखाद्या अधिकाऱ्याला सांगा, तो तुमच्यापुढं वाकेल...'

'नाही, हो...'

'खरं आहे. विश्वास ठेवा. त्यांना कधी एकदा प्रमोशन मिळेल, असं झालेलं असतं. पैसे आपोआप देतात...'

'अशानं माणूस ट्रॅप व्हायचा...'

'अहो, मंत्री म्हटल्यावर पुढच्याची गांड फाटते. तो पैसे आणून देणारच...'

'ही रिस्क आहे...'

'आयुष्यात एकदा तरी रिस्क घेतली पाहिजे. दोन-चार वेळा चांगलं कमवून, ह्या धंद्यातून रिटायर झालं पाहिजे. मंत्रालयात येणारे सर्वजण चोर असतात. कशात तरी सापडतात. मग त्यातून सहीसलामत सुटण्यासाठी मंत्र्याकडे येतात. तुम्ही एवढा विचार करू नका. देशाचा विचार करणारे वेगळे आहेत. ते वर बसले आहेत. आपण आपला विचार करावा. आपण गरिबाच्या माना कापत नाही...'

'आपल्याला काम करायचंय्. आपल्याला पैसे हवेत...'

'संधी आल्यावर पैसे मिळवले नाहीत, तर तो माणूस मूर्खच. पहिल्या केसमध्ये पैसे कमी मिळतील. पण एकदा काम तर सुरू करा. वाटल्यास तुम्ही पैसे घेऊ

नका. मी तुमच्यावतीनं बोलेन. पार्टीला तसं सांगा. तुम्ही सेफ राहिलं पाहिजे...'

'अशा लोकांवर विश्वास कसा ठेवायचा ?'

'तुमच्याकडे येणाऱ्या कामातील पोटेन्शिअल पाहा. किती पैसे मिळतात, बघा. काम घेऊन येणाऱ्याचं चारित्र्य तपासू नका...'

'तुमचं पटतंय्...'

'पण बाईकडं कधी जाऊ नका. खा, प्या. पुढं तो ब्लॅकमेकिंग करू शकतो. मी तुमच्या वरिष्ठाकडे जाईन, म्हणून दम देऊ शकतो. मुंबईत असे काही हॉटेल्स आहेत. तिथं तुमची ब्ल्यू फिल्म दोन तासांत मिळते. 'हा माणूस बदमाश आहे. ही कॅसेट घ्या. पुढं तुम्हांला उपयोगी येईल' हॉटेल मॅनेजरच तुम्हांला फिल्म देतो. तुम्ही कुठं जाता ?'

'मी अजून कुठं गेलो नाही...'

'एकदा बाहेर जाणं सुरू झालं, की घरातलं जेवण बेचव वाटू लागतं. घरात जेवण बंद होतं. रात्री उशिरा येणं सुरू होतं. रात्री दारू पिऊन उशिरा येणारा माणूस भ्रष्टाचार आणि व्यभिचारात गुंतलेला असतो...'

'माझ्याकडे दहा आहेत. आणखी दहा मिळाले, की कलर टी. व्ही. घ्यायचा विचार करतोय्...'

'आताच काही घेण्याचं प्लॅनिंग करू नका. पहिल्यांदा कुटुंबाची स्टॅबिलिटी बघा. काही पैसे फिक्स डिपॉझिटमध्ये टाका. अशा पैशाचा हिशेब ठेवायचा नसतो. मिळतील तेवढे घ्यायचे असतात. ह्या पैशावर प्लॅनिंग करू नका...'

आज माझे सहा पेग झाले होते. आता प्रत्येक थेंब मधुर आणि अवीट लागत होता. धरण फुटल्यासारखे सर्व स्नायू फुटले होते.

दि. ३० मार्च

आम्ही मंत्रालयात आलो. साहेब आज दौऱ्यावर होते. त्यामुळं गर्दीही कमी होती. साहेब नसल्यामुळे गांगुर्डे आणि मी उशिरा मंत्रालयात आलो होतो. लोकांनी कार्यालयात गर्दी केली होती. कार्यकर्ते खुर्चीवर बसून फोन करत होते.

गांगुर्डे गर्दीवर खेकसला. बेल दाबली. शिपाई धावत आला. गांगुर्डेनं शिपायाला शिव्या दिल्या.

'मंत्रालय हे पक्षाचं कार्यालय नाही. कार्यकर्त्यांना खुर्चीत बसू देऊ नका. सर्वजण बाहेर व्हा. रांगेनं आत या. चला !' शिपायानं गर्दी बाहेर काढली.

मी कार्यालयातला बोर्ड वाचून काढला.

सूचना फलक

१) मंत्री- कार्यालयातील चीफ सहायक व लिपिक, टंकलेखक यांच्या

आसनावर परवानगीशिवाय बसू नये.

२) मंत्री- कार्यालयातील नोंदवह्या अथवा अन्य कार्यालयीन कागदपत्राला कार्यालयीन कर्मचाऱ्याशिवाय कुणाही हात लावू नये.

३) उपरोक्त बाबींचे उलंघन करणाऱ्यांवर कायेदशीर कारवाई करण्यात येईल.

४) कार्यालयातील दूरध्वनी संबंधीत कार्यालयीन अधिकाऱ्याशिवाय अन्य कुणीही वापरत असल्याचे दिसल्यास, असा वापर करणाऱ्यांवर कडक कारवाई करण्यात येईल.

दि. १ एप्रिल

साहेब आज सकाळीच दौऱ्यावरून आले होते. त्यामुळे ते मंत्रालयात उशिरा येणार होते. म्हणून आम्ही बंगल्यावर गेलो होतो. बॉडीगार्ड कवडे गेटवर भेटला. त्याच्याकडे 'पी. ए. कोण आहे ?' म्हणून चौकशी केली. 'पाटणकर आणि माळवे दोघेही आहेत !' कवडेनं सराईतपणे उत्तर दिलं. मी बॉडीगार्डला चहा पाजला. मसाला पान दिलं. बॉडीगार्ड माझं तोंडभरून कौतुक करत होता.

'दौऱ्यात साहेब तुमचं कौतुक करत होते. त्यांना तुम्हांला कमेटीवर घ्यायचंय्. तुम्ही त्यांना लवकर भेटा. तुम्ही मुंबईत आलेलं त्यांना कळलं आहे. तुम्ही जा. तुमची वाट पाहत आहेत...'

मला आकाश ठेगणं झालं होतं.

बंगल्यावर गर्दी नव्हती. पोलीस आपल्या तंबूत पत्ते खेळत होते. टेलिफोन ऑपरेटर फोनवर बोलत होता. मी सरळ साहेबाच्या केबिनमध्ये घुसलो. माळवेनं साहेबाचे पाय धरले होते. साहेब चिडले होते. माळवे रडत होता. पाटणकर बाजूला स्तब्ध उभा होता. साहेब माझ्यावर खेकसले

'तुला आत कोणी सोडलं ? बाहेर हो !'

मी बाहेर पडलो. त्यानंतर बेल वाजली. टेलिफोन ऑपरेटरनं शिपायाला हाक मारली. शिपाई बंगल्यातल्या रेस्ट रूममध्ये कार्यकर्त्यांनी रात्री चोरून पिलेल्या दारूच्या रिकाम्या बाटल्या जमा करत होता. तो पळत आला. पुन्हा बेल वाजली. शिपाई आत गेला. बाहेर आला. त्याचा चेहरा पडला होता.

'तुम्ही आत कशाला गेले ?'

मी रडवेला झालो होतो.

'मला बॉडीगार्डनं 'साहेबाला भेटून घ्या' म्हणून सांगितलं.' तसा टेलिफोन ऑपरेटर खवळला.

'त्या कवडेला अक्कल नाही. एप्रिल फूल केला असणार. नीट नोकरी कर, म्हणावं...'

मला हसावं, की रडावं, कळत नव्हतं.

माळवे आणि पाटणकर एकापाठोपाठ बाहेर पडले.

माळवेचे डोळे रडून लाल झाले होते. तो खाली मान घालून बंगल्याबाहेर पडला. पाटणकर सुन्न झाला होता.

शिपायानं पाटणकरला विचारलं

'काय झालं ?'

पाटणकर व्यथित झाला होता.

'साहेबांनी माळवेला कामावरून काढलं.'

तोच बेल वाजली. शिपाई आत गेला.

टेलिफोन ऑपरेटरनं पाटणकराला जवळ बोलावून चौकशी केली.

'माळवेनं साहेबाचं नाव सांगून पैसे खाल्लेत. पार्टीनं साहेबाकडं तक्रार केली.'

पाटणकर निर्विकारपणे सांगत होता.

'बरं झालं. फार माजला होता. मिनिस्टरसारखा रुबाब करायचा.' टेलिफोन ऑपरेटर आपला संताप व्यक्त करत होता.

संध्याकाळी आम्ही बंगल्यावर गेलो.

भेटणाऱ्यांची गर्दी होती. मला ह्या गर्दीचा राग आला. ह्या गर्दीमध्ये आपण आपल्या कामाचं कसं बोलणार ? गोंधळ झाला. गर्दी विस्कटली. बॉडीगार्ड आणि शिपाई धावले. पाठोपाठ एक दोन पोलीसही धावले. रांगेत उभी असलेली एक गरोदर महिला चक्कर येऊन खाली कोसळली होती. तिच्या कडेवर लहान मूल होतं. ते रडत होतं. लोकांनी तिला उठवलं. शिपायांनी तिला पाणी पाजलं. तिला काहीच सुचत नव्हतं. ती खूप अशक्त आणि मलूल दिसत होती.

पोलिसांनी तिला बाहेर घेतलं. कोणी तरी धावत जाऊन चहा आणला होता. तिनं अर्धा कप चहा प्याला. अर्धा कप बाळाला पाजला.

'अगोदर ह्या बाईला साहेबांना भेटू द्या' गर्दीतून कोण तरी ओरडलं.

'साहेबाकडे काय काम आहे ?' म्हणून पोलिसांनी तिच्याकडं विचारपूस केली.

'नवरा नांदवत नाही. मी कशी जगू ? मला कोणीच नाही ?' म्हणून रडू लागली. पोलिसांनी तिला शांत केलं.

ह्या केसमध्ये मिनिस्टर काय करणार ? मी सुन्न झालो होतो. रांग पुन्हा काहीच घडलं नसल्यासारखी उभी राहिली. प्रत्येकाच्या हातात निवेदनं होती. काहीजणांच्या हातांत बुके होते. काहीजणांनी आपला फोटो घेण्यासाठी कॅमेराही आणला होता.

साहेबांना खूश करण्यासाठी दौऱ्याच्या आलेल्या बातम्यांची कात्रणं त्यांना दाखवली. साहेबांनी कात्रणांवरून नजर फिरवली. साहेबांना त्यांचे दौऱ्यातील फोटो दाखवले. साहेबाच्या चेहऱ्यावर स्मित फुललं होतं. मी हळूच विषयाला हात घातला.

'तुम्ही आल्यावर निकममामानं रेल्वे-स्टेशनवर खूप गोंधळ घातला.'

साहेब झाला प्रकार ऐकून खूप नाराज झाले. 'निकममामाचं अलीकडचं वर्तन ठीक नाही' असं त्यांच्या बोलण्यात आलं. लोकांना दहा टक्क्यांतून घर मिळवून देतो, म्हणून निकममामानं लोकांकडून पन्नास हजार-साठ हजार उकळल्याच्या तक्रारी साहेबांच्या कानांवर आल्या होत्या.

दि. ५ एप्रिल

मी आणि गांगुर्डे गांगुर्डेच्या घरी बसलो होतो. गांगुर्डेला शासकीय निवासस्थान मिळालेलं. तो घरी एकटाच होता. त्यानं अजून बायको-मुलांना आणलं नव्हतं. घर रिकामंच होतं. घरात काहीच फर्निचर नव्हतं.

'गांगुर्डेसाहेब, साहेबाचं घर वाटत नाही. वर्ष झालं, काहीच कमवलं नाहीत ? एका बदलीत घर भरून फर्निचर होईल... '

'माझ्या ते स्वभावात बसत नाही.'

'पण असं म्हणून कसं चालेल ?

'आपण शपथ घेतली पाहिजे, मी भ्रष्टाचार करणार नाही आणि भ्रष्टाचार करणाऱ्याला मदत करणार नाही...' गौतम गांगुर्डे आवेशानं बोलत होता. 'जे काम जिल्हा तालुक्याच्या ठिकाणी होतं, ते मंत्रालयातून करू नये. तहसीलदाराकडे सामान्य माणसानं अर्ज केल्यास महिना ते दीड महिन्यांत उत्तर मिळालं पाहिजे, कमिशनरकडे अर्ज केल्यास दीड ते दोन महिन्यांत त्याला उत्तर मिळालं पाहिजे, मंत्र्याकडून तीन महिन्यांच्या आत उत्तर गेलं पाहिजे. कागद पाडून ठेवणाऱ्यांची चौकशी झाली पाहिजे, विनाकारण लोकांना मंत्रालयात बोलावणाऱ्या अधिकाऱ्याला शिक्षा झाली पाहिजे, मंत्रालयातील कर्मचाऱ्यांना मंत्री आणि पी. ए. सांगेल तीच कामं करणं शक्य नसतं, तिथं लोकांची कधी करणार ? लायसन, परमिट मागायला लोक मंत्रालयात येतात. पैसे देतात. ही कामं उघड लिलाव करून व्हावीत. ज्याच्या गांडीत दम आहे, तो घेईल, मंत्र्याचा पी. ए. आणि सरकारी कार्यालयाच्या दारातील शिपाई भ्रष्टाचाराचं मूळ तोंड आहे, सेक्रेटरीएट ही भ्रष्टाचाराची सापशिडी आहे. पैसे मोजल्याशिवाय कागद हलत नाही.'

गौतम गांगुर्डेचा मूड खराब होता. काल घडलेल्या माळवे प्रकरणामुळं झालेली ही उपरती असावी.

'टायपिस्ट ते सचिवापर्यंत सर्व भ्रष्ट आहेत. इकडलं टेबल, तिकडलं टेबल पैशाशिवाय फाईल हलत नाही. फाईल मूव्ह होते'

'उपाशी राहून काम करायचो. त्यात अभिमान वाटे. आज चळवळच पोखरत चालली आहे. चळवळ बोगस आहे, म्हटलं, तर उद्या चळवळीत कोणी येणार नाही. चळवळीचा बोभाटा होऊन चळवळ संपू नये, म्हणून सर्व सहन करावं लागतं...'

दि. ८ एप्रिल

मी सिताफळेच्या मुलाच्या नामकरण समारंभाला गेलो होतो. सिताफळेला दहा वर्षांनंतर मूल झालं होतं. त्याच्या घरात धामधूम चालू होती. पंडित कानडेही आला होता. आम्ही हास्यविनोदात रंगलो होतो. निकममामा आणि त्याचे कार्यकर्ते आले. माझ्या छातीत धस्स झालं. हातपाय गळाठल्यासारखे झाले. निकममामानं मला जय भीम केलं. मीही जय भीम केलं. मला बरं वाटलं. मला निकममामाच्या मूडचा अंदाज येत नव्हता. त्याच्या स्वभाव वळवाच्या पावसासारखा होता. तो कधी, कसा बरसेल, हे सांगता येण्यासारखं नव्हतं. हळूहळू तो खुलत होता.

'ही वेळ नाही- कोण चोर आणि कोण सज्जन, ह्यावर चर्चा करण्याची. आज गरज आहे, आपण सर्वजण दलित आहोत, एकच आहोत, हे समजून घेण्याची. आज शांतीचा प्रचार करण्याची गरज नाही. अशांती, अस्वस्थता आणि विद्रोहाचा प्रसार झाला पाहिजे. आपण आगीसारखं धगधगत राहिलं पाहिजे !'

निकममामा पेटून बोलत होता.

आम्ही सर्वजण आज्ञाधारकपणे ऐकत होतो.

'आपल्या चळवळीत एकेका कार्यकर्त्याला बदनाम करून संपवलं जात आहे. आपणच आपले कार्यकर्ते उद्ध्वस्त करत आहोत. कार्यकर्ता हा स्वतंत्र बुद्धीचा असला पाहिजे. शिस्तीच्या नावाखाली कार्यकर्त्यांची मुस्कटदाबी करणं थांबलं पाहिजे. प्रामाणिकपणाच्या आणि अनुशासनाच्या गप्पा नेत्यांनी मारू नयेत. जोवर स्वार्थ सुरक्षित आहे, त्याप्रमाणात प्रामाणिकपणा जपला जातोच. जेव्हा स्वार्थाला सुरुंग लागतो, तेव्हा विश्वासघाताला सुरुवात होते. फायद्यातोट्यातला माझा हिस्सा कळला पाहिजे. फायद्यातोट्याच्या हिशेबातच प्रामाणिकपणाची गणितं मांडली पाहिजेत. नेत्यांनी मलिदा लुटायचा आणि त्याच्या चमच्यांनी अख्खी चळवळ वेठीस धरायची, हे थांबलं पाहिजे.'

निकममामाचा मूड बदलला होता. मी उठलो आणि निघालो. तोच निकममामाच्या कार्यकर्त्यांनी पायात पाय घालून मला पाडलं. मी तोंडघशी पडलो. ते मोठ्यानं हसले. मी काही न बोलता सिताफळेच्या घराबाहेर पडलो.

दि. १२ एप्रिल

'फाईल का बघितली ?'

'फाईल का दाखवत नाही ?'

'फायली द्या, मी ऑफिस चालवतो...'

'फाईल बघावी लागेल... '

'फायलीमध्ये वस्तुस्थितीचा विपर्यास असतो. ती सवर्ण अधिकाऱ्यांच्या शेऱ्यांनी घाणीचं डबकं झालेली असते...'

'आज चार फायली काढल्या. एक पेटी तर मिळाली असेल...'
'तडीपारची फाईल आलीय्. मी तशीच परत पाठवलीय्...'
'अनेक फायली तशाच पडून होत्या. मंत्र्यांना वेळ नाही, म्हणून परत पाठवल्या.'
'होणाऱ्या फायली दडवून ठेवल्या जातात...'
'गोपनीय फायली वाचायला दिल्या जातात...'
'राज्य मंत्र्याकडे फाईल पडून होती. त्याला सरळ विचारलं, तुला किती हवेत ?'
'प्रत्येक फाईलमागे पैसे घेतो...'
'मी फाईल फाडून त्याच्या तोंडावर फेकून दिली.'

दि. १४ एप्रिल.

चौदा एप्रिल, आमच्या आयुष्यातील एक अनन्यसाधारण दिवस.

आम्ही सकाळी बाबासाहेबांच्या पुतळ्याला पुष्पहार अर्पण करण्यासाठी गेलो होतो. लोक थव्याथव्यानं येत होते आणि बाबासाहेबांच्या पुतळ्याला हार घालत होते. बाबासाहेबांच्या जयघोषाच्या घोषणा देत होते. प्रार्थना घेत होते. फोटो काढत होते. सर्वत्र जल्लोशाचं वातावरण होतं.

पुतळ्यामागे असलेल्या हिरवळीवर आम्ही बसलो होतो. मी, पंडित कानडे आणि चंद्रकांत अंभोरे गप्पा मारत होतो.

'आपला कार्यकर्ता दहा रुपयांसाठी तहसीलकचेरीजवळ दिवस दिवस घालवतो...'

'सत्तेत राहिल्यामुळं कार्यकर्त्यांमध्ये शिथिलता आली आहे...'

'शिवसेनेचं राज्य आलं, तर हत्याकांड होणार नाही; पण लाजिरवाणी युती नको...'

'गावाच्या पाटलाच्या लग्नाची लाकडं फोडणं इतकाच अर्थ युतीला आहे. शेवटच्या पंक्तीला शिल्लक राहिलेलं दिलं जातं...'

'संघर्षाला सामोरे जाण्याऐवजी सोयीचे रस्ते का शोधले जातात ?'

'नेत्याला आणून वॉर्डात गौरव करून घेण्यापलीकडे त्यानं काय केलं ?'

'पोस्टर लावणारी यंत्रणा कमी झाली. नाही तर रात्रीतून भिंती रंगायच्या.'

'हिजड्यांच्या घोळक्याला लोक भितात. आपला तर कार्यकर्त्यांचा घोळका आहे...'

रिक्षामधून दोन कार्यकर्ते आले. त्यांना त्यांच्या वार्डातल्या कार्यक्रमासाठी वक्ता हवा होता. त्यांनी आम्हांला गळ घातली आणि भाषणासाठी घेऊन गेले.

दि. ९ मे

मी, गोपीचंद आणि माणिकचंद गौतम गांगुर्डेच्या घरी आलो होतो. गांगुर्डेला दोन पेट्या दिल्या. गांगुर्डेनं मला पंचवीस हजार दिले.

'काम नाही झालं, तर पैसे परत मिळाले पाहिजेत, नाही तर आम्ही उद्ध्वस्त होऊ...'

'आज मूल्यांचं मोजमाप हे चलनी नोटा ठेवण्यासाठी वापरावयाच्या सूटकेसच्या आकारावरून केलं जातं...'

आम्ही मंत्रालयात गेलो.

साहेब आज लवकरच मंत्रालयात आले होते. साहेबांना भेटण्यासाठी दलित लेखक दयानंद किणीकर आले होते.

पाटणकर साहेबाच्या सह्या घेण्यासाठी आत गेला. गौतम गांगुर्डे खुर्चीत बसतो, न बसतो, तोच त्याच्याभोवती गर्दी जमा झाली

'साहेब, माझा फोन करा...'

'जरा दाबून बोला...'

'ड्राफ्टिंग चांगलं झालं पाहिजे...'

'खास बाब म्हणून लिहा...'

'तुम्ही असं सांगा, असे पैसे आणतो...'

'काम तुमच्याकडूनच करून घ्यायचंय्...'

'आम्ही पैसे तुम्हांलाच देणार. आमचा तुमच्यावर विश्वास आहे...'

'एका वर्षात किती कमवलेस ?'

'पी. ए. होऊन तू बिघडलास...'

'तुझ्याकडच्या केसचं काय ? किती मिळाले तुला ?'

'माझ्या यादीत ढवळाढवळ करू नकोस...'

'दौरा काढला का ? उद्याची एंगेजमेंट टाईप झाली का ? उद्या मीटिंग आहे. चहा, बिस्किटं व कागद काढून ठेवा...'

'कॅबिनेट पुढं ढकलली आहे...'

साहेब कार्यक्रमासाठी निघून गेले. गर्दी पुरासारखी ओसरली. मी, अंभोरे आणि कानडे हॉलमध्ये बसून गप्पा मारत होतो. माणिकचंद आणि गोपीचंद खरेदीला गेले होते. ते येईपर्यंत माझा टाईमपास चालू होता.

'हाऊस फार महत्त्वाचं. तिथं कोंडी करण्याची ताकद हवी... '

'बिल येतं, त्या वेळी आपण नसतो...'

'प्रश्न मांडणारी आपली लॉबी हवी...'

'आपल्याकडे इतकी पत्रं येतात, निवेदनं येतात. त्यांतील महत्त्वाचे विषय सभागृहाच्या पटलावर आले पाहिजेत'

'सभागृहात बसलं पाहिजे. आपण अधिवेशनाच्या काळात कार्यक्रम करत फिरतो...'

'योग्य माहिती नाही, म्हणून आपला प्रश्न राखून ठेवला जातो...'

'आपण किती प्रश्न मांडले ?'

आमची हाऊसवर चर्चा चालू असताना गौतम गांगुर्डे एक आंतरदेशीय पत्र घेऊन येतो. साहेबांना शिव्या देऊन लिहिलेलं हे पत्र असतं. सर्वजण वाचून मला देतात. मी न वाचता फाडून टाकतो. सर्वजण माझ्यावर ओरडतात.

आम्ही बोलत असताना विनया प्रधान आणि प्रवीण कोकीळ येतात. आम्ही आमचा विषय बदलतो.

'आज तुम्ही दिलेली बातमी चांगली आलीय्. बातमीचा परिणाम झालाय्. साहेबांनी बातमी वाचली...' गौतम गांगुर्डे विनया प्रधानचं कौतुक करत होता.

'साहेबांची विशेषांकासाठी मुलाखत हवी होती. साहेबाचे काही फोटोही हवेत. वेगवेगळ्या पोझमधले पाहिजेत...'

'या अंकासाठी पक्षाची जाहिरातही पाहिजे...'

'आम्ही दोघे एक विशेषांक काढतोय्...'

'मी साहेबांना सांगतो...'

'आम्ही बंगल्यावर येतो. उद्या साहेब आहेत ना ?'

'आहेत...'

'मॅडम, तुमचं रिपोर्टिंग मात्र छान असतं...'

'अहो, कशाचं डोंबलाचं ? नवीन पत्रकाराचा जुने पत्रकार छळ करतात. मंत्र्यांना प्रश्न विचारू देत नाहीत. पत्रकार कक्षात बसू देत नाहीत. माझ्याकडे अजून ओळखपत्र नाही. साहेबांचं पत्र पाहिजे. नवीन पत्रकाराची मंत्रालय पत्रकार कक्षातले पत्रकार हॅरॅसमेंट करतात. तरीही आम्ही काम करतोच आहोत...'

'आज संध्याकाळी या. साहेबांना कार्यक्रम नाही. मुलाखतही होईल. मी अल्बम देतो, त्यातून तुम्हांला हवे ते फोटो निवडून घ्या...'

'संध्याकाळी येतो. आता आम्ही महसूल मंत्र्यांना गाठतोय्. ओ. के.'

विनया प्रधान आणि प्रवीण कोकीळ घाईनं निघून गेले.

'हिनं लग्न केलं का, रे ?' अंभोरेनं खोचकपणे विचारलं.

'चार-पाच केली असतील... ' कानडेनं तितक्याच खट्याळपणे उत्तर दिलं.

कानडे आणि अंभोरे गेले. मी हॉलमध्ये बसून राहिलो. गांगुर्डे हॉलमध्ये बसून टपाल वाचत होता. पाटणकरही हळूच आला. तो गांगुर्डेजवळ बसला. मी डुलक्या घेत होतो.

'साहेबाचा मूड चांगला नाही. आज हसले नाहीत. तुझ्याशी कसे वागले ?'

'साहेब पुढच्या वेळेस आपणांस ठेवील का ?'

'माझ्या चार-पाच मंत्र्यांच्या ओळखी आहेत. हा मंत्री नाही, तर दुसरा मंत्री. पी. ए. म्हणून कोणीही ठेवील...'

'ह्या वेळीही काँग्रेस येणारच. बहुमत मिळणार नाही. हंग गर्व्हन्मेंट होईल...'

'मंत्रिमंडळ बदललं, तरी सरकारी यंत्रणा बदलत नाही...'

'काही झालं, तरी पी. ए.शिप सोडायची नाही.'

'तुमच्या ओळखीनं मला न्या. मला मिळालं, तर मी तुमच्यासाठी प्रयत्न करीन...'

'पाटणकर तुमचा मित्र आहे, तरीही सांगतो. त्याला घेऊ नका. तुम्हांला क्रॉस करून पुढं जाईल... '

गोपीचंद आणि माणिकचंद आले. त्यांची खरेदी झाली होती. त्यांना लगेच निघायचं होतं. गोपीचंदच्या आईची प्रकृती ढासळली होती. आम्ही चहा घेतला. गांगुर्डेनं मला राहण्याचा आग्रह केला.

माणिकचंद आणि गोपीचंद गेले.

'तेवढं काम करून घ्या... ' असं गोपीचंद पुन:पुन्हा बजावत होता.

मी आणि गांगुर्डे बंगल्यावर गेलो. साहेबांनी गांगुर्डेला तालुका आणि जिल्हावार पक्षकार्यकर्त्यांचे पत्ते लिहून काढण्याचं काम दिलं होतं.

'अधिकाऱ्यांना एखादं काम सांगितलं, तर ते नियमात बसत नाही, म्हणतात. मंत्र्याला पूर्वीची प्रथा सांगण्यापेक्षा काय करता येईल, ह्याचा विचार करून मदत केली पाहिजे. तसं होत नाही. साहेबही अधिकाऱ्यांना दम देत नाहीत. हे काम संध्याकाळपर्यंत झालं पाहिजे, म्हणून सुनावलं पाहिजे, तरच काम होईल. इतर मंत्री दोन-तीन वेळा फोन करून कामं करून घेतात.'

दि. १ जून

आमची गाडी वेगानं धावत हाती. हायवेवर वाहनांची वेगवान ये-जा चालू होती. आमचा ड्रायव्हर ओव्हरटेक करत होता. हायवे म्हणजे अपघाताचं मरणघर. ठिकठिकाणी अपघात झालेले. कुठं मालट्रक पलटलेला, कुठं टेम्पोला जोरदार धडक बसल्यानं तिचा चुराडा झालेला. कुठं ट्रॅक्स झाडावर आदळलेली. दोन ट्रकची टक्कर झालेली. दूरवर दरीत कोसळलेली ट्रक पाहून काळजात धस्स व्हायचं. म्हणजे आपण मरणाला सोबत घेऊनच प्रवास करतोय्.

आमच्या ड्रायव्हरनं ओव्हरटेक करून गाडी पुढं काढली. पुढच्या वळणावर नुकताच अपघात झालेला होता. ट्रक आणि ट्रॅक्टरची धडक बसली होती. ट्रकचा ड्रायव्हर पळून गेला होता. गंभीर जखमी झालेली माणसं आक्रोश करीत होती. लोक जमा झाले होते.

जमा झालेली गर्दी ट्रकमधील फळांवर तुटून पडली होती. अपघाताकडं कुणाचंच लक्ष नव्हतं.

आम्हांला पुढचा पल्ला गाठायचा होता. आम्हीही न थांबता निघालो. सगळ्या जगाचीच संवेदना बोथट झाली आहे, कुणाला वेळच नाही. इथं प्रत्येकजण धावतो आहे.

वळणावळणानी आमची कार पळत होती. हिंदी सिनेमातलं गाणं कारमध्ये घुमत होते. मी ड्रायव्हर शेजारी बसलो होतो. पुढून भरधाव वाहनं येत होती. मागून भरधाव वाहनं ओव्हरटेक करीत होती.

पुन्हा अपघात.

एका सायकलस्वाराला ट्रकनं उडवलं होतं. ट्रक भरधाव वेगानं निघून गेला होता. सायकलस्वाराच्या डोक्यावरून ट्रकचं चाक गेलं होतं. त्याच्या चेहऱ्याचा चेंदामेंदा झाला होता. सायकल दूर पडली होती.

आजूबाजूच्या रानातील चार-पाच कुत्री प्रेताभोवती जमा झाली होती आणि माणसाचं प्रेत फाडून खात होती. केवळ अभद्र दृश्य.

आमची कार वेगानं धावत होती.

दि. १० जुलै

गोपीचंद आणि माणिकचंद प्रक्षुब्ध झाले होते.

'पैसे घेतले. आमचं काम कधी करणार ? काम करायला इतके दिवस लागतात का ?' गोपीचंद भडकला होता.

माणिकचंदनं काल गांगुर्डेला फोन केला होता. गांगुर्डेनं फोनवर बोलण्याचं नाकारलं होतं. त्यामुळं माणिकचंद आणि गोपीचंद खवळले होते.

'पार्ट्या खातो. पैसे घेतो. आणि फोनवर बोलत नाही. त्याला उघडनागडं करीन !' गोपीचंद संतापला होता

'आम्ही पैसे मोजून दिलेत, तसं कामही झालं पाहिजे. पैसे फुकटचे नाहीत...' माणिकचंदही रागानं लालभडक झाला होता.

मला पश्चात्ताप होत होता. काम न झालं, तर काय होईल ? मी उगीच पैसे घेतले ? आता पैसे कुठून परत करणार. पैसे देताना पार्टी खूप संयमी असते. नंतर ती आक्रमक बनते. पाठीमागे लागते. मानगुटी बसते. वेळीअवेळी येऊन विचारणा करते. त्यामुळं माणूस गुदमरतो.

'उद्या मुंबईला निघू. गांगुर्डेची भेट घेऊ. त्यानं काम केलं पाहिजे, नाही तर पैसे दिले पाहिजेत. पैसे नाही दिले, तर मी तमाशा करीन.' गोपीचंदच्या बोलण्याला ताळतंत्र नव्हता.

मी मात्र त्यांना समजावून सांगत होतो. ते ऐकण्याच्या मन:स्थितीत नव्हते.

दि. १७ ऑगस्ट

लक्ष्मीचं-माझं कडाक्याचं भांडण झालं. एक तर गांगुर्डे पैसे परत करत नव्हता आणि कामही करत नव्हता. मीही पैसे खाल्ले होते. त्यामुळं तक्रार करायला जागा नव्हती. माणिकचंद आणि गोपीचंद हात धुऊन पाठी लागले होते. घरातली शांतता

भंगली होती. माझं मानसिक संतुलन बिघडलं होतं. त्यात लक्ष्मी मला छळत होती. 'तुम्ही लोकांचे पैसे का घेतले ?' म्हणून भांडत होती. माझ्याकडे तिच्या प्रश्नाचं उत्तर नव्हतं.

मी तिला लाथाबुक्क्यांनी मारहाण केली आणि घराबाहेर पडलो. पण तिचा आक्रोश माझा पाठलाग करत होता.

दि. २७ ऑगस्ट

निवडणुका जाहीर झाल्या आणि आचारसंहिता लागू झाली.

दि. २८ ऑगस्ट

साहेब पिंजऱ्यातील वाघ झालेत. त्यांनी राजीनामा देऊन बाहेर पडलं पाहिजे. ज्याची भीती वाटते, त्याला सत्ता आपलीशी करीत असते. सत्तेत गेलेला माणूस संपतो, हा तर इतिहास आहे. साहेबंही संपणारच. तो दिवस किती दूर आहे, कोणास ठाऊक ?

दि. २९ ऑगस्ट

एखादा माथेफिरू बाबासाहेबांच्या पुतळ्याची विटंबना करतो आणि आपण पेटून उठतो. परंतु आपले नेते बाबासाहेबांच्या विचारांची विटंबना करीत आहेत आणि आम्ही काहीच करीत नाहीत ? आपण हिजडे आहोत. एक जातीचा पक्ष. रिपब्लिकन पक्ष, हा पक्ष सर्व दलित जाती-जमातींचा झाला पाहिजे. केवळ एका मूठभर जातीचे चार गटांत विभागलेले स्वार्थी पुढारी सर्व दलितांचे नेते कसे होऊ शकतील ?

दि. ३० ऑगस्ट

आज मंत्रालयात साहेबांना भेटण्यासाठी दलित लेखक दयानंद किणीकर आला होता. दयानंद किणीकरला पाहण्याची इच्छा झाली. मी धावतच डोकावलं. पी. ए. नं दयानंद किणीकरांना साहेबाकडं नेलं. मीही त्यांच्या मागे होतो. पोलिसानं अडवलं नाही.

दलित लेखक त्रिशरण ह्याचं निधन झालं होतं. इतका मोठा लेखक औषधोपचार न मिळाल्यामुळं मरण पावला. त्याच्यामागे पत्नी आणि दोन मुलं आहेत. त्रिशरणच्या मुलाला सरकारी नोकरीत घ्यावं आणि त्याच्या पत्नीला मुख्यमंत्री निधीतून मदत मिळावी, म्हणून दयानंद किणीकर साहेबांना भेटण्यासाठी आला होता.

दयानंद किणीकरांनी साहेबांना निवेदन दिलं.

'मी सी. एम्. ना बोलतो. आपण काहीतरी करू.'

साहेबांनी दयानंद किणीकरांना आश्वासन दिलं. दयानंदनं दिलेलं निवेदन पी. ए. कडं दिलं. 'हे निवेदन कॅबिनेटच्या फाईलला ठेवा.' पी. ए. नं अदबीनं मान हालवली.

दि. ११ सप्टेंबर

गोपीचंद आणि माणिकचंद बरोबर मी मुंबईत आलो होतो. काल रात्री गोपीचंदनं गौतम गांगुर्डेबरोबर खूप वाद घातला. गांगुर्डेनंही दाद दिली नाही. आज तर गांगुर्डे बेपत्ताच झाला होता. त्यामुळं माझी पाचावर धारण बसली होती.

मी बंगल्यावर गेलो. घडला प्रकार साहेबांना सांगण्याची इच्छा झाली होती. साहेबच ह्यातून मार्ग काढतील.

बंगल्यावर कार्यकर्त्यांची गर्दी जमली होती. प्रत्येकजण तिकीट मागण्यासाठी आला होता.

'युतीविरोधी पत्रक काढा. काँग्रेस टाळाटाळ करतेय्. जागांची बोलणी होत नाहीत...'

'विरोधी पत्रकावर आमच्या सह्या नकोत...'

'तुमच्या मतदारसंघाची परिस्थिती कशी आहे ?'

'तुमची कितवी टर्म ?'

'ज्याच्या टर्म अधिक झाल्या, त्यांना तिकीट नाही...'

'काँग्रेसवाले आपल्याला मदत करत नाहीत. आपला उमेदवार पडावा, म्हणून प्रयत्न करतात...'

'आमच्या माणसाला पाडलं, तर तुमचा माणूस पाडू. अशी भूमिका घेतली पाहिजे...'

'बंडखोर उभे केले पाहिजेत. त्यांना पक्षातून काढण्याचं नाटक केलं पाहिजे. ताकद दाखवली पाहिजे...'

'आजचं निवेदन कामाला आलं. नाही, तर गप्पा मारून पाठवलं असतं... '

'पक्षाच्या शक्तिप्रदर्शनाची वेळ आली असताना सर्व शक्ती पणाला लावली पाहिजे...'

'ज्याचा मागे मॉब असेल, त्याला तिकीट द्या...'

'आम्ही आमच्या विभागात काम करतो. आम्हांला तिकीट द्या. आम्ही निवडून येऊ...'

'ते काम करत नाहीत. केवळ तुमच्याकडे येऊन बसतात...'

'आमच्या भागात वातावरण चांगलं आहे. विरोधकही मला पाठिंबा देत आहेत. मला तिकीट द्या. मी निवडून येईन...'

'फॉर्म तर भर. पुढं बघू...'

तिकीट मागण्यासाठी ठिकठिकाणचे कार्यकर्ते आलेले. बिल्डरच्या गाड्या घेऊन निकममामा आला होता. अंभोरेनं आपापल्या तिकीट मिळावं, म्हणून मोर्चाच आणला होता. इच्छुकांची गर्दी. प्रत्येकजण फॉर्म भरण्याच्या तयारीत. डिपॉझिट भरायला पैसे नाहीत. निवडणूक कसे लढवणार ? एकालाही हिंदी, इंग्रजी बोलता येत नाही.

प्रत्येकजण मंत्री होण्याची स्वप्नं पाहतोय्.

'चारित्र्य नाही. बुद्धी नाही. तरीही माणसं निवडून येतात...'

'भिंती रंगल्यावर उमेदवार माहिती होतो...'

'आपण लोकप्रतिनिधी झाल्यानंतर आपल्या कामाचा हिशेब दिला पाहिजे. लोक पाडतात. त्यांचं काय चुकतं ?'

कार्यकर्ते गटागटानं जमून उलटसुलट चर्चा करत होते. साहेब काँग्रेस नेत्यांबरोबर बोलणी करण्यासाठी गेले होते. आज युती होणार होती. जागांचं वाटप होणार होतं. सर्वजण 'युती व्हावी' असाच विचार करत होते.

साहेब आले आणि युती झाल्याची बातमी सर्वत्र पसरली. कार्यकर्त्यांत आनंदाचं वातावरण पसरलं. आज रात्री सर्वजण चेस करतील. कुणाचं बटन काढतील. कुणाची चेन काढतील. कुणाची पँट काढतील. रात्रभर मजा करतील.

माझ्या कामाचं काय ?

दि. १७ सप्टेंबर

ह्या जगात पाप-पुण्य नाही.

स्वर्ग-नरक नाही. ईश्वर नाही.

ह्या सगळ्या भाकड कल्पना आहेत.

गरिबांच्या माना मोडून लोक श्रीमंत होतात.

आपण श्रीमंतांकडून पैसा घेतो.

गरिबांकडून नाही.

जो दोन पैसे द्यायला तयार असतो,

तो पैसा त्याच्या वरच्या कमाईचा असतो.

तो चोर असतो.

चोराचा पैसा घेण्यात वाईट काय ?

देणाऱ्याकडून घेण्याची कुवत माझ्याकडे येऊ दे.

देणाऱ्याच विश्वासघात करण्याची बुद्धी मला वेळोवेळी सुचू दे.

देणाऱ्याला खोटं बोलण्याचं धाडस माझ्यात संचारू दे.

देणाऱ्यानं दगा दिलाच तर त्याला आयुष्यातून उठवण्याची हिंमत मला दे.

ईश्वरा, तू नाहीस, हे मला माहीत आहे.

तरीही तू माझ्यासाठी एवढं कर.

देणाऱ्याच्या बायको, मुली, सुनेच्या मनात माझ्यासाठी थोडा सेक्स जागा कर.

दि. २१ सप्टेंबर

तिकीट मिळालं नाही, म्हणून कार्यकर्त्यांनी बंडखोरी केली. स्वतंत्र पक्ष काढला.

अंभोरे आपल्या कार्यकर्त्यांना घेऊन बंगल्यावर आला होता. त्यांला तिकीट मिळालं नव्हतं. त्यानं बंगल्यापुढं गोंधळ सुरू केला होता.

'काँग्रेसच्या हुजऱ्यांना तिकिटं दिली. आमचा पक्ष, म्हणजे, मेंढरांची रांग नाही. तुम्ही वॉर्डात प्रचाराला कसे येता, ते पाहतो. आमची कार्यकारिणी बरखास्त केली आहे.'

पोलिसांनी कार्यकर्त्यांना बंगल्याबाहेर काढलं.

अशा वातावरणात मी साहेबांना कसा भेटू ?

दि. २७ सप्टेंबर

'निवडणुकीच्या पुढं तोंड सांभाळलं पाहिजे.'

'आपले कार्यकर्ते आयुष्यभर राबतात आणि निवडणुकीच्या वेळी विकले जातात.'

'युतीची खरी गरज काँग्रेसला, की रिपब्लिकन पक्षाला ?'

'भाजप-शिवसेनेची इतकी भीती का वाटते ?'

'भाजपचे सरकार जिथं आहे, तिथं दलित जिवंत आहेतच.'

'दलितांनी शिवसेना-भाजपला नकारात्मक मत द्यावं, म्हणजे दलित पुढारी वठणीवर येतील.'

'शिवसेनेच्या अधिवेशनाला दोन लाख लोक आले होते. आपले पाच लाख जमले पाहिजेत. शक्ति प्रदर्शनावर आपलं भवितव्य आहे.'

'भिंती रंगवून लोक येत नाहीत. केवळ तो प्रचार असतो.

'सत्तेच्या प्रवाहात किती संस्था उभ्या राहिल्या ?'

'जातीयवादी शक्तींचा पराभव करण्यासाठी काँग्रेसला पाठिंबा दिला पाहिजे. सर्व सेक्यूलर पक्ष एकत्र आले पाहिजेत.'

'पूर्वी कार्यकर्ते अत्याचाराची घटना झाल्याचं कळवण्यासाठी फोन करायचं. आता बदलीचे काय झालं, म्हणून फोन करतात.'

'चळवळीत कामं करताना पाय खेचले जात आहेत.'

'कार्यकारिणी असताना दुसरे कार्यकर्ते बैठका घेतात. कोणीही पत्रक काढतं.'

दि. १८ ऑक्टोबर

कार्यकर्त्यांनी प्रचारात आमदाराला मारलं. दहा वर्षांत काय सुधारणा केल्या ! निवडणुकांतच आमची आठवण होते का ? त्यांच्यावर पोलीस केस झाली.

दि. १९ ऑक्टोबर

माळवे दारूच्या नशेत रोडच्या कडेला गटाराशेजारी बेशुद्ध पडला होता.त्याला त्या अवस्थेत पाहून मी हादरलो.

दि. २१ ऑक्टोबर

'माझी बदली केली नाही. माझे पैसे खाल्लेत. मला फसवलंत !' सिताफळे

माझ्याबरोबर वाद घालत होता.

मीही आता निर्लज्ज झालो होतो.

'मी कोणाचे पैसे घेतले नाहीत. तुमच्याकडे काय पुरावा आहे ? मी पोलिसात तक्रार करीन !' मी आवेशानं बोललो.

मला वाटलं, सिताफळे काढता पाय घेईल. सिताफळे मिस्किलपणे हसला आणि पाकिटातून काही फोटो काढून माझ्या हातावर ठेवले.

माझे आणि रश्मीचे नग्न फोटो होते

माझा चेहरा काळाठिक्कर पडला. डोळे पाणावले. सिताफळेनं माझ्याकडून फोटो घेऊन पाकिटात ठेवले

'पैशाची व्यवस्था कर. नाही तर तुला आयुष्यातून उठवीन !'

सिताफळेच्या धमकीनं मी पूर्णपणे कोसळलो होतो. मी त्याचे पाय धरले.

'मला पैसे हवेत !'

त्याच्या आवाजानं माझ्या काळजात सुरा खुपसल्यासारखं झालं होतं.

दि. २६ ऑक्टोबर

मंत्रालयात गौतम गांगुर्डेला गाठलं. उद्या अधिसूचना जाहीर होईल. नव्या मंत्रि मंडळाचा शपथविधी होईल. आज कार्यालय खाली केलं पाहिजे. सर्वजण कागद फाडत होते. लोकांची निवेदनं फाडली जात होती. टपाल रद्दीत काढलं जात होतं.

आता काही होवो, गौतम गांगुर्डेची पाठ सोडायची नाही. मी सतत, तो जाईल, तिकडे जात होतो. तो चिडत होता. मी ऐकत नव्हतो.

गौतम गांगुर्डे कागद फाडत होता. मी वर्तमानपत्र वाचत होतो. वर्तमानपत्रात अंभोरेची मोठी बातमी छापली होती 'शिवसेना भीमसेना एक झाली पाहिजे. काँग्रेसनं आम्हांला हिंदुत्ववाद्यांचं भय दाखवून आपल्या कह्यात ठेवलं. अंभोरेनी वारं वाहिल तशी पाठ फिरवली होती.

दि. २७ ऑक्टोबर

एम्. एल्. ए. होस्टेलपुढे अंभोरे आणि कानडे भेटले. मी त्यांना जय भीम केला. 'बंगल्यावर येता का ? चला' मी त्यांना सहज विचारलं. तसे ते खवळले.

'बंगल्यावर काय काम आहे ?' त्यांच्या आवाजात कुचेष्टा होती.

'साहेबांना भेटू.' मी भाबडेपणाचं उत्तर दिलं.

'आता साहेबांना कोण विचारतंय् ? सत्ता होती, तेव्हा आमची कामं केली नाहीत. आता तर सत्ता नाही. तो आमची कसली कामं करणार ? त्याला कोण भेटतं ?'

कानडे वैतागून बोलत होता.

'बंगल्यावर जा. साहेबांचे डोळे पुसा.' अंभोरेच्या आवाजातही धारदार तिखटपणा होता.

'तूच आमच्याबरोबर येतोस का ? चल !' आम्ही भाजपमध्ये प्रवेश करणार आहोत. बाबासाहेबांनी काँग्रेसला जळतं घर म्हटलं होतं. तरीही साहेब काँग्रेसबरोबर गेलेच का नाही ? ते काँग्रेसबरोबर जात असतील, तर आम्ही भाजपबरोबर का जाऊ नये ? जिकडे फायदा होईल, तिकडे गेलं पाहिजे. राजकारणात कसली आली साधनशुचिता', कानडे बोलत होता.

मी अवाक झालो होतो. कोणीही सत्तेवर आलं ? तरी राज्यघटनेप्रमाणेच काम करील. मग भीती कसली ?

'आम्ही आजच भाजपमध्ये प्रवेश करणार आहोत. संध्याकाळी दूरदर्शनवर बातम्या ऐक' अंभोरे आपला बेत विस्तारानं सांगत होता.

जीप आली. जीपमध्ये भाजपचे कार्यकर्ते होते. जीपला लावलेला भाजपचा ध्वज फडकत होता. त्यांनी गळ्याभोवती भगवे पटके गुंडाळले होते.

कानडे आणि अंभोरेला भगवा गुलाल लावण्यात आला. ते जीपमध्ये बसले. जीप वेगानं निघून गेली.

मी आतल्या आत भुईसपाट होत होतो. जी मंडळी साहेबांभोवती चोवीस तास घोटाळत होती, साहेबांच्या विश्वासातली होती, तीच आज साहेबांकडे पाठ फिरवत होती. त्यांच्या मनांत कडवटपणा होता. 'साहेबानं माझं काम केलं नाही. मला नादाला लावलं' हा तिटकारा होता.

मला साहेबांना भेटणं भाग होतं. साहेबांना भेटून गांगुर्डेविषयी तक्रार करायची होती. गांगुर्डेनं काम करतो, म्हणून पैसे घेतले आहेत. पैसे परत करीत नाही. उडवाउडवीची उत्तरं देतोय्. आज तर, 'मी पैसेच घेतले नाहीत. काय पुरावा आहे ? माझ्याकडं पुन्हा यायचं नाही. मी पोलिसांत देईन.' त्यानं मला दम दिला. मी हादरलो. गांगुर्डे एकदम उलटला होता.

गांगुर्डेवर मी विश्वास ठेवला. तो विश्वासघात करील, असं वाटलं नव्हतं. लोकांचे पैसे आहेत. लोक माझ्यामागे हात धुऊन लागलेत. मला जेवण जात नाही. झोप येत नाही. लोकांचं काम झालं नाही, तर त्यांचे पैसे परत केले पाहिजेत. मी मध्यस्थ आहे. लोक मलाच पकडतील. मला घरदार विकावं लागेल. मी स्वत:ला विकलं, तरीही एवढे पैसे जमा करू शकत नाही. मलाही गांगुर्डेसारखं लोकांवर उलटावं लागेल. पण त्यांच्याकडे पुरावा असेल, तर ? मला आयुष्यातून उठवतील. माझी बदनामी करतील. मला अटक होईल. मला तुरुंगात सडावं लागेल. मग बायको- मुलांच काय ?

मी बंगल्यावर आलो.

बंगल्यावर कोणीच नव्हतं. पोलीस फोर्स काढून घेतला होता. लाल दिव्यांची गाडी काढून घेतली होती. बंगला ओसाड वाटत होता. भेटणाऱ्यांची गर्दी नव्हती. पोलिसांचा ताफा नव्हता. पी. ए. नव्हते. बॉडीगार्ड नव्हता. टेलिफोन ऑपरेटर नव्हता. सगळं सुनं-सुनं वाटतं होतं. घोषणा नव्हत्या. गर्दी नव्हती. हारतुरे नव्हते. कॅमेरावाले

नव्हते. सर्वत्र उजाड शांतता अजगरासारखी पसरली होती.

मी हळूच फाटकातून आत घुसलो. मला कोणीच अडवलं नाही.

साहेब एकटेच खुर्चीत बसले होते. त्यांना बंगला सोडायचा होता. सामान खाली करायचं होतं. ट्रक भाड्यानं सांगायचा होता. सामान भरायचं होतं. मलबार हिलवरून पुन्हा एकदा भीमनगरकडे प्रवास सुरू होणार होता.

साहेब भाड्याच्या घरात राहणार होते. प्रत्येकाला भाड्यानं खोली बघायला सांगत होते. त्यांना भाड्यानं घर मिळत नव्हतं.

साहेब एकटेच बसले होते. एकाकी.

मी आत गेलो. त्यांच्या चेहऱ्यावर भग्न शांतता दिसत होती. मला, काय बोलावं, कळत नव्हतं. मी त्यांच्याकडं पाहिलं. त्याच्या नजरेला नजर भिडवली. त्यांची नजर उग्र आणि पाषाणासारखी वाटली. त्यांच्या नजरेत मंत्रालय दिसलं. मंत्रालयाच्या दावणीला बांधलेला हजारो चित्त्यांचा कळप दिसला. मी भ्यालो. सर्व चित्ते मरून पडले होते.

दि. ६ डिसेंबर

मी आज पुतळ्याकडे गेलो नाही. घरातच बाबासाहेबांच्या फोटोचं दर्शन घेतलं.

'आज पुतळ्याकडं जाणार नाही का ?' लक्ष्मीनं विचारलं.

'नाही... ' मी अर्धवट उत्तर दिलं.

निकममामानंही भारतीय जनता पक्षात प्रवेश केला होता.

चळवळ कुठं गेली ? आम्ही चळवळीचा रथ कुणीकडे ओढला होता ?

संध्याकाळी दूरदर्शनवर बातम्या ऐकत होतो. आज देशभर बाबासाहेबांना आदरांजली वाहण्यात आली होती. चैत्यभूमीवर विराट जनसमूह लोटला होता. आंबडेकर नावाचं वादळ संपूर्ण देशात पोहोचलं होतं. 'क्रांती पळून जात नाही, ती दीर्घ मुदतीची लढाई आहे... ' माझ्या मनात उलथापालथ होत होती.

चंद्रकांत अंभोरेंच्या कार्यकर्त्यांनी रोहिदासला चैत्यभूमीवर येऊ दिलं नाही. त्याला परत जावं लागलं. चंद्रकांत अंभोरेंच्या कार्यकर्त्यांनी रोहिदास नागदिवेला धक्काबुक्की करून खाली पाडतानाचं चित्र दूरदर्शनवर झळकलं. रोहिदासचे कपडे फाटले होते. किरकोळ मारहाणही झाली होती. त्याच्या डोक्यावरची निळी टोपी गर्दीत खाली पडली. पोलिसांनी रोहिदासची गर्दीतून सुटका केली. रोहिदास आल्या पावली परत गेला.

खाली पडलेली निळी टोपी एका लहान मुलानं उचलून आपल्या डोक्यावर घातली आणि त्याच्या आईनं त्याला कडेवर घेतलं.

माझ्या ही अणूरेणूत निळे वादळ उठले आणि मी बाबासाहेबांच्या पुतळ्याकडं निघालो.